ചെങ്കൊടിയുടെ മാനം കാക്കാൻ

ബംഗാളിൽനിന്നുള്ള വർത്തമാനങ്ങൾ

chenkodiyude manam kakkan
bengalil ninnulla varthamanagal

•

brinda karat

•

first edition
july 2015

•

published
chintha publishers, thiruvananthapuram

•

typesetting
star communications, thiruvananthapuram

•

cover
vinod

•

വിതരണം

ദേശാഭിമാനി ബുക്ക് ഹൗസ്

H O തിരുവനന്തപുരം–695 035
Ph: 0471-2303026, 6063020
www.chinthapublishers.com
chinthapublishers@gmail.com

ബ്രാഞ്ചുകൾ

ഹെഡ്ഡാഫീസ് ബ്രാഞ്ച് കുന്നുകുഴി • സ്റ്റാച്യു തിരുവനന്തപുരം • കെ എസ് ആർ ടി സി ബസ് സ്റ്റേഷൻ ആലപ്പുഴ • കെ എസ് ആർ ടി സി ബസ് സ്റ്റേഷൻ എറണാകുളം • ചിറ്റൂർ റോഡ് എറണാകുളം • മച്ചിങ്ങൽ ലെയ്ൻ തൃശൂർ • ഐ ജി റോഡ് കോഴിക്കോട് • കെ എസ് ആർ ടി സി ബസ് സ്റ്റേഷൻ കോഴിക്കോട് • എൻ ജി ഒ യൂണിയൻ ബിൽഡിങ് കണ്ണൂർ • സെൻട്രൽ ബസ് ടെർമിനൽ കോംപ്ലക്സ് താവക്കര കണ്ണൂർ

CO - 2222 / 3696

ചെങ്കൊടിയുടെ മാനം കാക്കാൻ

ബംഗാളിൽനിന്നുള്ള വർത്തമാനങ്ങൾ

ബൃന്ദ കാരാട്ട്

ചിന്ത പബ്ലിഷേഴ്സ്
തിരുവനന്തപുരം-695 035
വില: ₹ 110

ബൃന്ദ കാരാട്ട്

1947 ഒക്ടോബറിൽ ബംഗാളിൽ ജനിച്ചു. ഇന്ത്യയിലെ ജന
ങ്ങൾ ഏറ്റവും അധികം ശ്രവിച്ച ഒരു കമ്യൂണിസ്റ്റുകാരിയുടെ
ശബ്ദമാണ് ബൃന്ദയുടേത്. സി പി ഐ എ (എം)ന്റെ പൊളിറ്റ്
ബ്യൂറോ അംഗം. 2005 ൽ പശ്ചിമബംഗാളിൽനിന്ന്
രാജ്യസഭാ അംഗം. അഖിലേന്ത്യാ ജനാധിപത്യ മഹിളാ
അസോസിയേഷന്റെ പ്രമുഖ നേതാവാണ്.

ഉള്ളടക്കം

പ്രസാധകക്കുറിപ്പ്

പശ്ചിമബംഗാളിലെ മാറിയ രാഷ്ട്രീയ സാഹചര്യത്തിൽ നടമാടുന്ന ഭീകരതയുടെയും ഹിംസയുടെയും അനുഭവങ്ങളും അതിനെതിരായ പശ്ചിമബംഗാൾ ജനതയുടെ ചെറുത്തുനില്പിന്റെ ശബ്ദവുമാണ് സ. ബൃന്ദ കാരാട്ടിന്റെ ഈ പുസ്തകം. ഓരോ ദിവസം കഴിയുന്തോറും ആക്രമണങ്ങളും കൊലപാതകങ്ങളും വർദ്ധിച്ചുവരുന്നു. തൃണമൂൽ കോൺഗ്രസിന്റെ സംരക്ഷണത്തിൽ തെമ്മാടിക്കൂട്ടം സി പി ഐ (എം) ഓഫീസുകൾ തകർക്കുകയും പ്രവർത്തകരെ കടന്നാക്രമിക്കുകയും സ്ത്രീകളെ തട്ടിക്കൊണ്ടു പോയി മാനഭംഗപ്പെടുത്തി കൊന്നുകളയുക യും ചെയ്യുന്നു.

പശ്ചിമബംഗാളിലെ എല്ലാ ജില്ലകളിലെയും ജനങ്ങൾ തൃണമൂൽ കോൺഗ്രസിന്റെ ഇത്തരം പ്രവർത്തനങ്ങൾക്കുനേരെ പ്രതിഷേധിക്കു വാൻ മുന്നോട്ടുവരുന്നുണ്ട്. പലയിടങ്ങളിലും ബഹുജന പ്രതിരോധ ത്തിന്റെ മുൻനിരയിൽ നില്ക്കുന്നത് സ്ത്രീകളാണ്.

അത്തരത്തിലുള്ള സ്ത്രീപുരുഷന്മാരുടെ പ്രതിരോധത്തിന്റെ ശബ്ദ മാണ് ഈ പുസ്തകത്തിൽ മുഴങ്ങി കേൾക്കുന്നത്. അവ അനുഭവ കഥകളാണ്.

പശ്ചിമബംഗാളിൽ എന്താണ് സംഭവിക്കുന്നതെന്നു മനസ്സിലാക്കാൻ ഈ അനുഭവകഥകൾ പ്രയോജനപ്പെടുമെന്ന് ഞങ്ങൾ വിശ്വസിക്കുന്നു.

ചിന്ത പബ്ലിഷേഴ്സ്

അവതാരിക

വളരെ ക്ലേശകരമായ ഒരു രാഷ്ട്രീയ സാഹചര്യത്തിലൂടെയാണ് പശ്ചിമബംഗാളിലെ ജനത കടന്നുപോകുന്നത്. 2011 ലെ അസംബ്ലി തിര ഞ്ഞെടുപ്പിൽ തൃണമൂൽ കോൺഗ്രസിന് പൂർണ്ണ ഭൂരിപക്ഷം ലഭിച്ച ദിവസം ഇതാരംഭിച്ചു. തിരഞ്ഞെടുപ്പ് ഫലപ്രഖ്യാപനം നടന്ന ദിവസം തന്നെ പശ്ചിമമേദിനിപ്പൂരിൽ സി പി ഐ (എം) പ്രവർത്തകനായ സ. ജിതിൻ നന്ദിയെ ടി എം സി ഗുണ്ടകൾ വധിച്ചു. തൊട്ടടുത്ത ദിവസം ബർദ്ധാനിൽ വനിതാ പ്രവർത്തകയായ സ. പൂർണ്ണിമ ഖരോയെ ഹീന മായി കൊലപ്പെടുത്തപ്പെട്ടു. ഘാതകർ മറ്റാരുമായിരുന്നില്ല; ടി എം സി ക്കാർ തന്നെ.

ഓരോ ദിവസവും കഴിയുന്തോറും കൊലപ്പെടുത്തുക എന്ന ലക്ഷ്യ ത്തോടെയുള്ള ആക്രമണങ്ങൾ വർദ്ധിച്ചുവരികയാണ്. വിവിധ വിഭാഗം ജനങ്ങളുടെ ജനാധിപത്യ സ്വാതന്ത്ര്യങ്ങൾക്കുനേരെയും കൈയേറ്റങ്ങൾ തുടരുന്നു. തൃണമൂൽ കോൺഗ്രസിന്റെ സംരക്ഷണയിൽ തെമ്മാടിക്കൂട്ടം സ്ത്രീകളെ പ്രത്യേകം ലക്ഷ്യംവെച്ച് ആക്രമിക്കുന്നു. പല പ്രായത്തി ലുള്ള സ്ത്രീകളെ തട്ടിക്കൊണ്ടുപോയി മാനഭംഗപ്പെടുത്തിയിട്ട് നിഷ്ഠു രമായി കൊന്നുകളയുന്ന ഹീനമായ സദാചാര വിരുദ്ധ കുറ്റകൃത്യങ്ങ ളിൽ ഒട്ടേറെ സ്ഥലങ്ങളിൽ ഇക്കൂട്ടർ ഉൾപ്പെട്ടിട്ടുണ്ട്. സി പി ഐ (എം) അനുഭാവിയായ ഒരു സ്ത്രീയുടെ മാറിടം ഛേദിച്ചു കളഞ്ഞതുപോലുള്ള രാഷ്ട്രീയപ്രേരിതമായ അക്രമ പ്രവർത്തനങ്ങൾ ഗുണ്ടകൾ നടത്തുക യാണ്. ഒരു സ്ത്രീ മുഖ്യമന്ത്രിയായിരിക്കുന്ന സംസ്ഥാനത്താണ് വനി തകൾക്കുനേരെ ഇത്തരം നിഷ്ഠുരാക്രമണങ്ങൾ നടക്കുന്നത്!

എതിരാളികൾക്കെതിരെയും എല്ലാത്തരം വ്യത്യസ്താഭിപ്രായ ങ്ങൾക്കെതിരെയും തൃണമൂൽ കോൺഗ്രസിന്റെ നേതൃത്വത്തിൽ നട

ക്കുന്ന അതിക്രമങ്ങൾ തുടരുകയാണെങ്കിലും മിക്കവാറും എല്ലാ ജില്ലക
ളിലും വ്യത്യസ്ത വിഭാഗം ജനങ്ങൾ, അതിൽ സ്ത്രീകൾ നല്ലൊരു ഭാഗ
മാണ്, തൃണമൂലിന്റെ സാമൂഹ്യവിരുദ്ധ പ്രവർത്തനങ്ങൾക്കുനേരെ പ്രതി
ഷേധിക്കാൻ മുന്നോട്ട് വരുന്നുണ്ട്. തൃണമൂലിന്റെ സാമൂഹ്യ വിരുദ്ധ
സംഘങ്ങൾ നടത്തുന്ന അതിക്രമങ്ങൾക്കെതിരായ പ്രതിഷേധറാലികളും
പ്രതിരോധ പ്രവർത്തനങ്ങളും ക്രമാനുഗതമായി സംസ്ഥാനത്ത് വളർന്നു
വരുന്നത് ശ്രദ്ധേയമാണ്. പലയിടങ്ങളിലും ബഹുജനപ്രതിരോധത്തിന്റെ
മുന്നണിയിൽ സ്ത്രീകളാണ്. ജനങ്ങളുടെ ജനാധിപത്യാവകാശങ്ങളും
ജനാധിപത്യരീതികളും പുനഃസ്ഥാപിക്കണമെന്ന ആവശ്യം ഉന്നയിച്ചു
കൊണ്ട് സമൂഹത്തിലെ പ്രശസ്ത വ്യക്തികൾ തെരുവിലിറങ്ങുവാൻ
തയ്യാറാകുന്ന അനുഭവവുമുണ്ട്. ഒരു മുൻ വൈസ് ചാൻസലറും റിട്ടേ
യർഡ് ജഡ്ജിയും ഇക്കൂട്ടത്തിൽപ്പെടും.

ഈ പുസ്തകത്തിൽ അത്തരത്തിലുള്ള സ്ത്രീ പുരുഷന്മാരുടെ
പ്രതിരോധത്തിന്റെ ധീരശബ്ദമാണ് നാം കേൾക്കുന്നത്. അവർ അഭിമു
ഖീകരിച്ച അതീവഘോരമായ അതിക്രമങ്ങളും, അവരതിനെ എങ്ങനെ
പൊരുതി തോല്പിച്ചുവെന്നും നാം പഠിക്കുന്നു. സി പി ഐ (എം) പൊളിറ്റ്
ബ്യൂറോ അംഗമായ സ. ബൃന്ദ കാരാട്ട് ഒന്നിനുപിറകേ ഒന്നായി
വ്യത്യസ്ത ജില്ലകൾ സന്ദർശിക്കുകയും അക്രമത്തിന്റെ ഇരകളോടും
അവരുടെ കുടുംബാംഗങ്ങളോടും സംസാരിക്കുകയും, അതെല്ലാം ക്ലേശം
സഹിച്ച് രേഖപ്പെടുത്തുകയും ചെയ്തിരിക്കുകയാണ്. ഈ അനുഭവ കഥ
കൾ വായിക്കുകയും, ഈ സ്ത്രീ പുരുഷന്മാർ നേരിട്ട അവരുടെ അനുഭ
വങ്ങളും വികാരങ്ങളും പ്രചോദനങ്ങളും വിവരിക്കുന്നത് കേൾക്കുകയും
ചെയ്യുന്നത് ഹൃദയത്തിൽ തട്ടുന്ന അനുഭവമാണ്. ഇരകളുടെ ഉജ്ജ്വല
മായ ധീരതയും ചെങ്കൊടിയോടുള്ള അവരുടെ സ്നേഹവായ്പും പ്രതി
ബദ്ധതയും എന്നെ വല്ലാതെ സ്വാധീനിച്ചു എന്ന് തുറന്നു സമ്മതിക്കുന്ന
തിൽ എനിക്ക് തീരെ സങ്കോചമില്ല.

പശ്ചിമബംഗാളിലെ മാറിയ രാഷ്ട്രീയ സാഹചര്യത്തിൽ എന്താണ്
സംഭവിക്കുന്നതെന്ന് മനസ്സിലാക്കുവാൻ ഇതിലുള്ള അനുഭവകഥകളുടെ
പഠനം പ്രയോജനപ്പെടുമെന്ന് ഞാൻ വിശ്വസിക്കുന്നു. പശ്ചിമബംഗാളിലെ
സംഭവവികാസങ്ങളെപ്പറ്റി വ്യക്തത വരുത്തുന്നതിന് ഈ ലഘുകൃതി
വിപുലമായ ജനവിഭാഗങ്ങൾക്ക് സഹായകമാകുമെന്ന് പ്രതീക്ഷിക്കുന്നു.

ബിമൻബസു
പി ബി അംഗം, സി പി ഐ (എം)

മുഖവുര

പശ്ചിമബംഗാളിലെ ചെറുത്തുനില്പിന്റെ ശബ്ദമാണ് ഈ പ്രസി ദ്ധീകരണം നിങ്ങളുടെ മുന്നിലെത്തിക്കുന്നത്. തൃണമൂൽ കോൺഗ്രസ് സർക്കാരിന് കീഴിൽ ഭീകരതയും ഹിംസയും നടക്കുന്നതിന്റെ വ്യത്യസ്ത വഴികളും രീതികളും എങ്ങനെ എന്ന് മനസ്സിലാക്കുവാൻ ഇന്ത്യയിലെ പല ഭാഗത്തുമുള്ള സുഹൃത്തുക്കളും ഇടതുപക്ഷത്തിന്റെ അനുഭാവി കളും പ്രയാസപ്പെടുന്നുണ്ട്. അഖിലേന്ത്യാ തലത്തിലും പശ്ചിമബംഗാ ളിലുമുള്ള രാഷ്ട്രീയ സംഭവവികാസങ്ങളും വിപുലമായ ഇതര രാഷ്ട്രീയ ഘടകങ്ങളും നിസ്സംശയമായും സംസ്ഥാനത്തെ ഇന്നത്തെ അവസ്ഥ നിർണ്ണയിക്കുന്നതിന്റെ പിന്നിൽ സുപ്രധാന പങ്ക് വഹിക്കുന്നുണ്ട്. ഈ വിഷയങ്ങൾ അപഗ്രഥിക്കുന്ന ഒട്ടേറെ റിപ്പോർട്ടുകളും രചനകളും സമൂഹ ത്തിന്റെ മുന്നിലുണ്ട്. സി പി ഐ (എം) വ്യത്യസ്ത സന്ദർഭങ്ങളിൽ വിശ ദമായ റിപ്പോർട്ടുകളും പ്രസിദ്ധീകരണങ്ങളും ഭീകര സംഭവങ്ങളെപ്പറ്റി പ്രകാശിപ്പിക്കുകയുണ്ടായി.

ഈ സമാഹാരത്തിലെ അനുഭവകഥകൾ ചില വ്യക്തികളുടേയും ഗ്രാമങ്ങളുടേയും ചെറുത്തുനില്പിന്റേതാണ്. ഇടതുപക്ഷ പ്രസ്ഥാന ത്തേയും അതിന്റെ ബദൽ നയങ്ങളേയും സംരക്ഷിക്കാൻ വേണ്ടി മുന്ന ണിയിൽനിന്ന് പടപൊരുതിയവരുടെ ധീരകഥ വിവരിക്കുന്നത് ആ കഥ യുടെ നായകസ്ഥാനത്തുള്ളവർ തന്നെ. 2014 ആഗസ്ത് മുതൽ ഒക്ടോ ബർ വരെ നടന്ന അഭിമുഖ സംഭാഷണങ്ങളിലൂടെയാണ് ഈ വിവര ങ്ങൾ ശേഖരിക്കപ്പെട്ടത്. രാഷ്ട്രീയപ്രതിയോഗികൾ തമ്മിലുള്ള യുദ്ധ മാണ് ബംഗാളിൽ നടക്കുന്നത് എന്ന കുത്തകമാധ്യമങ്ങളുടെ പ്രചാരണം എത്രമാത്രം പൊള്ളയാണ് എന്ന് ഈ അനുഭവകഥകൾ വ്യക്തമാക്കു ന്നു. വളരെ വ്യക്തമായ ഒരു വർഗ്ഗമാനമുണ്ട് ഈ ആക്രമണങ്ങൾക്ക്. ഭൂവിതരണത്തിലും ലഭ്യമായ ജലത്തിന്റെ വിതരണത്തിലും, പണിയെ

ടുക്കുന്നവരുടെ അവകാശ സംരക്ഷണത്തിലും, പഞ്ചായത്തിരാജ് വഴി
യുള്ള അധികാര വികേന്ദ്രീകരണത്തിലും, കിരാതമായ ജാതിവ്യവസ്ഥയ്
ക്കെതിരായ പോരാട്ടത്തിലും അചഞ്ചലമായ മതേതരത്വ സംരക്ഷണ
ത്തിലും ഇടതുപക്ഷ മുന്നണി സർക്കാർ കൈവരിച്ച ഉജ്ജ്വലമായ നേട്ട
ങ്ങൾ വ്യവസ്ഥയുടെ സംരക്ഷകരെ പിടിച്ചുലയ്ക്കുക മാത്രമല്ല ചെയ്തത്.
ഇതിലൂടെ ഗ്രാമീണ ബംഗാളിന്റെ രാഷ്ട്രീയത്തിൽ ദരിദ്രർക്ക് അനുകൂ
ലമായ ഒരു ശാക്തിക മാറ്റം രൂപപ്പെട്ടു. പശ്ചിമബംഗാളിലെ 10 ജില്ലക
ളിൽ നിന്ന് റിപ്പോർട്ട് ചെയ്യപ്പെടുന്ന അതിക്രമങ്ങൾ ഭരണകക്ഷിയുടെ
നേതൃത്വത്തിൽ മുകളിൽ സൂചിപ്പിച്ച നേട്ടങ്ങൾ അട്ടിമറിക്കുകയോ അസാ
ധുവാക്കുകയോ ചെയ്യുക എന്ന ലക്ഷ്യത്തോടെയും ബലപ്രയോഗത്തിലൂടെ
അധികാരവും കൈയടക്കുക എന്ന ഉദ്ദേശ്യത്തോടെയും നടത്തുന്നതാണ്.

തൃണമൂൽ പിന്തുണയുള്ള പഴയ ജോത്ദാർ (ഭൂവുടമ) കുടുംബ
ങ്ങൾ ഭൂപരിഷ്കരണ ഫലങ്ങൾ റദ്ദാക്കാൻ എങ്ങനെ ശ്രമിക്കുന്നു എന്ന
കഥ നാദിയാ ജില്ലയിലെ 'തെഹാട്ട'യിൽ നിന്നുള്ള അനുഭവ കഥകൾ
വ്യക്തമാക്കും. 24 പർഗാനാസിലെ 'ഹരാവോ'യിലെ അനുഭവം സമാന
മായ ഒരു അക്രമത്തിന്റേതാണ്. 'ഭേരി'യിലെ സഹകരണസ്ഥാപന
ങ്ങൾക്ക് നേരെയുള്ള പ്രസ്തുത ആക്രമണങ്ങളെ ബ്രഹ്മൻ ചൗക്കിലെ
സ്ത്രീകൾ എപ്രകാരം സുധീരം എതിരിട്ടു എന്ന് അത് വെളിപ്പെടുത്തു
ന്നു. 24 പർഗാനാസിൽ നിന്നുള്ള അനുഭവങ്ങൾ വ്യക്തമാക്കുന്നതുപോലെ
ജില്ലകളിലെ പഞ്ചായത്തിരാജ് സമ്പ്രദായം എപ്രകാരം ക്രിമിനൽവല്ക്ക
രിക്കപ്പെടുകയും അഴിമതിയിൽ മുങ്ങിക്കുളിക്കുകയും ചെയ്യുന്നു എന്ന്
തുറന്നുകാട്ടപ്പെടുന്നു. അടിസ്ഥാന ജനാധിപത്യാവകാശങ്ങളുടെ മേലുള്ള
ആക്രമണങ്ങൾക്കെതിരായി പ്രതിരോധത്തിന്റെ ശബ്ദങ്ങൾ എങ്ങനെ
യാണ് ഉയരുന്നത് എന്ന് ബർദ്ധാൻ, ബാങ്കുറ, ഹുഗ്ലി, കിഴക്കും പടിഞ്ഞാറും
മേദിനിപ്പൂരുകൾ എന്നിവിടങ്ങളിൽ നിന്നുള്ള അനുഭവങ്ങൾ പറയുന്നു.
രാഷ്ട്രീയ കീഴ്പ്പെടുത്തലിനുള്ള ഒരായുധമായി ബലാൽക്കാരത്തെ
എങ്ങനെ ഭീകരമായി ഉപയോഗപ്പെടുത്താമെന്നതും അതിനെതിരായ
പ്രതിഷേധം എപ്രകാരം ഉയർന്നുവരുമെന്നും ഹൗറയിലെ അനുഭവകഥ
വെളിപ്പെടുത്തുന്നു.

ക്യാമ്പസ് ജനാധിപത്യത്തിന് നേരെയുള്ള നിഷ്ഠുരാക്രമണങ്ങളും
ഒരു വിദ്യാർത്ഥി നേതാവിന്റെ രക്തസാക്ഷിത്വവും അവസാന അദ്ധ്യായ
ത്തിൽ വിവരിക്കുന്നു. പശ്ചിമബംഗാളിൽ എന്തു നടക്കുന്നു എന്ന് വിപു
ലമായ ഒരു വായനാ സമൂഹത്തിന് മുന്നിൽ അവതരിപ്പിക്കുവാൻ ഇവിടെ
പരാമർശിക്കുന്ന അതിക്രമങ്ങളും ചെറുത്തുനില്പും സംബന്ധിച്ച അനു
ഭവകഥകൾ ഉപകരിക്കുമെന്ന് പ്രതീക്ഷിക്കുന്നു.

ഇത് തയ്യാറാക്കാൻ സഹായിച്ച ജില്ലാതലത്തിലും സംസ്ഥാനതല
ത്തിലുമുള്ള എല്ലാ സഖാക്കളുടെയും സഹകരണത്തിന് നന്ദി പറയുന്നു;
വിശേഷിച്ച് മിനാതിഘോഷ്, അൻജുകാർ, രേഖാഗോസ്വാമി, രമാബി
ശ്വാസ് എന്നിവർക്ക്. അവരുടെ സഹായം കൂടാതെ ഈ പ്രസിദ്ധീക
രണം സാദ്ധ്യമാകുമായിരുന്നില്ല.

നാദിയ
ഭൂമിക്കു വേണ്ടിയുള്ള പോരാട്ടങ്ങൾ

ആയിരത്തിത്തൊള്ളായിരത്തി എഴുപത്തിയേഴിനും രണ്ടായിരത്തി പതിനൊന്നിനും ഇടയ്ക്കുള്ള വർഷങ്ങളിൽ, പശ്ചിമ ബംഗാളിലെ ഇട തുപക്ഷ മുന്നണി ഗവൺമെന്റ് ഭൂരഹിതർക്ക് ഭൂമി വിതരണം ചെയ്യുന്ന കാര്യത്തിൽ അമ്പരപ്പിക്കുന്നതും മറ്റാർക്കും മറികടക്കാൻ കഴിയാത്ത തുമായ റെക്കോർഡാണ് സൃഷ്ടിച്ചത്. രാജ്യത്തിലെ മൊത്തം കൃഷിഭൂമി യിൽ മൂന്നു ശതമാനത്തോളം മാത്രമേ ആ സ്ഥാനത്തുള്ളു. എന്നാൽ ഇടതുപക്ഷ മുന്നണി ഗവൺമെന്റിന്റെ മൂന്നു പതിറ്റാണ്ടിലധികം കാലത്തെ ഭരണത്തിനിടയിൽ ഇതിൽ 22.6 ശതമാനം ഭൂമി പുനർവിത രണം ചെയ്യപ്പെടുകയുണ്ടായി. ഇതുമായി താരതമ്യപ്പെടുത്തുമ്പോൾ, തൃണമൂൽ കോൺഗ്രസ് ഗവൺമെന്റ് തിരഞ്ഞെടുക്കപ്പെട്ട് അധികാര ത്തിൽ എത്തിയതിനുശേഷം കഴിഞ്ഞ മൂന്നുവർഷക്കാലത്ത് ഭൂവിത രണം ഒട്ടും ഉണ്ടായിട്ടില്ല എന്ന് കാണാം.

1990 കളിൽ മദ്ധ്യപ്രദേശ് ഗവൺമെന്റ് നടപ്പാക്കിയെന്നു പറയുന്ന 'ഭൂദാന' പരിപാടിയിൽനിന്ന് വ്യത്യസ്തമായി (അങ്ങനെയുള്ള ഭൂമി വിത രണം യഥാർത്ഥത്തിൽ സംഭവിച്ചില്ല. പേരിനുമാത്രമേ ഉണ്ടായിട്ടുള്ളു) പശ്ചിമ ബംഗാളിലെ ഭൂമി വിതരണം തലകുത്തി നില്ക്കുന്ന ഒരു പരി പാടിയായിരുന്നില്ല; മറിച്ച് ഭൂരഹിതർ ഭൂമിക്കുവേണ്ടി നടത്തിയ സമരങ്ങ ളുമായി യഥാർത്ഥത്തിൽ ബന്ധപ്പെട്ടുകൊണ്ടുള്ള പരിപാടിയായിരുന്നു. ഇടതുപക്ഷ മുന്നണിയുടെ പിന്തുണയോടെയും കിസാൻ സഭയുടെ ആഭി മുഖ്യത്തിലും സംഘടിപ്പിക്കപ്പെട്ട ഈ ഭൂസമരങ്ങൾ ഗ്രാമീണ ബംഗാ ളിലെ വർഗ്ഗശക്തികളുടെ പരസ്പര ബന്ധങ്ങളിൽ ഭൂരഹിതർക്കും പാവ ങ്ങൾക്കും അനുകൂലമായ വിധത്തിൽ വളരെ വമ്പിച്ച മാറ്റമാണ് വരു ത്തിയത്.

മിച്ചഭൂമി വിതരണത്തിന്റെ വ്യാപ്തി കണക്കാക്കിയാൽ, സംസ്ഥാ നത്ത് 12 ലക്ഷം ഏക്കർ ഭൂമിയാണ് വിതരണം ചെയ്യപ്പെട്ടത്. ലക്ഷക്കണ ക്കിന് ഭൂരഹിതരായ കുടുംബങ്ങൾക്ക്, അതോടൊപ്പം തങ്ങളുടെ ഭൂമി യിൽ പട്ടയം ലഭിക്കുകയും ചെയ്തു. ഇതിൽ ഏതാണ്ട് 1.79 ലക്ഷം ഏക്കർ ഭൂമി കേസിൽ കുടുങ്ങിക്കിടക്കുകയാണ്. ഭൂപ്രഭുക്കൾ കോടതികളിൽ അപ്പീൽ കൊടുത്ത് സ്റ്റേ ഓർഡർ വാങ്ങിയിട്ടുള്ളതു കാരണം ഇത്രയും ഭൂമിക്ക് പട്ടയം അനുവദിക്കാൻ കഴിഞ്ഞിട്ടില്ല. അതെന്തായാലും ഇടതു പക്ഷ മുന്നണി ഗവൺമെന്റിന്റെ പ്രഖ്യാപിതമായ, വ്യക്തമായ നയം കാരണം ഭൂമി കൈവശം വച്ചിരുന്നവരെ ആശ്രയിക്കാൻ ഭൂപ്രഭുക്കൾക്ക് ധൈര്യമുണ്ടായിരുന്നില്ല. മുൻകാലങ്ങളിൽ ഭൂപ്രഭുക്കൾ നിയമവിരുദ്ധ മായി കൈവശം വച്ചിരുന്ന ഭൂമി തിരിച്ചു പിടിക്കുന്ന കാര്യത്തിൽ, ഭൂപ്ര ഭുക്കൾക്ക് പൊലീസ് സഹായം നല്കരുതെന്ന് വ്യക്തമായി വിലക്കപ്പെ ട്ടിരുന്ന ഒരേയൊരു സംസ്ഥാനമായിരുന്നു പശ്ചിമബംഗാൾ.

ബംഗാളിലെ നാട്ടിൻപുറങ്ങളിലെ സാമൂഹ്യബന്ധങ്ങളിൽ ഈ ഭൂപ രിഷ്കരണനയം വമ്പിച്ച സ്വാധീനമാണ് ചെലുത്തിയത് - ജാതിയുടെ കാര്യത്തിലും ഒരു അതിർത്തിവരെ ലിംഗ സമവാക്യങ്ങളുടെ കാര്യ ത്തിലും അതു കാണാം. ഭൂപരിഷ്കാരത്തിന്റെ ഗുണഭോക്താക്കളിൽ ഏതാണ്ട് 37 ശതമാനം പട്ടികജാതിക്കാരും 18 ശതമാനം പട്ടികവർഗ്ഗ ക്കാരും 18 ശതമാനം ന്യൂനപക്ഷ സമുദായങ്ങളിൽപ്പെട്ടവരും ആണ്. 6 ലക്ഷത്തിലധികം പട്ടയങ്ങൾ ഭർത്താവിനും ഭാര്യക്കും കൂടി നല്കപ്പെട്ട സംയുക്തപട്ടയങ്ങളാണ്. 1.6 ലക്ഷം പട്ടയങ്ങൾ സ്ത്രീകൾക്ക് മാത്ര മായും നല്കപ്പെട്ടിട്ടുണ്ട്. മുൻകാലങ്ങളിലെ പുരുഷന്മാർക്ക് കീഴ്പ്പെട്ടു നില്ക്കുന്ന അവസ്ഥയിൽ ഇത് മാറ്റം വരുത്തി. അടിച്ചമർത്തപ്പെട്ടു വന്ന ജാതിക്കാരിൽ ചെങ്കൊടി വമ്പിച്ച ആത്മവിശ്വാസം ജനിപ്പിച്ചിരിക്കുന്നതി നാൽ ഇനിയൊരിക്കലും, ജാതിക്ക് മുമ്പത്തെപ്പോലെ, അത്രയും അധി കാരം പ്രയോഗിക്കുവാൻ കഴിയുകയില്ല. ഇത്രയും കാലം അടിച്ചമർത്ത പ്പെട്ടുവന്നിരുന്ന ജാതിക്കാരും വർഗ്ഗങ്ങളും ത്രിതല പഞ്ചായത്ത് വ്യവ സ്ഥയിൽ പങ്കെടുത്ത് അവകാശങ്ങൾ നേടിയത്, മൗലികമായ ഭൂവിത രണ പദ്ധതി കാരണം നാട്ടിലുണ്ടായ രചനാത്മകമായ മാറ്റങ്ങളെ കൂടു തൽ ദൃഢീകരിക്കുകയും ചെയ്തു.

ഇതിനൊക്കെപ്പുറമെ, പങ്കുപാട്ടക്കാരുടെ, അഥവാ, 'ബർഗദാർമാ രു'ടെ അവകാശങ്ങൾ സംരക്ഷിക്കുന്നതിനുവേണ്ടിയുള്ള ഒരു പരിപാ ടിക്ക് ഇടതുപക്ഷ മുന്നണി ഗവൺമെന്റ് തുടക്കം കുറിച്ചു. രാജ്യത്താ കെത്തന്നെ, ഇത്തരത്തിൽപ്പെട്ട ഏറ്റവും വലിയ പരിപാടിയായിരുന്നു അത്. പങ്കുപാട്ടക്കാരെ ഒഴിപ്പിക്കുന്നതിനുള്ള നീക്കം തടയുന്നതിനുവേണ്ടി നിമയത്തിൽത്തന്നെ ഭേദഗതി കൊണ്ടുവരികയും ചെയ്തു. ഈ പരിപാ ടിയനുസരിച്ച് ഏതാണ്ട് 11 ലക്ഷം ഏക്കർ ഭൂമി 'ബർഗഭൂമി'യായി രജി സ്റ്റർ ചെയ്യപ്പെട്ടു; 15 ലക്ഷം ബർഗദാർമാർക്ക് നിയമപരമായ അവകാശം നല്കപ്പെട്ടു. എന്നുതന്നെയല്ല, ഏതാണ്ട് 5.5 ലക്ഷം കുടുംബങ്ങൾക്ക്

ഭൂപരിഷ്കരണ പരിപാടിയനുസരിച്ച് കുടിയിരിപ്പ് ഭൂമി ലഭിക്കുകയും ചെയ്തു.

പരിധിയിൽ കവിഞ്ഞ മിച്ചഭൂമി ഏറ്റെടുത്ത് വിതരണം ചെയ്യൽ, പങ്കു പാട്ടക്കാരുടെ അവകാശം രേഖപ്പെടുത്തി അവരുടെ സുരക്ഷിതത്വം ഉറ പ്പുവരുത്തൽ, കുടികിടപ്പ് ഭൂമി വിതരണംചെയ്യൽ എന്നീ മൂന്ന് ഭൂപരി ഷ്കരണ ഘടക നടപടികളുടെ ഗുണഭോക്താക്കളുടെ കണക്കെടുത്താൽ, 2008 ൽ അസംബ്ലിയിൽ വച്ച കണക്കനുസരിച്ച്, അവരുടെ സംഖ്യ 50 ലക്ഷത്തിലധികം വരും.

2011 ലെ അസംബ്ലി തിരഞ്ഞെടുപ്പ് കഴിഞ്ഞ് ടി എം സി ഗവൺമെന്റ് അധികാരമേറ്റതിനുശേഷം, സംസ്ഥാനത്തിന്റെ ചില പ്രദേശങ്ങളിൽ പഴയ ഭൂപ്രഭുക്കൾ വീണ്ടും സ്വാധീനമുറപ്പിച്ചു തുടങ്ങിയിട്ടുണ്ട്. തങ്ങളുടെ ഭൂമി തിരിച്ചു കിട്ടും എന്ന പ്രതീക്ഷയോടെ, ഈ ഭൂകുടുംബങ്ങളിൽ പലതും കോൺഗ്രസ് ബന്ധംവിട്ട് ടി എം സിയിലേക്ക് മാറിയിരിക്കുന്നു– നിയമ ക്കുരുക്കുകളിൽ കുടുങ്ങി പട്ടയം നൽകാൻ കഴിയാതിരിക്കുന്ന ഭൂമി കൈവശം വച്ചുകൊണ്ടിരിക്കുന്ന ഭൂപ്രഭുക്കൾ പ്രത്യേകിച്ചും. ഭൂപരിഷ്കാ രത്തിന്റെ ഗുണം ലഭിച്ചവരെ അവരുടെ ഭൂമിയിൽനിന്ന് ബലം പ്രയോ ഗിച്ച് ഒഴിപ്പിക്കുന്ന പരിപാടിയിൽ ഭൂപ്രഭുക്കളുടെ പങ്കാളികളായി നിന്നു കൊണ്ട്, ടി എം സി ഗവൺമെന്റിന് കീഴിലുള്ള പൊലീസ്, വീണ്ടും ഗ്രാമീണ മേഖലയിലെ ഭൂപ്രഭുക്കളുടെയും വരേണ്യ വിഭാഗങ്ങളുടെയും പിന്നിൽ നിലയുറപ്പിച്ചിരിക്കുന്നു.

എന്നാൽ, ടി എം സി ഗുണ്ടകളും പൊലീസും അഴിച്ചുവിട്ട ഭീഷണി കളും അക്രമങ്ങളും കൂസാതെ, കിസാൻസഭയുടെയും സി പി ഐ (എം) ന്റെയും പ്രവർത്തകർ വീണ്ടും സംഘടിതരായി നിന്ന് ചെറുത്തുനിൽപ് സംഘടിപ്പിച്ചുകൊണ്ടിരിക്കുകയാണ്. ഉദാഹരണത്തിന് നാദിയ ജില്ലയിലെ തെഹാത്തയിൽനിന്നുള്ള കഥകൾ അത് വ്യക്തമാക്കുന്നു.

ഭൂമി വീണ്ടെടുക്കാനുള്ള സമരങ്ങൾ

നാദിയ ജില്ലയിൽ ബംഗ്ലാദേശ് അതിർത്തിക്കടുത്തു കിടക്കുന്ന തെഹാത്ത സബ്ഡിവിഷനിൽ ഭരണപരമായി മൂന്ന് ബ്ലോക്കുകളാണ് ഉള്ളത്. തെഹാത്ത ഒന്ന്, തെഹാത്ത രണ്ട് കരിംപൂർ എന്നിവയാണ് അവ. കഴിഞ്ഞ തിരഞ്ഞെടുപ്പിൽ ഈ സബ്ഡിവിഷനിലെ മൂന്ന് വിധാൻസഭാ സീറ്റുകളിലും സി പി ഐ (എം) സ്ഥാനാർത്ഥികളാണ് വിജയിച്ചത്.

ഈ ജില്ലയിലും അതിലെ സബ്ഡിവിഷനുകളിലും താമസിക്കുന്ന വരിൽ ഒരു നല്ല ഭാഗം, 'നാമശൂദ്രർ' എന്നറിയപ്പെടുന്ന പട്ടികജാതിക്കാ രാണ്. പഴയ കിഴക്കൻ പാകിസ്ഥാനിൽനിന്നും ഇപ്പോഴത്തെ ബംഗ്ലാദേ ശിൽനിന്നും വന്ന അഭയാർത്ഥികളാണ് അവർ. അഭയാർത്ഥികളുടെ ആദ്യത്തെ പ്രവാഹം ഉണ്ടായത് 1950 ലാണ്; രണ്ടാമത്തേത് 1971 ലും. 'ജോതേദാർ' എന്നറിയപ്പെടുന്ന വൻകിട ഭൂപ്രഭുക്കളുടെ ഉടമസ്ഥതയി ലായിരുന്നു അക്കാലത്ത് ഇവിടത്തെ ഭൂമി. അവർ അവിടെ താമസിക്കു

നവരായിരുന്നില്ല. കുടിയാന്മാരാണ് കൃഷി ചെയ്തിരുന്നത്. അഭയാർത്ഥി കളായി വന്നവരിൽ പലരും പങ്കുപാട്ടക്കാരായി കൃഷിപ്പണി ചെയ്തു; മറ്റ് പലരും ഭൂപ്രഭുക്കൾക്കുവേണ്ടി മുഴുവൻസമയ കർഷകത്തൊഴിലാ ളികളായി പ്രവർത്തിച്ചുവന്നു. അതിനായി അവർക്ക് കുടികിടപ്പ് ഭൂമിയും നല്കിയിരുന്നു. 1960 കളുടെ അവസാനകാലത്ത്, കമ്യൂണിസ്റ്റ് പാർട്ടി യുടെ നേതൃത്വത്തിൽ ഭൂമിയുടെമേലുള്ള അവകാശത്തിനായി കുടിയാ ന്മാരുടെയും കർഷകത്തൊഴിലാളികളുടെയും സമരങ്ങൾ ഈ മേഖല യിൽ ശക്തി പ്രാപിച്ചുവന്നു.

ഈ മേഖലയിലെ വൻകിട ഭൂപ്രഭുക്കളിൽ ഒരാൾ അമിയാ ദത്ത യായിരുന്നു, മൗബതാന് – 2, ദേബ്നാഥ്പൂർ, നാത്ന പഞ്ചായത്ത് എന്നീ വിടങ്ങളിൽ അയാളുടെ ഉടമസ്ഥതയിൽ 700 ബീഘയിൽ അധികം ഭൂമി ഉണ്ടായിരുന്നു. 1969 ലെ ഒരു സമരത്തിനിടയിൽ ഈ ഗ്രാമങ്ങളിലെ ദരി ദ്രർ അയാളുടെ ഭൂമിയിൽ കുറച്ചുഭാഗം പിടിച്ചെടുത്ത് കുടിൽ കെട്ടിയിരു ന്നു. എന്നാൽ 1972 ലെ തിരഞ്ഞെടുപ്പ് കൃത്രിമത്തിലൂടെ പശ്ചിമ ബംഗാ ളിൽ സിദ്ധാർത്ഥ ശങ്കർറേ ഗവൺമെന്റ് അധികാരത്തിൽ വന്നപ്പോൾ അവരുടെ കുടിലുകൾ തകർക്കപ്പെട്ടു; അവരുടെ ഭൂമി, പൊലീസിന്റെ സഹായത്തോടുകൂടി ദത്താ കുടുംബം പിടിച്ചെടുത്തു. ഭൂപരിധി നിയമ ത്തിൽനിന്ന് ഭൂപ്രഭുക്കളെ രക്ഷപ്പെടുത്തുന്നതിന് സഹായിക്കുന്നതിനായി കോൺഗ്രസ് ഗവൺമെന്റ്, കള്ളപ്പേരുകളിൽ പട്ടയങ്ങൾ ചമച്ചെടുത്തു. സമരത്തിൽ പങ്കെടുത്തവരെ, പൊലീസ് മർദ്ദനത്തിന് ഇരകളാക്കി; ഒഴി പ്പിക്കലിനെ എതിർത്തവരെ പൊലീസ് ജയിലിൽ അടച്ചും, ഒഴിപ്പിക്കപ്പെട്ട 250 കുടുംബങ്ങളിൽ ചിലർ ഭൂപ്രഭുക്കൾ തിരിച്ചുപിടിച്ചെടുത്ത ഭൂമിയിൽ പങ്കുപാട്ടക്കാരായി മാറി; ഉണ്ടായ വിളവിന്റെ 60-70 ശതമാനം വരെ ഭൂപ്ര ഭുകൾക്ക് കാഴ്ചവയ്ക്കേണ്ടി വന്നു. മറ്റുള്ളവർ കാലകാലങ്ങളിൽ കുടി യേറ്റത്തൊഴിലാളികളായിത്തീർന്നു. ജീവിതം ദുരിതമയമായിരുന്നു.

1977 ൽ ഇടതുപക്ഷ മുന്നണി ഗവൺമെന്റ് രൂപീകരിക്കപ്പെട്ടപ്പോൾ ഭൂമിക്കുവേണ്ടിയുള്ള സമരത്തിന് ശക്തി വർദ്ധിച്ചു. ഒഴിപ്പിക്കപ്പെട്ട്, ഭൂര ഹിതരായിത്തീർന്ന 'നാമശൂദ്രർ' ഭൂമിയിൽ വീണ്ടും പ്രവേശിച്ചു. മുൻകാ ലങ്ങളിൽ ഭൂപ്രഭുക്കളെ സഹായിച്ചിരുന്ന പൊലീസിന്, ഇനി അവരെ സഹായിക്കരുതെന്ന് ഇടതുപക്ഷ മുന്നണി ഗവൺമെന്റ് കല്പന നല്കി. സമരത്തിന്റെ ഒരു നിർണ്ണായക വഴിത്തിരിവായിരുന്നു ഇത്. തങ്ങളുടെ നിയമവിരുദ്ധമായ നടപടികൾക്ക് ഭരണകൂട സംവിധാനത്തെ ഇനിയൊ രിക്കലും ഉപയോഗപ്പെടുത്താൻ കഴിയില്ലെന്ന് ഭൂപ്രഭുക്കൾക്ക് മനസ്സിലാ യി. അവരിൽ പലരും ആ പ്രദേശത്തുനിന്ന് പിൻവാങ്ങി. ഏതാണ്ട് 300 പട്ടികജാതി കുടുംബങ്ങൾക്ക് ഇടതുപക്ഷ മുന്നണി ഗവൺമെന്റ് പട്ടയം നല്കി. ഇതിൽ ചിലത് കുടികിടപ്പ് ഭൂമിക്കുള്ളതായിരുന്നുവെങ്കിലും മിക്ക വയും കൃഷിക്ക് ഉപയോഗിച്ചിരുന്ന ഭൂമിക്കു തന്നെയായിരുന്നു. വ്യക്തി ഗത ഭൂമിയുടെ അളവ് കുറവായിരുന്നുവെങ്കിലും മറ്റ് വരുമാനസ്രോത സ്സുകൾ ഉണ്ടാക്കുന്നതിനുള്ള അടിത്തറയായി അത് ഉപയോഗിക്കപ്പെട്ടു.

മുള, പച്ചക്കറികൾ, വാഴ, മരങ്ങൾ, എള്ള് തുടങ്ങിയവ കൃഷി ചെയ്തു. കുട്ടികൾ സ്കൂളിൽ പോയിത്തുടങ്ങി. സമാധാനം തിരിച്ചുവന്നതായി തോന്നിച്ചു.

2011 ലെ പശ്ചിമ ബംഗാൾ അസംബ്ലി തിരഞ്ഞെടുപ്പിൽ ടി എം സി വലിയ ഭൂരിപക്ഷത്തോടെ വിജയിച്ച്, സംസ്ഥാനത്ത് ഗവൺമെന്റ് ഉണ്ടാ ക്കി. പക്ഷേ, തൈഹാത്തയിലെ മൂന്ന് മണ്ഡലങ്ങളിലും അവർ തോറ്റു. ഇങ്ങനെ തോറ്റ ടി എം സി സ്ഥാനാർത്ഥികളിൽ ഒരാൾ ഗൗരീ ശങ്കര് ദത്ത തന്നെയായിരുന്നു— ഭൂപ്രഭുവായ അമിയാ ദത്തയുടെ പുത്രൻ. ടി എം സിയുടെ നാദിയാ ജില്ലാ പ്രസിഡന്റ് ആയ അയാൾ ആ മേഖല യിൽ അതിനകംതന്നെ കുപ്രസിദ്ധി നേടിക്കഴിഞ്ഞിരുന്നു. തിരഞ്ഞെടുപ്പ് പ്രചരണത്തിന് പണവും അക്രമവും അഴിച്ചുവിട്ടിട്ടും അയാൾ സി പി ഐ (എം) സ്ഥാനാർത്ഥി രഞ്ജിത് മണ്ഡലിന് മുന്നിൽ തോറ്റു; സ്ഥലത്തെ പാവങ്ങളുടെ പിന്തുണയോടു കൂടിയാണ് മണ്ഡല് വിജയി ച്ചത്.

പൊലീസിന്റെയും പ്രാദേശിക ഗുണ്ടാ സംഘത്തിന്റെയും സഹായ ത്തോടുകൂടി തന്റെ ഭൂമി തിരിച്ചുപിടിക്കാൻ ഗൗരീ ശങ്കര് ദത്ത തീരുമാ നിച്ചിരുന്നു. ഈ യത്നത്തിൽ മറ്റ് ഭൂപ്രഭുക്കളും അയാളുടെ കൂടെ ചേർന്നു. അവരുടെ കൂട്ടത്തിൽ ഗോപാൽ സര്ക്കാറും ഉണ്ടായിരുന്നു. ഗോപാൽ സര്ക്കാരിന്റെ അച്ഛൻ ശരത് സര്ക്കാര് സ്ഥലത്ത് ഒരു സ്കൂൾ ഉണ്ടാക്കുന്നതിനുള്ള സ്ഥലം സംഭാവന ചെയ്ത (ആ സ്കൂളിന് തന്റെ പേരിടണം എന്ന വ്യവസ്ഥയോടെ) ആളായിരുന്നുവെങ്കിലും, സാധു

കൃഷിക്കാരുടെ അവകാശങ്ങൾ കവർന്നെടുത്ത ആളുമായിരുന്നു. ഈ മേഖലയിൽ ഗോപാൽ സർക്കാർ ഭീകര ഭരണം കെട്ടഴിച്ചുവിട്ടു. ഈ കാല മായപ്പോഴേക്ക് പൊലീസ്, ഭൂപ്രഭുക്കളുടെ ഭാഗത്ത് ഉറച്ചു നിന്നു കഴി ഞ്ഞിരുന്നു. 2011 തൊട്ട് 2014 വരെയുള്ള കാലഘട്ടത്തിൽ ചെറുകിട കൃഷി ക്കാർക്കും ഭൂരഹിത കർഷകത്തൊഴിലാളികൾക്കും തുടർച്ചയായി കടുത്ത യാതനകൾ അനുഭവിക്കേണ്ടിവന്നു. അവരുടെ കുടികിടപ്പ് ഭൂമിയിൽ രാത്രിയിൽ പ്രവേശിച്ച ടി എം സി ഗുണ്ടകൾ, ആദായം നല്കുന്ന മുള, വാഴ, പപ്പായ തുടങ്ങിയവയെല്ലാം വെട്ടി നശിപ്പിച്ചു; കൃഷിക്കാർ വച്ചു പിടിപ്പിച്ച മരങ്ങൾപോലും വെട്ടി നശിപ്പിച്ചു.

ഖെയ്ധ്വ്വാധി ഗ്രാമത്തിലെ [illegible] ആയ കരുണാ സർദാർ തന്റെ അനുഭവം വിവരിക്കുന്നത് ഇങ്ങനെയാണ്:

"പെട്ടെന്ന് യാതൊരു ശബ്ദവുമുണ്ടാക്കാതെ, ഒരു മുന്നറിയിപ്പുമില്ലാ തെ, ഏതാണ്ട് മുപ്പതോളം ആളുകൾ എന്റെ ഭൂമിയിൽ പ്രവേശിച്ച് ഒരു വലിയ മരം വെട്ടിവീഴ്ത്തിത്തുടങ്ങി. ഞാൻ നട്ടുവളർത്തിയതാണ് ആ മരം; അതിൽനിന്ന് നല്ല ആദായവും കിട്ടുമായിരുന്നു. ഞാനും എന്റെ ഭർത്താവും സ്ഥലത്തേക്ക് ഓടിച്ചെന്ന് അവരെ തടയാൻ ശ്രമിച്ചപ്പോൾ അവരെന്നെ പൈശാചികമായി മർദ്ദിച്ചു; എന്നിട്ടിങ്ങനെ ആക്രോശിച്ചു: "ഇന്ന് ഗവൺമെന്റ് ഞങ്ങളുടേതാണ്; ഈ മരവും ഞങ്ങളുടേതാണ്." ഞാൻ പൊലീസിനെ സമീപിക്കുമെന്നും ഇത് നിയമവിരുദ്ധമാണെന്നും അവരോട് പറഞ്ഞു. തങ്ങൾക്കറിയാവുന്ന ഒരേ ഒരു നിയമം ലാത്തിയുടെ നിയമമാണ് എന്നാണ് അവർ അതിന് മറുപടി പറഞ്ഞത്. പിന്നീട് ഞങ്ങൾ പൊലീസ് സ്റ്റേഷനിൽ ചെന്നു. പൊലീസും അതേ ഭാഷതന്നെ യാണ് ഉപയോഗിച്ചത്. അവരിങ്ങനെ പറഞ്ഞു: "നിങ്ങൾ 34 കൊല്ലം തിന്നില്ലേ? ഇപ്പോൾ നിങ്ങളുടെ ഭരണം അവസാനിച്ചിരിക്കുന്നു." "നിങ്ങളും തിന്നില്ലേ" എന്ന് ഞാനവരോട് തിരിച്ചും ചോദിച്ചു. "പാവ ങ്ങൾ തിന്നില്ലേ?" "ഞങ്ങളുടെ വായിൽ നിന്ന് നിങ്ങളെന്തിനാണ് അപ്പം തട്ടിപ്പറിക്കുന്നത്?" ഞാൻ ചോദിച്ചു. എന്നാൽ എന്റെ പരാതി രജിസ്റ്റർ ചെയ്യാൻ അവർ വിസമ്മതിച്ചു."

പിന്നീട് കരുണയുടെ അയൽക്കാരിയായ പ്രഭാതി മണ്ഡൽ തന്റെ കഥ ഇങ്ങനെ വിവരിച്ചു:

"ടി എം സി സംഘങ്ങൾ തന്റെ വീട്ടിലേക്ക് വന്നിട്ട് ഇങ്ങനെ പറഞ്ഞു: "ഇത് ഞങ്ങളുടെ ഭൂമിയാണ്." എന്നാൽ ഇതിന് എനിക്ക് പട്ട യമുണ്ടെന്ന് ഞാൻ അവരോട് പറഞ്ഞപ്പോൾ, അവർ ചിരിച്ചുകൊണ്ട്, എന്നെയും എന്റെ മകളെയും അടിക്കാൻ തുടങ്ങി, എന്നാൽ വീട്ടിൽ നിന്നി റങ്ങാൻ ഞങ്ങൾ വിസമ്മതിച്ചു. എന്നെ മർദ്ദിച്ച പുരുഷന്മാർ, എനിക്കെ തിരെ കള്ളക്കേസ് ഫയൽ ചെയ്തു; അന്നു രാത്രി പൊലീസ് എന്നെ അറസ്റ്റു ചെയ്തു. മൂന്നു ദിവസം ഞാൻ ജയിലിൽ ആയിരുന്നു. ഈ ദിവ സങ്ങൾക്കുള്ളിൽ അവർ മൂന്നു മരങ്ങളും എല്ലാ ചെടികളും വെട്ടിവീ ഴ്ത്തി. എന്റെ പരാതി രജിസ്റ്റർ ചെയ്യാൻ പൊലീസ് തയ്യാറായില്ല. പിന്നീട്

ടി എം സി നേതാക്കന്മാർ എന്റെ വീട്ടിലെത്തി എന്നോടിങ്ങനെ പറഞ്ഞു: "ഞങ്ങളോടൊപ്പം ചേരൂ; നിങ്ങളുടെ ഭൂമിയുടെ കാര്യത്തിൽ ഒരു ഒത്തു തീർപ്പുണ്ടാക്കാൻ ഞങ്ങൾ സഹായിക്കാം." അവരുടെ കൂട്ടത്തിൽ ചേരു ന്നതിനേക്കാൾ ഭേദം മരിക്കുകയാണ് എന്ന് ഞാനവരോട് പറഞ്ഞു. ഇന്നി പ്പോൾ ചെങ്കൊടിയുടെ സഹായത്തോടുകൂടി, ഞാൻ സമരം ചെയ്തുകൊണ്ടിരിക്കുകയാണ്."

70 വയസ്സായ, വിധവയായ ഗുരുദാസി മണ്ഡലിന്റെ അനുഭവകഥ ഇങ്ങനെയാണ്: "ഓരോരുത്തരുടെ വീടുകളിൽ ജോലി ചെയ്താണ് ഞാനെന്റെ കുട്ടികളെ വളർത്തിയെടുത്തത്. ശരിയായ രീതിയിൽ മുറി കളും ശൗചാലയവും മറ്റും ഉള്ള ഒരു വീട് എനിക്കുണ്ടായിരുന്നു. ഇടതു പക്ഷ മുന്നണി ഗവൺമെന്റിന്റെ കാലത്ത് പഞ്ചായത്ത് നിർമ്മിച്ചു തന്ന വീട്. എന്നാൽ എന്റെ മരുമകളുടെ മേൽ കള്ളക്കേസ് ചുമത്തി ഞങ്ങളെ പീഡിപ്പിച്ച ടി എം സിക്കാർ ആ വീട് പിടിച്ചെടുത്തു."

തൊട്ടടുത്ത നാത്ന പഞ്ചായത്തിലെ ഏറ്റവും വലിയ ഭൂപ്രഭു കുപ്ര സിദ്ധനായ അമിയാ ദത്തയാണ്. ആ പഞ്ചായത്തിൽ തങ്ങളുടെ ഭൂമി സംരക്ഷിക്കുന്നതിനുവേണ്ടി പാവങ്ങൾ നടത്തിക്കൊണ്ടിരിക്കുന്ന സമര ങ്ങൾ കഴിഞ്ഞ മൂന്നു വർഷക്കാലമായി തുടർന്നുകൊണ്ടിരിക്കുകയാ ണെന്ന് ദുലാൽ സർക്കാർ പ്രസ്താവിക്കുന്നു. എലൈച്ചി ബോറൽ, ഹരേൻ മുണ്ടു, ധീരേൻ ബിശ്വാസ് തുടങ്ങി പട്ടയം കൈവശമുള്ളവർക്ക്, തങ്ങളുടെ കൈവശാവകാശം തെളിയിക്കുന്നതിന് അനുകൂലമായ കോട തിവിധി പോലും ലഭിച്ചിട്ടുണ്ട്. എന്നാൽ ഈ കല്പന നടപ്പാക്കാൻ അവർ

തെഹാത്ത നിവാസികൾ

ശ്രമിച്ചപ്പോൾ, അവർക്കെതിരായി കള്ളക്കേസുകൾ ഫയൽ ചെയ്യാൻ ടി എം സി നേതാക്കന്മാർ പൊലീസിനെ ഉപയോഗപ്പെടുത്തുകയാണുണ്ടാ യത്. പട്ടയം കൈവശമുള്ള ലക്ഷ്മീകാന്ത് മണ്ഡൽ പറയുന്നത് ഇങ്ങ നെയാണ്. "എനിക്ക് അനുകൂലമായി കോടതി വിധിച്ചിട്ടും എന്നെ സഹാ യിക്കാൻ പൊലീസ് തയ്യാറായില്ല. 5000 രൂപ നല്കണമെന്ന് അവർ എന്നോട് ആവശ്യപ്പെട്ടു." ദുലാൽ സർക്കാർ ഇങ്ങനെ കൂട്ടിച്ചേർക്കുന്നു: "താനയ്ക്കും കോടതിക്കും ഇടയിൽ അങ്ങോട്ടുമിങ്ങോട്ടും ഞങ്ങൾ ഓടി നടക്കണമെന്നാണ് അവർ ആഗ്രഹിക്കുന്നത്. അതേ അവസരത്തിൽ ഞങ്ങൾ കൃഷി ചെയ്ത ഭൂമിയിൽ നിന്ന് അവർ മരം മുറിച്ചെടുക്കുകയും ചെയ്യുന്നു. അവർ വാഴയും പച്ചക്കറികളും എള്ളും വെട്ടിനശിപ്പിച്ചു. എന്നാൽ ഞങ്ങൾ തിരിച്ചടിച്ചു; അവരെ ഓടിച്ചു വിട്ടു."

ആ ഗ്രാമത്തിൽ താമസിക്കുന്നവർ പറയുന്നത്, ഗുണ്ടാസംഘത്തിന് നേതൃത്വം നല്കിയിരുന്നത് ഗോപാൽ സർക്കാർ ആയിരുന്നുവെന്നാണ്. ബംഗ്ലാദേശിൽ നിന്ന് നിയമവിരുദ്ധമായി അയാൾ കൊണ്ടുവന്നിട്ടുള്ള ആളുകൾക്ക്, കൃഷിക്കാരിൽനിന്ന് തട്ടിയെടുത്ത ഭൂമി അയാൾ വിൽക്കും. ഒരു തുണ്ട് ഭൂമിക്ക് 30,000 രൂപയിൽ അധികം അയാൾ ഈടാക്കും. ടി എം സിയുടെ കുപ്രസിദ്ധമായ 'ബൈക്ക് ബാഹിനി' (മോട്ടോർ സൈക്കിൾ ബ്രിഗേഡ്)യുടെ സഹായത്തോടുകൂടി ഈ ഭൂമിയിൽ വീടുണ്ടാക്കാൻ അയാൾ അവരെ സഹായിക്കും. സ്ഥലം വാങ്ങിയവരും അതേപോലെ തന്നെ ആക്രമണകാരികളാണ് – കാരണം അവർ പണം കൊടുത്തവ രാണല്ലോ. എല്ലായ്പ്പോഴും പൊലീസുകാർ ഗോപാൽ സർക്കാരിന്റെ ഒപ്പം നില്ക്കുകയും ചെയ്യും.

മഹാഭാരത് സർക്കാർ ഇങ്ങനെ വിവരിക്കുന്നു: "ടി എം സിക്കാർ ഞങ്ങളുടെ ഭൂമി പിടിച്ചെടുത്ത് മറ്റ് പാവങ്ങൾക്ക് നല്കുകപോലുമല്ല ചെയ്യുന്നത്. അവർ ഞങ്ങളുടെ ഭൂമി പിടിച്ചെടുത്ത് വിൽക്കുകയാണ്. ഇക്കാ ലത്ത്, അവർ പൊലീസിന്റെ ഒത്താശയോടുകൂടി ഭൂമി കുഴിച്ച് മണ്ണെ ടുത്ത് ഇഷ്ടികച്ചുള ഉടമകൾക്ക് വിൽക്കുകയാണ്. കളിമണ്ണിന് വലിയ വില യാണ്. അതുവഴി അവർ ഏറെ പണം സമ്പാദിക്കുന്നു; ഇത് ഭൂമിയെ നശിപ്പിച്ചു; കൃഷിക്ക് അനുയോജ്യമല്ലാതാക്കി. ഒരു പുതിയ അവിഹിത കൂട്ടുകെട്ട് ഉയർന്നു വന്നിരിക്കുന്നു. ടി എം സി നേതാക്കന്മാരും (അവ രിൽ പലരും മുൻ ജോതാദാർ കുടുംബങ്ങളിൽ നിന്നുള്ളവരാണ്) പൊലീസും ഇഷ്ടികച്ചുള ഉടമകളും തമ്മിലുള്ള കൂട്ടുകെട്ട്."

കൃഷിയോഗ്യമായ ഭൂമിയിൽ കൂട്ടിയിട്ടിട്ടുള്ള വലിയ മൺകൂമ്പാരവും ആഴവും വീതിയുമുള്ള ചാലുകളും കുഴികളും എല്ലാം, ടി എം സി നേതാ ക്കന്മാരുടെ ഭൂമി കൈയേറ്റത്തിന്റെ തെളിവായി അവിടെ കാണാമായിരു ന്നു. ടി എം സി ഗവൺമെന്റിന്റെ കാലത്ത് ഒരൊറ്റ പട്ടയംപോലും അനു വദിക്കുകയുണ്ടായിട്ടില്ല എന്ന് ആ പ്രദേശത്തെ സംബന്ധിച്ച റെക്കോർഡു കൾ വ്യക്തമാക്കുന്നുണ്ട്. തങ്ങളെ ഇറക്കിവിട്ടതിനെതിരായി നടത്തിയ മൂന്നുവർഷക്കാലം നീണ്ടുനിന്ന സമരത്തിനൊടുവിൽ, അവിടെയുണ്ടാ

യിരുന്ന 300 കുടുംബങ്ങളിൽ മിക്കവരും തിരിച്ചെത്തിയിരിക്കുന്നു; തങ്ങ ളുടെ വീടുകളും പുരയിടങ്ങളും അവർ വീണ്ടും കൈവശപ്പെടുത്തിയിരി ക്കുന്നു— ഇടതുപക്ഷ മുന്നണി ഗവൺമെന്റുകളുടെ ഭരണകാലത്ത് അവർക്ക് ലഭ്യമായ, കൃഷിയോഗ്യമായ ഭൂമിയിൽ മഹാഭൂരിഭാഗവും ആ പ്രദേശത്തെ ടി എം സി നേതാക്കന്മാർ പിടിച്ചെടുത്ത് വിറ്റ് കാശാക്കിയി രുന്നുവെങ്കിലും. അതെന്തായാലും അവരുടെ സമരം ഇപ്പോഴും തുടർന്നു കൊണ്ടിരിക്കുകയാണ്. തങ്ങളുടെ ഭൂമി തിരിച്ചുപിടിക്കും എന്ന ദൃഢ തീരു മാനം അവർ കൈക്കൊണ്ടിരിക്കുന്നു.

ദ്രൗപദി ബിശ്വാസ്: തെഹാത്താസമരത്തിന്റെ പ്രതീകം

"ഞാനൊറ്റയ്ക്കാണെങ്കിൽപോലും, എനിക്ക് ശ്വാസമുള്ളേടത്തോളം കാലം, നിങ്ങൾ നടത്തുന്ന അനീതിക്കെതിരായി ഞാൻ പോരാടും." 31 വയസ്സുള്ള ദ്രൗപദി ബിശ്വാസിന്റെ വാക്കുകളാണിത്. അവരൊരു നാമ ശൂദ്ര വനിതയാണ്; അഭയാർത്ഥിയാണ്; 2008 ൽ സി പി ഐ (എം) ടിക്കറ്റിൽ മത്സരിച്ച് നാത്ന പഞ്ചായത്തിലെ 'പ്രധാൻ' ആയി തിരഞ്ഞെ ടുക്കപ്പെട്ട വനിതയാണ്. 2011 ൽ ടി എം സി ഗവൺമെന്റ് അധികാരമേറ്റ തിനുശേഷം ഭൂമി സംബന്ധിച്ച ചെറുത്തുനില്പ് സമരത്തിന്റെ കേന്ദ്ര ത്തിൽത്തന്നെ നിലകൊള്ളുന്ന വനിതയാണവർ.

"പല പതിറ്റാണ്ടുകൾക്കുമുമ്പാണ് എന്റെ ഭർത്താവിന്റെ കുടുംബം ഇവിടെ വന്ന് ഭൂമി വാങ്ങിയത്. അത് പട്ടയഭൂമിയല്ലാത്തതിനാൽ അതിനെ ആരും ആക്രമണ ലക്ഷ്യ മാക്കുന്നില്ല. എന്നാൽ തങ്ങൾക്കു ലഭിച്ച പട്ടയ ഭൂമിയിൽ താമസിക്കുന്ന നൂറുകണക്കിന് ആളു കൾക്ക് എന്താണ് സംഭ വിക്കുന്നത് എന്ന് കണ്ട്, എനിക്ക് സഹിച്ചു നില് ക്കാൻ കഴിയുന്നില്ല. ടി എം സി പ്രവർത്തകർ വന്ന് പച്ചക്കറികൾ മോഷ്ടിക്കു ന്നതും മുള മുറിച്ചു മാറ്റു ന്നതും നിലം കുഴിച്ച് ന ശിപ്പിക്കുന്നതും കളിമണ്ണ് വില്ക്കുന്നതും ഞാൻ കണ്ടുകൊണ്ടിരിക്കുന്നു. തൃണമൂൽ കോൺഗ്രസ് ഗവൺമെന്റ് രൂപീകരിച്ച് ഏതാനും മാസങ്ങൾക്കു

ദ്രൗപദി ബിശ്വാസ്

ള്ളിൽത്തന്നെ ഇതൊ ക്കെ ആരംഭിച്ചുകഴിഞ്ഞു."

"പൊലീസ് അവ രെ സഹായിച്ചുകൊണ്ടിരിക്കുകയായിരുന്നു" ദ്രൗ പദി പറഞ്ഞു. "ഞാനുറപ്പിച്ചു പറയാം: പൊലീസ് ഇല്ലെങ്കിൽ ഈ ആളു കൾക്ക് ഇത് ചെയ്യാൻ ധൈര്യം ഉണ്ടാകുമായിരുന്നില്ല. ഇടതുപക്ഷ മുന്നണി ഗവൺമെന്റിൽനിന്ന് തങ്ങൾക്ക് ലഭിച്ച ഭൂമി വിട്ട് തങ്ങൾ പോവി ല്ലെന്ന് ആളുകൾ തറപ്പിച്ചു പറഞ്ഞതുകാരണം തുടർച്ചയായി സംഘർഷ ങ്ങൾ ഉണ്ടായിക്കൊണ്ടിരുന്നു. പൊലീസിന്റെ മുന്നിലും എസ് ഡി പി ഒ യ്ക്കു മുന്നിലും ഞാൻ തുടർച്ചയായി പരാതിപ്പെട്ടിരുന്നതുകൊണ്ടും എന്റെ മറ്റ് സഖാക്കളോടൊപ്പം പ്രകടനങ്ങളും നിവേദനങ്ങളും നടത്തി ക്കൊണ്ടിരുന്നതുകൊണ്ടും ഒടുവിൽ അവർ എന്നെക്കൊണ്ട് മടുത്തു; തിരഞ്ഞെടുപ്പ് കഴിഞ്ഞ് ഏതാനും മാസം കഴിഞ്ഞപ്പോൾ, 2011 ൽ ഒരു സർവ്വകക്ഷി യോഗം വിളിക്കാൻ എസ് ഡി പി ഒ തയ്യാറായി. ആ യോഗ ത്തിൽ എല്ലാ പാർട്ടികളുടെയും പ്രതിനിധികൾ ഉണ്ടായിരുന്നു. ആ പ്രദേ ശത്ത് സമാധാന യോഗങ്ങൾ സംഘടിപ്പിക്കുന്നതിനും നിയമവിരുദ്ധമായ ഭൂമി കൈയേറ്റം അനുവദിക്കുകയില്ല എന്ന് ഉറപ്പുവരുത്തുന്നതിനും ഉള്ള തീരുമാനം, ആ യോഗത്തിൽവച്ച് കൈക്കൊണ്ടു."

"ദേബ്നാഥ്പൂരിലെ ഹൈസ്കൂളിൽവച്ച് ഒരു സമാധാന യോഗം സംഘടിപ്പിക്കപ്പെട്ടു. ഗോപാൽ സർക്കാർ താമസിക്കുന്നത് ആ പ്രദേശ ത്താണ്. യഥാർത്ഥത്തിൽ അയാളുടെ അച്ഛൻ സംഭാവന നല്കിയ ഭൂമി യിൽ, അയാളുടെ അച്ഛന്റെ പേരിലുള്ള സ്കൂളാണത്. യോഗത്തിന് ഒരു ദിവസം മുമ്പ്, ഗോപാലിന്റെ നേതൃത്വത്തിലുള്ള ടി എം സി പ്രവർത്ത കർ ഓരോ വീട്ടിലും കയറി, ആളുകളെ ഭീഷണിപ്പെടുത്തി; യോഗത്തിൽ പങ്കെടുക്കരുതെന്ന് പറഞ്ഞു. ഇക്കാര്യം പലരും എന്നെ ഫോൺ ചെയ്ത് അറിയിച്ചു. ഞാൻ പൊലീസ് സ്റ്റേഷനിൽ പരാതി നല്കി; എന്നാൽ പൊലീസ് ഒരു നടപടിയും കൈക്കൊണ്ടില്ല. ഭീഷണപ്പെടുത്തപ്പെട്ട ആളു കൾക്ക് യോഗത്തിന് എത്താൻ കഴിയില്ല എന്ന് എനിക്ക് അറിയാമായിരു ന്നു. അതിനാൽ ഞാൻ യോഗത്തിന് പോകുമെന്നും അവരുടെ താല്പ ര്യങ്ങൾ അവിടെ അവതരിപ്പിക്കും എന്നും ഞാൻ തീരുമാനിച്ചു. അവി ടെ വച്ച് എസ് ഡി പി ഒയെ കണ്ട ഞാൻ, ആളുകൾ യോഗത്തിന് വരാ തിരിക്കുന്നത് ഭയംമൂലമാണെന്ന് അദ്ദേഹത്തെ അറിയിച്ചു. അവിടെ ഗോപാൽ സർക്കാറും സന്നിഹിതനായിരുന്നു. ഞാൻ നുണ പറയുക യാണെന്ന് അയാൾ ആരോപിച്ചു. ആ ഗ്രാമത്തിൽ പ്രശ്നങ്ങളൊന്നും ഇല്ലാത്തതാണ് ആളുകൾ വരാതിരിക്കാനുള്ള കാരണം എന്നും അയാൾ പ്രസ്താവിച്ചു. അവിടെ സന്നിഹിതനായിരുന്ന പൊലീസ് ഓഫീസറും അതേ പ്രസ്താവനതന്നെയാണ് നടത്തിയത്. അങ്ങനെ ആരംഭിക്കുന്ന തിനു മുമ്പു തന്നെ ആ യോഗം അവസാനിച്ചു."

"എന്റെ സഖാവ് സരസ്വതി എന്നോടൊപ്പം അവിടെ ഉണ്ടായിരു ന്നു. എന്നെ ആക്രമിക്കുന്നതിന് ഗോപാൽ സർക്കാർ ഒരു കൂട്ടം സ്ത്രീകളെ സംഘടിപ്പിച്ചു നിർത്തിയിട്ടുണ്ടെന്നും അവരിൽ മിക്കവരും

ആ പ്രദേശത്തിന് പുറത്തുനിന്നുള്ളവരാണെന്നും അവരിൽ പലരും ഈ അടുത്തകാലത്ത് ബംഗ്ലാദേശിൽനിന്ന് അഭയാർത്ഥികളായി വന്നവരാ ണെന്നും അവർക്ക് സർക്കാർ ഭൂമി വില്പന നടത്തിയിട്ടുണ്ടെന്നും സര സ്വതി എന്നോട് പറഞ്ഞു. പൊലീസ് ആകട്ടെ, അവരോടൊപ്പമാണുതാ നും. ഈ സ്ത്രീകൾ ബഹളംവച്ച്, ഓടിവന്ന്, എന്റെമേൽ ചാടിവീണ്, എന്നെ നിലത്ത് വീഴ്ത്തി; എന്നെ മർദ്ദിച്ചു. അവർ എന്റെ ബ്ലൗസ് വലി ച്ചുകീറി. നിങ്ങൾ എന്തിനാണ് ഇങ്ങനെ ചെയ്യുന്നതെന്ന് ഞാൻ അവ രോട് ചോദിച്ചു. "ഞങ്ങൾക്ക് ഭൂമി ലഭിക്കുന്നതിനെ തടയുന്നതിന് നിങ്ങ ളാണ് ഉത്തരവാദി" എന്നായിരുന്നു അവരുടെ മറുപടി."

എന്നാൽ ദ്രൗപദിയെ ഭയപ്പെടുത്തി കീഴ്പ്പെടുത്താൻ അവർക്ക് കഴി ഞ്ഞില്ല. "പാവങ്ങൾക്കെതിരെ പാവങ്ങളെത്തന്നെ തിരിച്ചുവിട്ട്, രണ്ടുവി ഭാഗക്കാരെയും കൊള്ളയടിക്കാൻ ഗോപാലിന് കഴിഞ്ഞത് നിങ്ങൾ കാണു ന്നില്ലേ? ഒടുവിൽ പൊലീസ് ഇടപെട്ടു; അവരുടെ സംരക്ഷണത്തിൻകീ ഴിൽ എന്നെ വീട്ടിലെത്തിച്ചു. അതെന്നെ സ്പർശിച്ചത് എങ്ങനെയാണ്? ശരിയാണ്. അതെന്നെ തകിടം മറിച്ചു; അതെനിക്ക് മാനഹാനിയുണ്ടാ ക്കുകപോലുമുണ്ടായി. എന്നാൽ ഞാനൊരു നിർബന്ധ ബുദ്ധിക്കാരിയാ ണ്. ഞാൻ ചെയ്യുന്നത് ശരിയാണ് എന്ന് എനിക്ക് വിശ്വാസമുള്ളപ്പോൾ ഞാനെന്തിന് വഴങ്ങണം? പിറ്റേന്ന് ഗോപാൽ എന്റെ വീട്ടിലേക്കു വന്നു. എന്റെ ഭർത്താവിന്റെയും അളിയന്റെയും മുന്നിൽവെച്ച് അയാൾ എന്നെ ഭീഷണിപ്പെടുത്തി. പ്രധാന സ്ഥാനത്തുനിന്ന് രാജിവയ്ക്കാനും ടി എം സിയിൽ ചേരാനും അയാൾ എന്നോട് പറഞ്ഞു. അതിന് പകരമായി എന്റെ പേരിലുള്ള എല്ലാ കേസുകളും താൻ പിൻവലിക്കാമെന്ന് അയാൾ പറഞ്ഞു. അങ്ങനെ വന്നാൽ എനിക്കും എന്റെ കുടുംബത്തിനും സമാ ധാനമായി ജീവിക്കാമല്ലോ. തൊട്ടടുത്ത ദിവസം പഞ്ചായത്ത് ഓഫീസി ലേക്ക് പോകരുത് എന്ന് അയാൾ എനിക്ക് താക്കീതു തന്നു.

ഞാൻ രാജിവയ്ക്കാം, എന്നാൽ അതിനുമുമ്പ് ആദ്യം ഭൂമി തിരിച്ചു തരണം, എല്ലാ കള്ളക്കേസുകളും പിൻവലിക്കണം എന്ന് ഞാൻ ആവ ശ്യപ്പെട്ടു. അയാൾ കോപിച്ച് സ്ഥലംവിട്ടു. വീട്ടിൽത്തന്നെയിരിക്കാൻ കുടും ബത്തിൽ നിന്ന് സമ്മർദ്ദമുണ്ടായിട്ടും പിറ്റേദിവസം ഞാൻ പഞ്ചായത്ത് ഓഫീസിലേക്ക് പോയി. ഭൂമിക്കു വേണ്ടിയുള്ള പോരാട്ടം ഞാൻ തുടർന്നു കൊണ്ടിരുന്നു."

"ഏതാനും മാസങ്ങൾക്കുശേഷം ഒരവസരത്തിൽ പങ്കജ്, പ്രഫുല്ല തെലി എന്നീ സഹോദരന്മാരെ, പച്ചക്കറി പറിക്കുന്നതിൽനിന്ന് തടഞ്ഞു; വലിയ അരിവാളുകൊണ്ട് അവരെ ആക്രമിച്ചു. അവരെ സഹായിക്കു ന്നതിനുവേണ്ടി ഞാൻ ഓടിച്ചെന്നു; അവരെ ആശുപത്രിയിൽ എത്തിച്ചു. രാത്രി പതിനൊന്നുമണിക്കാണ് ഞങ്ങൾ വീട്ടിൽ തിരിച്ചെത്തിയത്. ഈ കാര്യം കേട്ടറിഞ്ഞ ഗോപാൽ പിറ്റേ ദിവസം എന്റെ വീട്ടിലെത്തി. എന്റെ ഭർത്താവിന്റെ കടയ്ക്ക് തീ വയ്ക്കുമെന്ന് ഇത്തവണ എന്റെ ഭർത്താ വിനെ ഗോപാൽ ഭീഷണിപ്പെടുത്തി. അയാൾ എന്റെ അളിയനും മുന്നറി

യിപ്പ് നല്കി. "ആ സ്ത്രീയെ നിയന്ത്രിച്ചോളൂ—" അയാൾ കല്പിച്ചു. എന്റെ കുടുംബത്തിന് ഭയമായി; വീട്ടിൽ നിന്ന് പുറത്തിറങ്ങാൻ അവർ എന്നെ അനുവദിച്ചില്ല. അവർക്കെതിരായി എനിക്ക് നിരാഹാര സമരം നടത്തേണ്ടിവന്നു. മൂന്നുദിവസം ഞാൻ ഒരു ഉരുള ചോറുപോലും കഴിച്ചില്ല. അവർക്ക് അത്രമാത്രം ഭയമാണെങ്കിൽ ടി എം സിയിൽ പോയി ചേർന്നോളൂ. ഞാൻ എന്റെ അച്ഛന്റെ വീട്ടിൽ പോയി താമസിച്ചുകൊള്ളാം എന്ന് ഞാൻ അവരോട് പറഞ്ഞു. എന്റെ നാത്തൂൻ കുറച്ചു ചോറു കൊണ്ട് വന്നു; അത് കഴിക്കാൻ എന്നെ നിർബ്ബന്ധിച്ചു. ഞാൻ ഒരു കിണ്ണം നിറയെ ചോറ് കഴിച്ചു; എന്നിട്ട് നേരെ പഞ്ചായത്ത് ഓഫീസിലേക്ക് പോയി."

"ഏതാണ്ട് ഇതേ സമയത്താണ്, ബെതായിയിലെ മുപ്പതോളം കുടും ബങ്ങളെ അവരുടെ ഭൂമിയിൽ നിന്ന് ഇറക്കിവിട്ടത്. അവർ എന്നെ ഫോണിൽ വിളിച്ചു; ചെറുത്തുനില്ക്കാനും തിരിച്ചടിക്കാനും ഞാൻ അവ രോട് പറഞ്ഞു. എന്നെക്കൊണ്ട് കഴിയുന്ന സഹായം ഞാൻ ചെയ്യാമെന്നും ഞാൻ പറഞ്ഞു. എസ് ഡി പി ഒയുടെ ഓഫീസിലേക്ക് ഞാൻ ഓടിച്ചെ ന്നു. ഞങ്ങളുടെ വാദം കേൾക്കുന്നതിനുള്ള ദിവസം നിശ്ചയിച്ചു കിട്ടി. ഓഫീസറുടെ സഹായത്തോടെ, ആ കുടുംബങ്ങളെ തിരിച്ച് അവരുടെ ഗ്രാമത്തിലെത്തിച്ചു. അങ്ങനെയാണ് ഞാനും എന്റെ സഖാക്കളും ടി എം സികാർക്ക് മറുപടി നല്കിയത്."

"2013 ലെ പഞ്ചായത്ത് തിരഞ്ഞെടുപ്പ് സമയത്ത്, മത്സരിക്കുന്നതിന് സി പി ഐ (എം) എന്നോട് വീണ്ടും ആവശ്യപ്പെട്ടു. ഇത്തവണ പഞ്ചാ യത്ത് സമിതിയിലേക്കാണ് മത്സരിക്കാൻ ആവശ്യപ്പെട്ടത്. അതുവേ ണ്ടെന്ന് ആദ്യം എന്റെ ഭർത്താവ് പറഞ്ഞു. എന്നാൽ എന്റെ പ്രദേശത്തെ എല്ലാ ആളുകളും ഞങ്ങളുടെ വീട്ടിലെത്തി, അദ്ദേഹവുമായി വാദിച്ച പ്പോൾ, അദ്ദേഹത്തിന് മറ്റൊരു പോംവഴിയും ഇല്ലാതായി. ഞാൻ തിര ഞ്ഞെടുപ്പിന് നിന്നു; എല്ലാതരം ഭീഷണികളും അക്രമങ്ങളും ഉണ്ടായിട്ടും വലിയ ഭൂരിപക്ഷത്തിന് ഞാൻ ജയിക്കുകതന്നെ ചെയ്തു. 2014 ലെ തിര ഞ്ഞെടുപ്പിൽ വോട്ടിങ് നിരോധിക്കാൻ അവർ ശ്രമം നടത്തി. ഞാൻ അവ രുമായി പോരാട്ടം നടത്തി. പോളിങ് ദിവസം ഞാൻ വീടുവീടാന്തരം കയ റിയിറങ്ങി, സ്ത്രീകളെയും പുരുഷന്മാരെയും സംഘം സംഘമായി എന്റെ കൂടെ കൊണ്ടുവന്ന് പോളിങ് ബൂത്തിൽ എത്തിച്ചു. എന്നാൽ പോളിങ് ബൂത്തിനുള്ളിൽ അവർ അക്രമവും കൃത്രിമവും കാണിച്ച് പോളിങ് അട്ടി മറിച്ചു."

"ഇന്നിപ്പോൾ സ്ഥിതിഗതികൾ അല്പം മെച്ചപ്പെട്ടിട്ടുണ്ട്. എനിക്ക് പ്രവർത്തിക്കാൻ കഴിയുന്നുണ്ട്. കൂടുതൽ ആളുകൾ തങ്ങളുടെ ഭൂമിക ളിലേക്ക് മടങ്ങിക്കൊണ്ടിരിക്കുന്നു. എന്നാൽ വളരെ ദീർഘമായ ഒരു സമ രമാണ് മുന്നിലുള്ളത്. എന്റെ പ്രദേശത്തുള്ള മറ്റ് സഖാക്കളെ അപേ ക്ഷിച്ച്, വളരെയേറെ വൈകിയിട്ടാണ് ഞാൻ പാർട്ടിയിൽ സി പി ഐ (എം) ചേർന്നത്. അതിനാൽ ഞാൻ തന്റെ സ്വന്തം വീടിന്റെ ലോക

ത്തിൽമാത്രം താല്പര്യം കാണിച്ചുകൊണ്ട് നഷ്ടപ്പെടുത്തിയ സമയം കൂടി നികത്തുന്നതിനായി, കൂടുതൽ കഠിനമായി പ്രവർത്തിക്കേണ്ടതുണ്ട് എന്ന് എല്ലായ്പ്പോഴും എനിക്ക് തോന്നാറുണ്ട്. എനിക്കൊരു മകനുണ്ട്. അവനെ നോക്കുന്നതും, എന്റെ ജീവിതത്തിലെ ഒരു പ്രധാന കടമതന്നെ യാണ്. ഞാൻ വീണ്ടും പഠിച്ചു തുടങ്ങിയിരിക്കുന്നു. വിദൂര വിദ്യാഭ്യാസ ത്തിലൂടെ ഞാൻ പത്താം ക്ലാസ് പരീക്ഷ പാസായി; ഫസ്റ്റ് ക്ലാസ് മാർക്കും ലഭിച്ചിട്ടുണ്ട്. ഇനി സെക്കന്ററി പരീക്ഷ പൂർത്തിയാക്കണം. എന്നാൽ എന്റെ ആളുകളെയും നീതിയെയും സംബന്ധിച്ചിടത്തോളം എന്റെ ജീവിതം തന്നെയാണ് എന്റെ പ്രവൃത്തി. എന്നെ ഭീഷണിപ്പെടുത്തി കീഴ്പ്പെടുത്താൻ കഴിയില്ലെന്ന് ടി എം സിക്കാർക്ക് ബോദ്ധ്യമായപ്പോൾ, അവർ എന്റെ അടുത്തെത്തി എനിക്ക് പണം നല്കാമെന്ന് വാഗ്ദാനംചെയ്തു; അവരുടെ പാർട്ടിയിൽ വലിയ സ്ഥാനമാനങ്ങൾ നല്കാമെന്ന് വാഗ്ദാനം ചെയ്തു. ഞാനവരോട് ചോദിച്ചു. "നിങ്ങൾക്ക് എന്നെ ഇപ്പോഴും മനസിലായിട്ടില്ലേ? ഏതു തരത്തിൽപ്പെട്ട ആളാണ് ഞാനെന്ന് നിങ്ങൾക്ക് അറിയില്ലേ? ഞാൻ ഒറ്റയ്ക്കാണെങ്കിൽപ്പോലും, എന്റെ ശ്വാസം നിലനില്ക്കുന്നിടത്തോളം കാലം, നിങ്ങളുടെ അനീതി ക്കെതിരായി ഞാൻ പോരാട്ടം നടത്തും."

കുപ്രസിദ്ധനായ തപസ്പാലും "ബലാത്സംഗം ചെയ്യുക, വെടിവച്ചു കൊല്ലുക" എന്ന ആഹ്വാനവും

പാർലമെന്റിലെ ടി എം സി അംഗമായ തപസ്പാലിന്റെ മണ്ഡലം തെഹാത്ത— 2 ൽ ആണ്. ഇന്നിപ്പോൾ കുപ്രസിദ്ധമായിക്കഴിഞ്ഞിട്ടു ള്ളതും വ്യാപകമായി അറിയപ്പെടുന്നതുമായ ഒരു പ്രസംഗത്തിൽ, "സി പി ഐ (എം) വനിതകളെ ബലാത്സംഗം ചെയ്യുന്നതിനും സി പി ഐ (എം) അനുയായികളെ വെടിവച്ചു കൊല്ലുന്നതിനും" തന്റെ ആളുകളോട് ആഹ്വാനം ചെയ്യുമെന്ന് അയാൾ ഭീഷണി മുഴക്കുകയുണ്ടായി. ടി എം സിയുടെ ഭൂമി കൈയേറ്റത്തിനെതിരായി ഇവിടെയും സമരങ്ങൾ നടക്കു കയുണ്ടായി. ഹിഷാദ് അലി ഷെയ്ക്ക് വിവരിക്കുന്നത് നോക്കൂ:

"ജലോംഗി നദി ഒഴുകുന്നത് ഞങ്ങളുടെ പ്രദേശത്തുകൂടിയാണ്. കഴിഞ്ഞ പതിറ്റാണ്ടുവരെ, ഏതാണ്ട് 60 ഭൂരഹിത പട്ടികജാതി കുടുംബ ങ്ങളും മുസ്ലീം കുടുംബങ്ങളും ഇവിടെ 60 ബിഘ ഭൂമി കൃഷി ചെയ്തു കൊണ്ടിരുന്നു. നദിയിൽ വെള്ളം ഒഴിഞ്ഞാൽ നദീതടത്തിലാണ് കൃഷി ചെയ്യുക. ടി എം സി ഗവൺമെന്റ് രൂപീകരിക്കപ്പെട്ടതോടെ, പ്രാദേശിക എം പിയുടെ പിന്തുണയോടെ ടി എം സി ഗ്രൂപ്പുകൾ ഇവിടെ ഭൂമി കുഴിച്ച് മണ്ണെടുത്ത് വില്പന ആരംഭിച്ചു; അതോടെ ഇവിടെ കൃഷിചെയ്യാൻ അനു വദിക്കാതെയുമായി. നദീതീരത്ത് മുളകൃഷി ചെയ്തുവന്ന കൃഷിക്കാർ, അത് വിറ്റ് ഒരു നല്ല വരുമാനം ഉണ്ടാക്കിക്കൊണ്ടിരുന്നു. മുള മുറിച്ചുമാ റ്റുന്നതിനുള്ള ടി എം സി ഗ്രൂപ്പുകളുടെ ശ്രമങ്ങളെ കൃഷിക്കാർ ചെറു

ത്തു. നിരവധി സംഘർഷങ്ങളുണ്ടായെങ്കിലും, കൃഷിക്കാർ, അവരുടെ ഭൂമിയും ഉപജീവനമാർഗ്ഗവും ഉപേക്ഷിക്കുവാൻ തയ്യാറായില്ല. 2011 ലെ അസംബ്ലി തിരഞ്ഞെടുപ്പിൽ, ഭീഷണികളെയെല്ലാം അവഗണിച്ചുകൊണ്ട്, ഈ മണ്ഡലത്തിലെ ആളുകൾ സി പി ഐ (എം) സ്ഥാനാർത്ഥി എസ് എം സാദിക്ക് വോട്ടു ചെയ്തു. 15 വർഷത്തിനുശേഷം 2013 ൽ പഞ്ചായത്ത് തിരഞ്ഞെടുപ്പിൽ നമ്മൾ വിജയിച്ചു. ദരിദ്രരുടെയും ഭൂരഹിതരുടെയും സമരങ്ങൾക്ക് ചെങ്കൊടി നല്കിയ പിന്തുണയാണ് ഈ വിജയത്തിനുള്ള പ്രധാന കാരണം. എന്നാൽ ടി എം സി യുടെ പങ്കാളികളായി പൊലീസ് പ്രവർത്തിക്കുന്നുവെന്നതാണ് ഇവിടത്തെ പ്രധാന പ്രശ്നം. മധ്യവർഗ്ഗപ്പാർട്ടിക്കാരുടെ പിന്തുണ തകർക്കുന്നതിന്, അവർക്ക് മുകളിൽനിന്ന് നിർദ്ദേശങ്ങൾ കിട്ടിയിട്ടുണ്ടായിരിക്കണം. അതിനാൽ ഞങ്ങൾക്കെതിരായി സംഘടിതമായ ആക്രമണംതന്നെ നടക്കുന്നുണ്ട്. ഭൂമി തട്ടിപ്പറിച്ചെടുക്കുന്നതിനെ ചെറുക്കുന്നവർക്കുമേൽ 32 കേസുകൾ നിലവിലുണ്ട്. 2014 ലെ ലോകസഭാ തിരഞ്ഞെടുപ്പിൽ തപസ്പാൽ വിജയിച്ചതിനുശേഷം ഈ ആക്രമണം കൂടുതൽ രൂക്ഷമായിത്തീർന്നിട്ടുണ്ട്.

"2014 മെയ് മാസത്തിൽ ഇവിടെ രണ്ട് ടി എം സി ഗ്രൂപ്പുകൾ തമ്മിൽ സംഘട്ടനം നടക്കുകയുണ്ടായി. മുള വെട്ടേണ്ടത് ആരാണ് എന്നതിനെയും ഇഷ്ടികച്ചൂള ഉടമകൾക്ക് കളിമണ്ണ് നല്കേണ്ടത് ആരാണ് എന്നതിനെയും സംബന്ധിച്ച് ഈ പ്രദേശത്തെ ടി എം സി പല ഗ്രൂപ്പുകളായി ഭിന്നിച്ചിരിക്കുകയാണ്. അവർ തമ്മിലുള്ള ഏറ്റുമുട്ടലിനിടയിൽ ഒരു ടി എം സി നേതാവായ കലിമുദ്ദീൻ ഷെയ്ക്ക് കൊല്ലപ്പെട്ടു. 12 ടി എം സി പ്രവർത്തകർ ഈ കൊലപാതകത്തിന് ഉത്തരവാദികളാണെന്ന് പൊലീസ് കണ്ടെത്തി. എന്നാൽ സ്വന്തം ഭൂമിക്കു വേണ്ടി പോരാടിക്കൊണ്ടിരിക്കുന്ന നാല് സി പി ഐ (എം) അനുഭാവികളെ ടി എം സി ജില്ലാകമ്മിറ്റി നേതാക്കന്മാർ ഈ കേസിൽ കുടുക്കിയിരിക്കുകയാണ്. അങ്ങനെ ചെയ്താൽ ഞങ്ങളുടെ സമരത്തെ ദുർബ്ബലമാക്കാമെന്നും ഞങ്ങളുടെ ഭൂമി തട്ടിപ്പറിച്ചെടുക്കാമെന്നും അവർ കരുതുന്നുണ്ടാവണം. ഇത്ര നാളായിട്ടും അവർക്ക് അതിന് കഴിഞ്ഞിട്ടില്ലല്ലോ."

കലിമുദ്ദീൻ ഷെയ്ക്കിന് പശുക്കളും ഉണ്ടായിരുന്നു. ഈ വർഷം ജൂണിൽ അവയിൽ നാലെണ്ണം ചത്തുപോയി. വെറ്റിനറി സെന്ററിൽ നടത്തിയ പോസ്റ്റുമോർട്ടത്തിൽ മരണകാരണം ആന്ത്രാക്സ് ആണെന്ന് വ്യക്തമായി. എന്നാൽ സി പി ഐ (എം) പ്രവർത്തകർ പശുക്കൾക്ക് വിഷം കൊടുത്തു എന്ന കിംവദന്തി ഈ പ്രദേശത്ത് അവർ പടർത്തി. ആ സന്ദർഭത്തിലാണ് തപസ്പാൽ ഞങ്ങളുടെ പ്രദേശത്തുവന്ന് കുപ്രസിദ്ധമായ ഭീഷണി പ്രസംഗം നടത്തിയത്: "സി പി ഐ (എം) വനിതകളെ ബലാത്സംഗം ചെയ്ത് കൊല്ലുക."

പശ്ചിമ ബംഗാളിൽ ജനാധിപത്യം എങ്ങനെയാണ് അട്ടിമറിക്കപ്പെടുന്നത്, എങ്ങനെയാണ് കൊല ചെയ്യപ്പെടുന്നത് എന്നതിന്റെ ഉദാഹരണമാണ് തെഹാത്ത. സാധാരണ ജനങ്ങളുടെ ചെറുത്തുനില്പിന്റെയും

ചെങ്കൊടിയിലുള്ള അവരുടെ വിശ്വാസത്തിന്റെയും ഉദാഹരണം കൂടി യാണ് തെഹാത്ത. ടി എം സിക്കെതിരായി നടന്ന ഏറ്റവും വലിയ ചില പ്രാദേശിക പ്രകടനങ്ങളിൽ ഒന്നുണ്ടായത് ഇവിടെയാണ്. എം പിയായ തപസ്പാലിനെതിരായി സ്ത്രീകൾ നിരവധി പ്രകടനങ്ങൾ സംഘടിപ്പി ക്കുകയുണ്ടായി. ജില്ലയിലുടനീളം വനിതകൾ പൊലീസ് സ്റ്റേഷനുകളി ലേക്ക് മാർച്ച് നടത്തി; അയാൾക്കെതിരായി എഫ് ഐ ആർ ഫയൽ ചെയ്തു. ചുരുങ്ങിയത് അത്തരത്തിലുള്ള 400 എഫ് ഐ ആറുകളെ ങ്കിലും ഫയൽ ചെയ്തിട്ടുണ്ടാവും. ഈ പ്രശ്നം മുൻനിർത്തി വനിതാ സംഘടന (എ ഐ ഡി ഡബ്ല്യൂ എ) തുടർച്ചയായി ക്യാമ്പെൻ നടത്തി ക്കൊണ്ടിരിക്കുകയാണ്. നേരെമറിച്ച് ടി എം സി മുഖ്യമന്ത്രിയും അവ രുടെ ഗവൺമെന്റും ആകട്ടെ, തപസ്പാലിനെ പരസ്യമായി ന്യായീകരി ക്കുന്നുവെന്ന് മാത്രമല്ല. അയാൾക്കു വേണ്ടി കോടതിയിൽ കേസ് വാദി ക്കുകയും ചെയ്യുന്നു. ഒടുവിൽ, തപസ്പാലിനെതിരായി ക്രിമിനൽ നടപ ടികൾ ആരംഭിക്കണമെന്ന ശക്തമായ നിർദ്ദേശം ഹൈക്കോടതി പുറപ്പെടു വിച്ചിരിക്കുന്നു.

നാദിയയിലെ ജനങ്ങളുടെ ഒരു വിജയമാണിത്.

ഉത്തര 24 പർഗാനാസ്
'ഭേരി'കളിലെ ചെറുത്തുനില്പ്

ഉത്തര 24 പർഗാനാസ് ജില്ലയിൽ ഇടതു മുന്നണിപാർട്ടികളിലെ, വിശിഷ്യാ സി പി ഐ (എം)ന്റെ, പ്രവർത്തകർക്കെതിരെ നടന്ന അക്രമ ങ്ങളിലധികവും കേന്ദ്രീകരിച്ചത് മത്സ്യം വളർത്താനായി ഉപയോഗിച്ചി രുന്ന വലിയ കൃത്രിമക്കുളങ്ങൾ – ഭേരികൾ എന്നാണ് അത് അറിയപ്പെ ടുന്നത് – പിടിച്ചെടുക്കാനുള്ള തൃണമൂലുകാരുടെ നീക്കത്തിലാണ്. ഭീക രാന്തരീക്ഷം ബാധിച്ച ഭേരികൾ നിറഞ്ഞ പ്രദേശം ഹാരോവ, മിനാഖാൻ ബരാസാത്ത് 2-ാം ബ്ലോക്ക്, സുന്ദർവനത്തിന്റെ ഭാഗങ്ങൾ എന്നിവ ഉൾപ്പെ ടുന്ന വലിയൊരു മേഖലയാണ്.

ബംഗാളിന്റെ മറ്റു ഭാഗങ്ങളിലെന്നപോലെ ഈ പ്രദേശത്തും (ഉത്ത ര-ദക്ഷിണ 24 പർഗാനാസ് ഉൾപ്പെടെയുള്ള മുമ്പ് ഒറ്റ ജില്ലയിലായിരുന്ന 24 പർഗാനാസിലാകെ) 1977 ൽ ഇടതുപക്ഷ മുന്നണി അധികാര ത്തിലെത്തിയതിനെത്തുടർന്ന് മിച്ചഭൂമിയും നിക്ഷിപ്തഭൂമിയും വ്യാപക മായി ഭൂരഹിതർക്ക് വിതരണം ചെയ്യുകയുണ്ടായി. ഈ പ്രദേശത്തെ ഭൂമി യിൽ വലിയൊരു ഭാഗവും ഭേരികളായി മാറ്റപ്പെട്ടിരുന്നതിനാൽ 24 പർഗാ നാസിലെ ഭൂമി പുനർവിതരണപരിപാടി ഭേരി ഭൂമി ഏറ്റെടുക്കലും വിത രണം ചെയ്യലുമായി മാറി.

ഈ ജലാശയങ്ങളെല്ലാം ഒരു കാലത്ത് ജോത്തേദാർമാരുടെ അഥവാ ആ പ്രദേശത്തെ വൻകിട ഭൂപ്രഭുക്കളുടെ സ്വത്തായിരുന്നു. ജലസേചന ത്തിന് അനുയോജ്യമല്ലാത്ത ഉപ്പുവെള്ളം നിറഞ്ഞ നദികളുള്ള സുന്ദർവ നങ്ങളിൽ നിന്ന് വികസിച്ചതാണ് ബംഗാളിലെ ഭേരി സമ്പദ് ഘടന. കൃഷി നടത്തുന്നത് ഈ പ്രദേശത്ത് ബുദ്ധിമുട്ടായതിനാൽ ഭൂഉടമകൾ മത്സ്യ കൃഷിയിലേക്കും ചെമ്മീൻ കൃഷിയിലേക്കും തിരിഞ്ഞു; ഇതവർക്ക് മെച്ച പ്പെട്ട ആദായം നല്കി. താഴ്ന്ന പ്രദേശങ്ങളിലെ നിലങ്ങളിൽ അവർ

ബണ്ടുകെട്ടി മത്സ്യം വളർത്താനായി അടുത്തുള്ള നദികളിൽ നിന്ന് ബണ്ടി നുള്ളിൽ വെള്ളം നിറച്ചു. സായുധരായ ആളുകളും നല്ല പരിശീലനം ലഭിച്ച വേട്ടപ്പട്ടികളുമാണ് ഈ ഭേരിഭൂമിക്ക് കാവൽ നിന്നത്. ഭേരികളുടെ അടുത്തേക്ക് വരുന്ന ആർക്കും വെടിയേല്ക്കാനോ നായകളുടെ കടിയേ ല്ക്കാനോ ഉള്ള സാദ്ധ്യതയുണ്ട്.

1960 കളുടെ ഒടുവിലാണ് സുന്ദർവനങ്ങളിലും മറ്റുപ്രദേശങ്ങളിലും കിസാൻ സഭയുടെ നേതൃത്വത്തിൽ ഭേരി ഉടമകൾക്കെതിരായ പ്രക്ഷോ ഭങ്ങൾ ആരംഭിച്ചത്. നിരവധി ഭേരികൾ ഭൂരഹിതകർഷകരും ചെറുകിട കർഷകരും പിടിച്ചെടുത്തു. 1977 ൽ ഇടതുമുന്നണി അധികാരത്തിലെ ത്തിയപ്പോൾ ഈ പ്രക്ഷോഭങ്ങൾക്ക് പ്രോത്സാഹനം ലഭിച്ചു. ജോത്തേദാർമാർ നിയമവിരുദ്ധമായി കൈയടക്കിവച്ചിരുന്ന ഭൂമി തിരിച്ചു പിടിച്ച് പങ്കുപാട്ടക്കാർക്കും ഭൂരഹിതർക്കുമായി വിതരണം ചെയ്തു. ഭൂപ്ര ഭുക്കൾ കേസുകൊടുത്തിരുന്നതുമൂലമുണ്ടായ നിയമപരമായ തടസ്സങ്ങൾ നിലനിന്നിരുന്ന ചില സ്ഥലങ്ങൾക്കൊഴികെ ബാക്കി പുനർവിതരണം ചെയ്യപ്പെട്ട ഭൂമിക്ക് പട്ടയവും നല്കി; എന്നാലും പട്ടയം നല്കാൻ കഴി യാത്തിടത്തുപോലും ഭൂപരിഷ്കരണത്തിന്റെ ഗുണഭോക്താക്കളുടെ കൈവശം തന്നെയായിരുന്നു ഭൂമി.

കിസാൻ സഭ നയിച്ച സമരങ്ങളുടെ അനന്തരഫലമായും ഇടതുമു ന്നണി ഭരണത്തിലും ഭേരി സഹകരണ സംഘങ്ങൾ രൂപീകരിക്കപ്പെട്ടു. മത്സ്യം വളർത്തൽ കൂടുതൽ ആദായകരമാകാൻ ഇത് സഹായകമായി, കൃഷി സീസണിൽ വെള്ളം വറ്റിക്കുകയും ഭൂമി നെൽകൃഷിക്കായി ഉപ യോഗിക്കുകയും ചെയ്യും. ആ പ്രദേശമാകെ അഭിവൃദ്ധി പ്രാപിച്ചു; ഭൂപ രിഷ്കരണ ഗുണഭോക്താക്കളുടെ വരുമാനത്തിൽ ശ്രദ്ധേയമായ വർദ്ധ നവും ഉണ്ടായി; കാർഷികേതര അനുബന്ധ പ്രവർത്തനങ്ങളുടെ ഉയർന്ന വളർച്ചയിൽ അത് പ്രതിഫലിച്ചു. ഇതിന്റെ ഏറ്റവും വലിയ ഗുണഭോ ക്താക്കൾ പട്ടികജാതിക്കാരും പട്ടികവർഗ്ഗക്കാരും ഭൂരഹിതരായ മുസ്ലീ ങ്ങളുമായിരുന്നു.

പല സ്ഥലങ്ങളിലും ഭൂപരിഷ്കരണത്തിന്റെ ഗുണഭോക്താക്കൾ പര സ്യമായ ടെൻഡറിലൂടെ തങ്ങളുടെ ഭൂമി വാർഷികകരാറടിസ്ഥാനത്തിൽ പാട്ടത്തിനു കൊടുക്കാനാരംഭിച്ചു. ഒരു ബീഗ ഭേരി ഭൂമിയുടെ ഇപ്പോ ഴത്തെ വാർഷിക കരാർ നിരക്ക് ഏകദേശം 10,000 രൂപയാണ്. ഇത് സ്ഥിര വരുമാനത്തിനിടയാക്കിയപ്പോൾ, അതോടൊപ്പം പാട്ടനിരക്ക് സംബന്ധിച്ച് ഇടയ്ക്കിടെ സംഘർഷങ്ങൾ ഉയർന്നുവരാനും തുടങ്ങി. തീരെ ചെറിയ ചില കർഷകരിൽ നിരക്ക് കുറവാണെന്ന ചിന്ത വിഷമത്തിനിടയാക്കിയ താണ് സംഘർഷങ്ങൾക്ക് കാരണമായത്. പക്ഷേ, പൊതുവിൽ സഹക രണ മനോഭാവം വികസനത്തിന്റെ കേന്ദ്രബിന്ദുവായി തുടർന്നു.

2008 ലെ തിരഞ്ഞെടുപ്പ് കാലം മുതൽ ടി എം സി ഭേരികൾ പിടി ച്ചെടുക്കാനുള്ള നീക്കം തുടങ്ങി. രാത്രിയിൽ സായുധരായ ആളുകൾ ഭേരികളിൽ എത്തി മത്സ്യം കൊള്ളയടിച്ചുകൊണ്ടാണ് അതാരംഭിച്ചത്.

2009 ലെ ലോകസഭാ തിരഞ്ഞെടുപ്പിൽ ആ പ്രദേശത്ത് ടി എം സി സ്ഥാനാർത്ഥി വിജയിച്ചതിനെത്തുടർന്ന് തന്ത്രത്തിൽ മാറ്റം വരുത്തി; ഭേരി കൾ പിടിച്ചെടുക്കാനുള്ള നീക്കത്തിന്റെ ഭാഗമായി ടി എം സി ഗുണ്ടാസംഘങ്ങൾ ഭൂപരിഷ്കരണഗുണഭോക്താക്കളെ പരസ്യമായി ആക്രമിക്കാനാരംഭിച്ചു. ഓരോ ഗ്രാമങ്ങളായി ആക്രമിക്കപ്പെട്ടു; ഭേരി സഹകരണ പ്രസ്ഥാനത്തിന്റെ നേതാക്കൾക്കെതിരെ ആക്രമണമഴിച്ചുവിട്ടു; അവരെ തങ്ങളുടെ വീട് വിട്ടുപോകാൻ നിർബന്ധിതരാക്കി; പരസ്യ ടെൻഡർ സമ്പ്രദായം വെറും തട്ടിപ്പായി അധഃപതിച്ചു.

2011 ൽ തൃണമൂൽ ഗവൺമെന്റ് അധികാരത്തിലെത്തിയതിനെ തുടർന്ന് ... ഭൂമിയുടെ ... കൃഷിക്ക് പാട്ടനിരക്ക് വർദ്ധിപ്പിച്ചതായി ഔദ്യോഗികമായി പ്രഖ്യാപനം നടത്തി; എന്നാൽ ഭേരിഭൂമി പാട്ടത്തിനെടുത്തിട്ട് പണമൊന്നും കൊടുക്കുന്നില്ല എന്നതാണ് സ്ഥലത്തെ അനുഭവം. ആ പ്രദേശത്തെ ടി എം സി നേതാക്കൾ മത്സ്യം പിടിക്കുന്നതിന് തൊഴിലാളികളെ കൂലിക്കെടുക്കുകയും വില്പനയിൽ നിന്നു ലഭിക്കുന്ന പണം സ്വന്തം കീശയിലാക്കുകയും ചെയ്തു. കഴിഞ്ഞ മൂന്നു വർഷമായി ഭേരി ഉടമകളായ ചെറുകിട കർഷകർ താമസിക്കുന്ന ഗ്രാമങ്ങൾ അക്രമം പ്രയോഗിച്ച് പിടിച്ചെടുക്കുന്നതിലൂടെയും ബലപ്രയോഗത്തിലൂടെ ആ പാവങ്ങളെ അവിടന്ന് ഒഴിപ്പിച്ചുവിട്ടു ഭേദികളിൽ നിന്ന് ടി എം സി നേതാക്കൾ കോടിക്കണക്കിന് രൂപ സമ്പാദിച്ചു. ഭേരികൾ അവർ കൈക്കലാക്കിയതാകട്ടെ ചില്ലിക്കാശുപോലും കൊടുക്കാതെയും. അതേസമയംതന്നെ, ഇഷ്ടികച്ചൂള ഉടമകൾക്ക് ചെളി വില്ക്കുന്നതും ടി എം സിക്കാരെ സംബന്ധിച്ച് ആദായകരമായ ഒരു ബിസിനസായി മാറി. ഇതിലും പട്ടയ ഉടമസ്ഥർക്ക് അവരുടെ ഭൂമിയിൽനിന്നുള്ള ചെളി വിറ്റുകിട്ടുന്ന വരുമാനത്തിലെ ഒരു പങ്കുപോലും നല്കുന്നുമില്ല. ഭൂമിയെല്ലാംതന്നെ ടി എം സിക്കാരുടെ കൈവശം വന്നുചേർന്നു.

ആയിരക്കണക്കിനു ബീഘ ഭൂമിയുള്ള നിരവധി ഗ്രാമങ്ങൾ ഈ ജില്ലയിലുണ്ട്. ബ്രാഹ്മൺ ചൗക്ക് എന്ന ഇത്തരമൊരു ഗ്രാമത്തിലെ സംഭവമാണ് ചുവടെ ആദ്യം വിവരിക്കുന്നത്; ഉത്തര 24 പാർഗാനാസ് ജില്ലയിലെ ഹരാവോ ബ്ലോക്കിലാണ് ആ ഗ്രാമം. രണ്ടാമത്തേതും ഭേരികളെ ബന്ധപ്പെട്ടാണ്; അത് സി പി ഐ (എം)ന്റെ ഒരു ആദിവാസി വനിതാ നേതാവിന്റെ അനുഭവവിവരണമാണ്.

ഹരാവോ: ആക്രമണങ്ങളും ചെറുത്തുനില്പും

ഹരാവോ ബ്ലോക്കിലേക്കുള്ള പാത ഒട്ടേറെ വഴിയടയാളങ്ങൾ (Landmarks) നിറഞ്ഞതാണ്— പക്ഷേ, റോഡുകളുടെ ഭൂപടത്തിൽ സൂചിപ്പിക്കുന്ന തരത്തിലുള്ള വഴിയടയാളങ്ങളല്ല അവ; മറിച്ച് ജനാധിപത്യ അവകാശങ്ങൾക്കുമേൽ കടന്നാക്രമണം നടന്ന നിരവധി സംഭവങ്ങൾ സൂചിപ്പിക്കുന്ന അടയാളങ്ങൾ.

ആദ്യമായി കാംധുനി ഗ്രാമമാണ് പിന്നിടുന്നത്. ഇവിടെയാണ് 2012 മെയ് 7 ന് വീട്ടിലേക്ക് പോവുകയായിരുന്ന ഒരു കോളേജ് വിദ്യാർത്ഥിനിയെ ടി എം സിക്കാരായ 6 പേർ ചേർന്ന് ബലംപ്രയോഗിച്ച് തട്ടിക്കൊണ്ടുപോയത്. അവളെ വലിച്ചിഴച്ചുകൊണ്ടുപോയി കൂട്ടബലാത്സംഗം ചെയ്ത് ക്രൂരമായി കൊലപ്പെടുത്തിയ സ്ഥലത്തിനു മുന്നിലെ വലിയ മതിൽ മെയിൻ റോഡിൽക്കൂടി പോകുമ്പോൾത്തന്നെ നമുക്ക് കാണാം. റോഡിനിടതുവശത്തായി ആർഭാടരഹിതമായി സിമന്റിൽ പണിത ഒരു സ്മാരകം കാണാം. "കാംധുനിക് നീതി." എന്ന പ്രസ്ഥാനത്തിന് രൂപം നല്കിയ ആ പ്രദേശവാസികൾ സ്ഥാപിച്ചതാണത്. അതിൽ ഈ വാക്കുകൾ രേഖപ്പെടുത്തിയിരിക്കുന്നു. "സിപ്ര ഘോഷിന്റെ സ്മരണയ്ക്കായി." ഓരോ മാസവും ഏഴാം തീയതി അവളുടെ സ്മരണയ്ക്കായി പുഷ്പങ്ങൾ അർപ്പിക്കാൻ വിവിധ സംഘടനകളിലെയും ഗ്രൂപ്പുകളിലെയും സ്ത്രീകൾ ഇവിടെ എത്തുന്നു. ഈ കേസിലെ മുഖ്യപ്രതിയെ ഇനിയും പൊലീസ് പിടിച്ചിട്ടില്ല; കേസ് കോടതിയിൽ ഇഴഞ്ഞു നീങ്ങുകയാണ്.

പിന്നെയും അരകിലോമീറ്റർ കൂടി മുന്നോട്ടുപോയാൽ ഘോരിബോഡി എന്നറിയപ്പെടുന്ന തിരക്കുപിടിച്ച ഒരു ചന്ത കാണാം. ആ പ്രദേശത്തെ ഒരു ഭീകരതാ കേന്ദ്രമായി ഈ ചന്ത മാറിയിരിക്കുന്നു. സി പി ഐ (എം) മായി എന്തെങ്കിലും ബന്ധമുണ്ടെന്ന് അറിയുന്ന ഒരാളെയും ആ ചന്തയിൽ കടക്കാനോ ഏതെങ്കിലും ചായക്കടയിൽ കയറാനോ അനുവദിക്കില്ല. മെയിൻ റോഡിൽ ഒരു താല്ക്കാലിക ഷെഡ്ഡിൽ ഒരു സംഘം ആളുകൾ തൃണമൂലിന്റെ കൊടിയും പിടിച്ച് സദാസമയവും കാവലുണ്ട്. പ്രാദേശിക തൃണമൂൽ നേതാക്കൾ ചന്തയെ നിരീക്ഷിക്കുന്നത് ഈ 'കേന്ദ്ര'ത്തിൽ നിന്നാണ്.

ഈ ജങ്ഷൻ പിന്നിട്ടാൽ നാം നേരെ പോകുന്നത് സാഷനിലേക്കാണ്. ഇവിടെ 2013 ജൂൺ 27 ന്, പഞ്ചായത്ത് തിരഞ്ഞെടുപ്പിന് മുമ്പ്, സി പി ഐ (എം) കേന്ദ്രകമ്മിറ്റി അംഗം രേഖ ഗോസ്വാമിയുടെ നേതൃത്വത്തിൽ റൊമോള ചക്രവർത്തി, ഇള നന്ദി, റീത്ത മൊയ്ത്ര, സോമ ദാസ്, ജനാധിപത്യ മഹിളാ അസോസിഷേയന്റെ ജില്ലാ – സോണൽ കമ്മിറ്റി നേതാക്കൾ എന്നിവർ പങ്കെടുത്ത ഒരു വാഹനജാഥയെ ഇരുന്നുറോളം വരുന്ന തൃണമൂലുകാർ വലിയ വടികളും ഇരുമ്പു ദണ്ഡുകളുമായി മോട്ടോർ സൈക്കിളുകളിലെത്തി ഈ സ്ഥലത്തു വച്ച് ആക്രമിക്കുകയുണ്ടായി. ചില വനിതാ നേതാക്കൾ സി പി ഐ (എം)ന്റെ ജില്ലാ പരിഷത്ത് സ്ഥാനാർത്ഥി അഷഫ് നൂറി ബീഗത്തിന് അകമ്പടിയായി ഒരു തുറന്ന ജീപ്പിൽ സഞ്ചരിക്കുകയായിരുന്നു. രണ്ടുതവണ വൻ ഭൂരിപക്ഷത്തിൽ അവർ ഈ സീറ്റിൽ നിന്ന് വിജയിച്ചതാണ്; പക്ഷേ, 2009 ൽ ഇവർ ആക്രമിക്കപ്പെടുകയും അവരുടെ വീട്ടിൽനിന്നും അവരെ ഒഴിപ്പിച്ചുവിടുകയും ചെയ്യുകയുണ്ടായി. തന്റെ നിയോജക മണ്ഡലത്തിൽ പ്രചാരണം നടത്താനുള്ള അവകാശം വിനിയോഗിക്കുകയായിരുന്നു ഇപ്പോഴവർ. അവർ യാത്ര ചെയ്തിരുന്ന ജീപ്പും അതിനൊപ്പമുണ്ടായിരുന്ന മറ്റു

കാറുകളും ടി എം സി ക്കാർ അടിച്ചു തകർത്തു. രേഖാ ഗോസ്വാമി ഉൾപ്പെടെ നിരവധി സ്ത്രീകൾ ശാരീരികമായി ആക്രമിക്കപ്പെട്ടു. ശക്ത മായ പ്രതിഷേധം ഉയർന്നതിനെത്തുടർന്നു മാത്രമാണ് പൊലീസ് ഇട പെട്ടതും അക്രമികൾക്കെതിരെ കേസെടുത്തതും.

സഷാൻ ജങ്ഷൻ പിന്നിട്ടു കഴിഞ്ഞാൽ പ്രധാനനദിയുടെ മേലുള്ള ഒരു പാലം കടക്കണം; ഇടതുമുന്നണി ഗവൺമെന്റാണ് ആ പാലം പണി തത്. ആ പ്രദേശത്തിന്റെ മുഖച്ഛായ മാറ്റുന്നതിൽ ആ പാലം വലിയൊരു പങ്കു വഹിച്ചു. പാലത്തിന്റെ മറുകരയിലെത്തിയാൽ ഭൂപ്രകൃതിയാകെ മാറുന്നു. മൈലുകളോളം ചുറ്റുപാടും വെള്ളംമാത്രമേ കാണാനുള്ളൂ. [illegible] വെള്ളത്തിലേക്ക് ചാടി ബക്കറ്റിൽ ചെളി നിറച്ച് കരയിൽ കയറുന്നു; അത് ട്രക്കുകളിൽ നിറച്ച് കൊണ്ടുപോകുന്നു. ലാത്തിയുമായി പുരുഷ ന്മാർ അടുത്തു തന്നെ കാവൽ നില്ക്കുന്നുമുണ്ട്.

ആ റോഡിലൂടെ നേരെ പോയാൽ ബ്രാഹ്മൺ ചൗക്കിലെ പ്രധാന ചന്തയിൽ എത്തും. ഈ പ്രദേശം ഏറെ പരിചിതമാണ്— കാരണം, അടുത്ത കാലത്തായി ഈ പ്രദേശം ഇടയ്ക്കിടെ ടെലിവിഷനിൽ കാണി ക്കാറുള്ളതാണ്. ലോകസഭാ തിരഞ്ഞെടുപ്പ് നടന്ന 2014 മെയ് 8 നാണ് 600 കുടുംബങ്ങൾ താമസിക്കുന്ന ഈ ഗ്രാമം ശ്രദ്ധാകേന്ദ്രമായത്. തൃണ മൂൽ കോൺഗ്രസ് എം എൽ എയുടെയും അവരുടെ ഭർത്താവിന്റെയും നേരിട്ടുള്ള നേതൃത്വത്തിൽ ആ പ്രദേശത്ത് തൃണമൂൽ ഗുണ്ടാസംഘ ങ്ങൾ അഴിച്ചുവിടുന്ന അക്രമങ്ങൾക്കെതിരെ രോഷാകുലരായ ഒരു സംഘം സ്ത്രീകളുടെ നേതൃത്വത്തിൽ ഒട്ടേറെ ആളുകൾ പ്രകടനം നട ത്തുന്ന ദൃശ്യങ്ങൾ ദേശീയ ടെലിവിഷൻ ചാനലുകൾ സംപ്രേഷണം ചെയ്തിരുന്നു. പ്രദേശവാസികളുടെ വാതിലുകൾ തകർക്കപ്പെടുകയും കൊള്ളയടിക്കപ്പെടുകയും ചെയ്ത വീടുകളുടെയും റോഡിലെ ചോര പ്പാടുകളുടെയും ദൃശ്യങ്ങൾ ടെലിവിഷൻ ക്യാമറകൾ പ്രേക്ഷകരിലെ ത്തിച്ചു. വെടിയുണ്ടയേറ്റ മുറിവുകളോടെയും കൈയും കാലും ഒടിഞ്ഞും തലയ്ക്കും പരിക്കേറ്റും ആശുപത്രിയിൽ കിടക്കുന്നവരുടെ ദൃശ്യങ്ങളും ടെലിവിഷൻ ചാനലുകൾ പുറത്തു വിട്ടിരുന്നു. പരിക്കേറ്റവരിൽ നിരവധി സ്ത്രീകളുമുണ്ടായിരുന്നു.

മണ്ഡൽപാറയിലെയും നസ്കരപാറയിലെയും സ്ത്രീകൾ പല യോഗങ്ങളിലും, അന്ന് അവിടെ എന്താണ് സംഭവിച്ചതെന്ന് വിശദീകരി ക്കുകയുണ്ടായി. ആ കൂട്ടത്തിൽ ഇലോകോഷി, അഷ്ടകർമ്മി, യമുന, വിശാ ഖ, റുമ, ശിബാനി, അല്പന എന്നിവർക്കുപുറമെ വിദ്യാർത്ഥിയായ ടുടു ണുമുണ്ടായിരുന്നു. മെയ് 8 ന് രാവിലെ 6.30 ന് ഇവരും ആ പ്രദേശത്തെ മറ്റു വോട്ടർമാരും ആ ഗ്രാമത്തിലെ രണ്ട് പോളിങ് ബൂത്തിലേക്കുമുള്ള റോഡിൽ എത്തി. ആദ്യംതന്നെ വോട്ടുചെയ്യുകയായിരുന്നു അവരുടെ ലക്ഷ്യം. ആ ബൂത്തുകളിലേക്കുള്ള സി പി ഐ (എം)ന്റെ നാല് പോളിങ് ഏജന്റുമാർക്ക് അകമ്പടിയായി കൂടെ പോകണമെന്നും അവർ നിശ്ചയി

ച്ചിരുന്നു; കാരണം അതിനു മുന്നിലത്തെ രാത്രിയിൽ ടി എം സി എം എൽ എ അവരെ ഭീഷണിപ്പെടുത്തിയിരുന്നു.

അഷ്ടറാണി കൂട്ടിച്ചേർക്കുന്നു: "എന്റെ മകനായിരുന്നു ഒരേജന്റ്; അവനെ ബൂത്തിൽ കയറ്റും എന്ന് ഉറപ്പാക്കേണ്ടതുണ്ടെന്ന് ഞാൻ കരുതി." ഉഷാറാണിയുടെ വീട്ടിൽ നിന്ന് കഷ്ടിച്ച് 40 മീറ്റർ അകലെ അവരെ ത്തിയപ്പോൾ എം എൽ എയുടെയും അവരുടെ ഭർത്താവിന്റെയും സാന്നി ദ്ധ്യത്തിൽ സായുധരായ ഏകദേശം 30 ആളുകൾ റോഡ് ഉപരോധിച്ചു. അവർ വോട്ടുചെയ്യാൻ പോകുന്നവരെ വെടി വയ്ക്കാനും തല്ലിച്ചത യ്ക്കാനും തുടങ്ങി, പലരും പരിക്കേറ്റ് റോഡിൽ വീണു. ആ കൂട്ടത്തിൽ വിദ്യാർത്ഥിയായ ടുടുണുമുണ്ടായിരുന്നു. ടുടുണിന്റെ തുടയിൽ വെടിയേ റ്റിരുന്നു. കൈയിൽ വെടിയേറ്റ വിതീഷ് നസ്കർ, തലയ്ക്ക് അടിയേറ്റ ഭോലാ നാഥ് നസ്കർ എന്നിവരുമുണ്ടായിരുന്നു. ഭോലാ നാഥ് നസ്ക റിന്റെ തലയിലെ മുറിവ് തുന്നലിടേണ്ടതായി വന്നു; അയാളുടെ കൈ ഒടിഞ്ഞുനുറുങ്ങിപ്പോയിരുന്നു— ഇപ്പോഴും അയാൾക്ക് ആ കൈ ഉപ യോഗിക്കാൻ പറ്റുന്നില്ല; ഏകദേശം 20 ആളുകൾക്ക് പരിക്കേറ്റു.

എന്നാൽ അവിടെയും അതവസാനിച്ചില്ല. സായുധഗുണ്ടാ സംഘം തുടർന്ന് ഗ്രാമത്തിലേക്ക് കടന്നു; ഭീകരാന്തരീക്ഷമുണ്ടാക്കി മറ്റു വോ ട്ടർമാരെ പിന്തിരിപ്പിക്കലായിരുന്നു ലക്ഷ്യം. മുറിവേറ്റ പലരെയും തിരികെ കൊണ്ടുവരുന്നതിന് സധൈര്യം സഹായിച്ച റുമ മണ്ഡൽ അവരുടെ വീട്ടി ലേക്കുള്ള വഴിയിലായിരുന്നു. അന്നേരമാണ് തൃണമൂൽ ഗുണ്ടാസംഘം

ബ്രാഹ്മൺ ചൗക്കിലെ സ്ത്രീകൾ

അവിടെ എത്തിയത്. അവർ റൂമാ മണ്ഡലിന്റെ നെഞ്ചിനുനേരെയും കാലിലും കൈത്തോക്ക് കൊണ്ട് വെടിവച്ചു. ശരിക്കും രണ്ടു മണിക്കൂർ കഴിഞ്ഞാണ് പൊലീസ് സ്ഥലത്തെത്തി അവരെ ആശുപത്രിയിലേക്ക് കൊണ്ടുപോയത്. എഫ് ഐ ആറിൽ പേരു ചേർക്കപ്പെട്ടിട്ടുള്ള ഒരാളെയും ഇന്നേ ദിവസംവരെ അറസ്റ്റ് ചെയ്തിട്ടില്ല. മാത്രമല്ല, തൃണമൂൽ കോൺഗ്ര സിൽപ്പെട്ട ഒരു വനിതാ പഞ്ചായത്ത് മെമ്പർ പരിക്കേറ്റ ചിലർ തന്നെ ബലാത്സംഗം ചെയ്തുവെന്നാരോപിച്ച് കേസ് ഫയൽ ചെയ്യുകയുമുണ്ടാ യി. വെടിയുണ്ടയേറ്റ മുറിവുകളുമായി ഗവൺമെന്റ് ആശുപത്രിയിൽ ചികി ത്സയിൽ കഴിഞ്ഞിരുന്ന ആ പുരുഷന്മാർക്കെതിരെ ജാമ്യമില്ലാത്ത വകു പ്പുകൾ പ്രകാരമുള്ള വാറന്റുകൾ പുറപ്പെടുവിക്കുകയും ചെയ്തു. പരാ തിക്കാരിയെ മെഡിക്കൽ പരിശോധനയ്ക്ക് വിധേയമാക്കി ആ റിപ്പോർട്ട് ലഭ്യമാക്കാതെയാണ് കേസ് ഫയൽ ചെയ്തതെന്ന വസ്തുതയാണ് നിയ മത്തെ തന്നെ പ്രഹസനമാക്കുകയായിരുന്നുവെന്ന് വെളിപ്പെടുത്തുന്നത്.

എന്നാൽ എന്തുകൊണ്ട് ഇതെല്ലാമുണ്ടായി? എന്തുകൊണ്ടാണ് ബ്രാഹ്മൺചൗക്ക് ആക്രമിക്കപ്പെട്ടത്? മൂന്നുതവണ തിരഞ്ഞെടുക്കപ്പെട്ട ഗ്രാമപഞ്ചായത്ത് പ്രധാനും ആ പ്രദേശത്തെ കിസാൻസഭ നേതാവു മായ ദീനബന്ധു അതിന്റെ പശ്ചാത്തലത്തെക്കുറിച്ച് വിവരിച്ചു:

"ഈ പ്രദേശത്തെ ഭൂരഹിതരുടെ ഭൂമിക്കായുള്ള സമരം സുധാൻസു ദത്തയുടെ നേതൃത്വത്തിൽ 1969 ലാണ് ആരംഭിച്ചത്. ഇവിടെ വൻകിട ഭൂപ്രഭു ഉണ്ടായിരുന്നു; പഞ്ചുസാധു ഖാൻ എന്നാണയാളുടെ പേര്; അയാൾ നിയമവിരുദ്ധമായി 1,7000 ബീഘ ഭൂമി കൈവശം വച്ചിരുന്നു. സുധാൻസുവിന്റെ നേതൃത്വത്തിൽ അയാൾക്കെതിരെ ഞങ്ങൾ സമരമാ രംഭിച്ചു. ഭൂപ്രഭുക്കൾ പട്ടാപ്പകൽ സുധാൻസു സുധിനെ വെടിവച്ചു കൊന്നു. അദ്ദേഹമാണ് ആ പ്രദേശത്തെ ആദ്യ രക്തസാക്ഷി. സമരം പിന്നെയും തുടർന്നു. ബ്രാഫൺചൗക്കായിരുന്നു, സമരകേന്ദ്രം. ഗ്രാമത്തിനുനേരെ കടുത്ത മർദ്ദനനടപടികളുണ്ടായി. എന്റെ അച്ഛൻ, നേതായി മണ്ഡൽ ആ സമരത്തിൽ പങ്കെടുത്തിരുന്നു; കോൺഗ്രസുകാർ അദ്ദേഹത്തെ മർദ്ദിച്ച വശനാക്കുകയുണ്ടായി; കോൺഗ്രസ് നേതാക്കന്മാരെല്ലാംതന്നെ ഭൂപ്രഭു ക്കന്മാരുടെ പക്ഷത്തായിരുന്നു. ദീർഘകാലത്തേക്ക് എന്റെ അച്ഛന് വീടു പേക്ഷിച്ച് പോകേണ്ടതായി വന്നു.

"1977 ൽ ഇടതുമുന്നണി ഗവൺമെന്റ് അധികാരത്തിലെത്തിയശേഷം 1,700 ബീഘ ഭൂമി ഏറ്റെടുക്കുകയും ഞങ്ങളുടെ ഗ്രാമത്തിലെയും അയൽ ഗ്രാമങ്ങളിലെയും ഭൂരഹിതർക്കും പങ്കുപാട്ടക്കാർക്കും (ബർഗദാർമാർ) വിതരണം ചെയ്യുകയുമുണ്ടായി. ഈ ഭൂമിക്ക് പട്ടയവും നല്കി. മറ്റൊരു 500 ബീഘ നിക്ഷിപ്തഭൂമിയും കൂടി ഇങ്ങനെ വിതരണം ചെയ്യുകയു ണ്ടായി. പക്ഷേ, ചില നിയമപ്രശ്നങ്ങൾ കാരണം ഈ ഭൂമിക്ക് പട്ടയം നല്കാൻ കഴിഞ്ഞില്ല. ഏകദേശം 3500 ബീഘ ഭൂമി ഈ രണ്ടു പഞ്ചായ ത്തുകളിലുമായി വിതരണം ചെയ്യപ്പെട്ടു.

"കുടുംബസ്വത്തായി 80 ബീഘയോളം ഭൂമി സ്വന്തമായുള്ള ചില

കുടുംബങ്ങളൊഴികെ ബ്രാഹ്മൺചൗക്കിലെ മിക്കവാറും എല്ലാപേരും ഭൂപ
രിഷ്കരണപ്രസ്ഥാനത്തിന്റെ ഗുണഭോക്താക്കളാണ്. ഇവിടെയുള്ള ഞങ്ങ
ളെല്ലാപേരും തന്നെ പട്ടികജാതിയിൽ പെട്ടവരാണ്. ഞങ്ങൾക്കെല്ലാം ഭൂമി
കിട്ടുകയുമുണ്ടായി. മുമ്പ് ഞങ്ങൾക്ക് ഭേരികളുടെ അടുത്തേക്ക് പോകാൻ
പോലും പറ്റുമായിരുന്നില്ല. ചെങ്കൊടി ഞങ്ങളെയെല്ലാം ഭേരി ഉടമകളാ
ക്കി."

34 വർഷംകൊണ്ട് അവരുടെ ജീവിതത്തിൽ വലിയ മാറ്റം വന്നു;
മാന്യമായ വരുമാനം നേടി. പക്ഷേ, 2009 ആയപ്പോൾ കാര്യങ്ങളാകെ
കീഴ്മേൽ മറിഞ്ഞു. ദീനബന്ധു തുടരുന്നു:

"2008 ലെ പഞ്ചായത്ത് തിരഞ്ഞെടുപ്പിൽ ഇവിടെ ഞാൻ വിജയിച്ചു.
ഈ പ്രദേശത്ത് ടി എം സി കടന്നാക്രമണത്തെ തടഞ്ഞു നിർത്തിയ
ചുരുക്കം ചില പഞ്ചായത്തുകളിൽ ഒന്നായിരുന്നു ഞങ്ങളുടെ പഞ്ചായ
ത്ത്. വീണ്ടും 2009 ലെ ലോകസഭാ തിരഞ്ഞെടുപ്പിലും ഇവിടത്തെ രണ്ടു
ബൂത്തുകളിലും സി പി ഐ (എം)ന് നല്ല ഭൂരിപക്ഷം ലഭിച്ചിരുന്നു.
ഇത്രയും മതിയായിരുന്നു തൃണമൂലുകാരെ പ്രകോപിതരാക്കാൻ. 2009
മെയ് മാസത്തിൽ ലോകസഭാ തിരഞ്ഞെടുപ്പിന്റെ ഫലപ്രഖ്യാപനം നട
ക്കുകയും അവരുടെ സ്ഥാനാർത്ഥി തിരഞ്ഞെടുക്കപ്പെട്ടതിന്റെ തൊട്ടടുത്ത
ദിവസം കുടിച്ചു ലക്കുകെട്ട വലിയൊരു സംഘം ഞങ്ങളുടെ ഗ്രാമത്തി
ലെത്തി വീടുകളാകെ ആക്രമിക്കുകയുണ്ടായി. അന്നു വൈകുന്നേരമാ
യപ്പോൾ മുന്നൂറോളം ആളുകൾക്ക് ആ നാട് വിട്ടുപോകേണ്ടതായി വന്നു."

ദീനബന്ധുവിന്റെ ഭാര്യയും മകൻ ടുടുണും ആക്രമിക്കപ്പെടുകയു
ണ്ടായി. ടുടുണിന്റെ സുഹൃത്തുക്കളായ ദീപാങ്കരനും ബിശ്വജിത്തിനും
മറ്റു പലർക്കും വീടുപേക്ഷിച്ച് പോകേണ്ടതായി വന്നു. ബ്രാഹ്മൺ
ചൗക്കിലെ മിക്കവാറും എല്ലാ കുടുംബങ്ങളെയും ഇതു ബാധിച്ചു. ഒരു
മാസത്തോളം കഴിഞ്ഞപ്പോൾ കാര്യങ്ങൾ സാധാരണ നിലയിലാകാൻ
തുടങ്ങിയതായി തോന്നിച്ചു. ജൂലൈയോടു കൂടി മിക്കവാറും എല്ലാ കുടും
ബങ്ങളും ബ്രാഹ്മൺചൗക്കിൽ മടങ്ങിയെത്തി. ചുറ്റുപാടുമുള്ള ഗ്രാമീണർ
അവരെ സ്വാഗതം ചെയ്യാനായി അവരുടെ വീടുകളിലേക്കു പോയി.
പക്ഷേ, ജൂലൈ 18 ആയപ്പോൾ ദീപാങ്കരനെയും ബിശ്വജിത്തിനെയും
കാണാതായി. ഭ്രാന്തമായ അന്വേഷണത്തിനൊടുവിൽ ഇരുവരുടെയും
മൃതദേഹങ്ങൾ ഭേരികളിലൊന്നിൽനിന്ന് കണ്ടുകിട്ടി. അവരെ അതിനി
ഷ്ഠുരമായി കൊലപ്പെടുത്തുകയാണുണ്ടായത്. ഗ്രാമം ഒന്നടങ്കം ഞെട്ടി
വിറച്ചുപോയി. എന്നാൽ ആ ചെറുപ്പക്കാരുടെ രക്ഷിതാക്കൾ ഈ ഭീകര
വാർത്ത അറിയുന്നതിനും മുമ്പ് ടി എം സിക്കാർ ദീപാങ്കരന്റെ അമ്മാവ
ന്മാരിൽ ഒരാളെ തട്ടിക്കൊണ്ടുപോയി; സി പി ഐ (എം) അനുഭാവിക
ളാണെന്ന കാരണത്താൽ ദീപാങ്കരനും ബിശ്വജിത്തിനുമൊപ്പം ഗ്രാമം
വിട്ടുപോകാൻ നിർബ്ബന്ധിതരായ ഗ്രാമീണരാണ് കൊലയാളികൾ എന്നാ
രോപിക്കുന്ന ഒരു വ്യാജ പ്രസ്താവനയിൽ അദ്ദേഹത്തെക്കൊണ്ട് ബലം
പ്രയോഗിച്ച് ഒപ്പിടുവിപ്പിച്ചു. ഈ ഭീകരമായ കുറ്റകൃത്യത്തിൽ ആ പ്രദേ

ശത്തെ സി പി ഐ (എം) നേതാക്കളെയും പ്രവർത്തകരെയുമെല്ലാം ഉൾപ്പെടുത്തി.

ദീപാങ്കരന്റെ അമ്മാവൻ കാളീപദ മണ്ഡലിനെ ടി എം സിക്കാർ മൂന്നു മാസക്കാലം വീട്ടുതടങ്കലിൽ വച്ചു. വസ്തുതകൾ ശരിയായി പൊലീസിൽ ഫയൽ ചെയ്യുന്നത് തടയുകയെന്നതായിരുന്നു ടി എം സിക്കാരുടെ ലക്ഷ്യം. സി പി ഐ (എം) നേതാക്കൾക്കെതിരെ ചാർജ്ജ് ഷീറ്റ് ഫയൽ ചെയ്യുന്നതിന് നിയമപരമായി ആവശ്യമായ 90 ദിവസത്തെ സമയം പൊലീസിൽ സൗകര്യപ്പെടുത്തുന്നതിനായിരുന്നു അത്. പിന്നീട് അദ്ദേഹം കോടതിയിലെത്തി തന്റെ സത്യവാങ്മൂലം സമർപ്പിച്ചു. പക്ഷേ, കേസ് ഇപ്പോഴും തുടരുകയാണ്. അതിനുശേഷം, പ്രദേശത്തിലെ മിക്ക വാറും എല്ലാ പുരുഷന്മാരും വീടുവിട്ടുപോയി; ഇപ്പോഴും തിരിച്ചെത്താ നായിട്ടില്ല. ദീപാങ്കരന്റെയും ബിശ്വജിത്തിന്റെയും കുടുംബങ്ങൾക്കു പോലും വിടുപേക്ഷിക്കേണ്ടതായിവന്നു; സി പി ഐ (എം) നെതിരായി കള്ള പ്രസ്താവന നല്കണമെന്ന ടി എം സിയുടെ സമ്മർദ്ദത്തിന് അവർ വഴങ്ങാത്തതുമൂലമാണത്. നേതാക്കളിൽ പലരും മൂന്നും നാലും മാസം ജയിലിൽ കഴിഞ്ഞു. ഇപ്പോൾ അവരെല്ലാം ജാമ്യം നേടി പുറത്തിറങ്ങി യെങ്കിലും അധികം പേർക്കും വീട്ടിലേക്കു മടങ്ങാൻ കഴിയുന്നില്ല.

ദീപാങ്കരനും ഭാര്യ ബിജലിയും തങ്ങളുടെ ആദ്യത്തെ കുഞ്ഞിനെ പ്രതീക്ഷിച്ചിരിക്കുകയായിരുന്നു; അവൻ കൊല്ലപ്പെടുമ്പോൾ ബിജലിക്ക് ഏഴുമാസം ഗർഭമായിരുന്നു.

ബിജലി പറയുന്നു: "ഞങ്ങളാകെ സ്തംഭിച്ചു പോയി. ഞാൻ തളർന്ന് വീണു, രോഗം പിടിപെട്ടു. സംഭവിച്ചത് എനിക്ക് വിശ്വസിക്കാ നാവുമായിരുന്നില്ല. രണ്ടു മാസത്തിനുശേഷം ഞാൻ എന്റെ മകളെ പ്രസ വിച്ചു. ഞാൻ എന്റെ വിധവയായ അമ്മയുടെ അടുത്തേക്കുപോയി. എന്നാൽ അല്പകാലത്തിനുശേഷം, ദുഃഖിതരായ തന്റെ അമ്മായിഅച്ഛനും അമ്മായി അമ്മയും എന്നെ തിരികെ വീട്ടിലേക്കു കൂട്ടി ക്കൊണ്ടുപോയി. ദീപാങ്കരന്റെ അനിയനെക്കൊണ്ട് അവർ എന്നെ വിവാഹം കഴിപ്പിച്ചു. എനിക്കും അവരോടൊപ്പം കഴിയാനായിരുന്നു ഇഷ്ടം. ഭർത്താവ് നഷ്ടപ്പെട്ടതിലുള്ള എന്റെ വേദന പങ്കുവയ്ക്കാനാകുന്ന ആരെ ങ്കിലും ഒപ്പമുണ്ടാകണമെന്ന് ഞാനാഗ്രഹിച്ചു. ദീപാങ്കരന്റെ സഹോദരന് അത് മനസ്സിലാക്കാൻ പറ്റും. ഇപ്പോൾ വീണ്ടും ഞങ്ങൾ ഒരു കുടുംബ മാണ്. പക്ഷേ, ദീപാങ്കരനെ ഓർത്ത് ഞങ്ങൾ ദുഃഖിക്കുന്നു. അദ്ദേഹ ത്തിന്റെ കൊലയാളികൾക്ക് ഞങ്ങളൊരിക്കലും മാപ്പു നല്കില്ല."

ഈ സംഭവങ്ങൾ ഭേരികൾ പിടിച്ചെടുക്കുന്നതിനുള്ള അരങ്ങൊരു ക്കി. ഭേരികൾക്കു ചുറ്റം കാവൽ നില്ക്കാൻ ടി എം സി നേതാക്കൾ സായുധരായ ഗുണ്ടകളെ കൊണ്ടുവന്നു. അവർ മത്സ്യം കൊള്ളയടിക്കാ നാരംഭിച്ചു. പാട്ടത്തിനായി ലേലം വിളി നടന്നതായി വ്യാജരേഖയുണ്ടാക്കി; പക്ഷേ ഉടമസ്ഥർക്ക് ചില്ലിക്കാശുപോലും കൊടുത്തതുമില്ല. കുടുംബ സ്വത്തെന്ന നിലയിൽ ഒരാളിന് സ്വന്തമായുണ്ടായിരുന്ന 80 ബീഘാ ഭൂമി

ഉൾപ്പെടെ ഏകദേശം 600 ബീഘാ ഭേരി ഭൂമിയാണ് ഇങ്ങനെ അവർ കൈയടക്കിയത്; കഴിഞ്ഞ മൂന്നുവർഷത്തിനിടയിൽ ഉടമസ്ഥർക്ക് പണ മൊന്നും നല്കിയിട്ടുമില്ല.

സമരം തുടരുകയാണ്. സ്ത്രീകൾ മാത്രമുള്ള ഗ്രാമമായി ബ്രാഹ്മൺ ചൗക്ക് ബലം പ്രയോഗിച്ച് മാറ്റപ്പെട്ടിരിക്കുന്നു. ധീരതയുടെയും ചെറു ത്തുനില്പിന്റെയും പ്രതീകങ്ങളാണ് ഈ സ്ത്രീകൾ. തൃണമൂലുകാർക്ക് കീഴടങ്ങാൻ അവർ വിസമ്മതിക്കുന്നു. തൃണമൂൽ പ്രകടനങ്ങൾക്ക് പോകാൻ തങ്ങൾ തയ്യാറല്ല എന്നവർ പറയുന്നു. തിരഞ്ഞെടുപ്പിനുശേഷം ഒരാഴ്ചയിലേറെക്കാലം അവരുടെ ഊരിനടുത്തുള്ള കുഴൽക്കിണറിൽ നിന്ന് വെള്ളമെടുക്കുന്നതു പോലും തടഞ്ഞിരുന്നു. അവർ സി പി ഐ (എം)നു പരാതി നല്കി; പാർട്ടി പണം പിരിച്ച് അവരുടെ ഊരിൽത്തന്നെ കുഴൽക്കിണറുണ്ടാക്കി. കുറെക്കാലത്തേക്ക് പ്രധാന ചന്തയിലേക്കുള്ള റോഡും തൃണമൂലുകാർ തടഞ്ഞിരുന്നു. പക്ഷേ, ഗ്രാമവാസികൾ ഭക്ഷ ണസാധനങ്ങൾ പരസ്പരം പങ്കിട്ട് ഉള്ളതുകൊണ്ട് കഴിഞ്ഞുകൂടി.

അഷ്ടകർമ്മി പറയുന്നു.

"അവന്മാർ മൂന്നു തവണ എന്റെ വീടാക്രമിച്ച്, സർവ്വതും കൊള്ള യടിച്ചു. എന്റെ ഭർത്താവിനും മകനും മരുമകനുമെതിരെ കള്ളക്കേസെ ടുത്തു. അവരെല്ലാം ഗ്രാമം ഉപേക്ഷിച്ച് പോയിരിക്കുകയാണ്. പക്ഷേ, ഞാൻ ഇവിടെത്തന്നെ നിന്നു. ചെറുത്തുനില്ക്കാൻ തന്നെയാണ് ഞാൻ തീരുമാനിച്ചു. കഴിഞ്ഞയാഴ്ച, അതായത് 2014 ഒക്ടോബറിലെ മൂന്നാ മത്തെ ആഴ്ച, ഞാൻ എന്റെ പാടത്ത് പണിയെടുക്കാൻ പോയി. ഞങ്ങൾക്കാകെ 8 ബീഘ ഭൂമിയാണുള്ളത്; അതിൽ 2.5 ബീഘയിൽ നെൽകൃഷി ചെയ്യുന്നു. സ്വർണ്ണക്കമ്മൽ പണയം വച്ച് വിത്തുവാങ്ങാനുള്ള പണം സ്വരൂപിച്ചു. 12 ജോലിക്കാരോടൊപ്പം ഞാൻ നിലം ഉഴുത് വിത്തു വിതയ്ക്കായി പോയി. ഞങ്ങൾ പാടത്ത് എത്തിയതോടെ അവിടെ വന്ന തൃണമൂൽ ഗുണ്ടാസംഘം തൊഴിലാളികളെ ബലംപ്രയോഗിച്ച് പറഞ്ഞു വിട്ടു. ഞാൻ വീണ്ടും പോയി. വിജയിക്കുന്നതുവരെ എന്റെ പരിശ്രമം തുടർന്നു. കുറച്ചുദിവസത്തിനുശേഷം അവന്മാർ എന്റെ പാടത്തേക്ക് ചീഞ്ഞ മത്സ്യം വലിച്ചെറിഞ്ഞു; എന്നിട്ട് ആ ചീഞ്ഞ മത്സ്യത്തെ തെളി വായി നല്കി. ഞാൻ ഭേരിയിൽ വിഷം കലക്കി എന്ന് എനിക്കെതിരെ യുള്ള കള്ളക്കേസും കൊടുത്തു. യാതൊരടിസ്ഥാനവുമില്ലാതിരുന്നിട്ടും പൊലീസ് എഫ് ഐ ആർ ഫയൽചെയ്തു. പക്ഷേ, ഞാനൊന്നും കാര്യമാക്കിയില്ല. എങ്ങനെയായാലും എന്നെങ്കിലും ഒരിക്കൽ മരിച്ചേ പറ്റൂ; വാർദ്ധക്യം വരെ ജീവിച്ച് മരിക്കുന്നതിനേക്കാൾ നല്ലത് രക്തസാക്ഷിയാ കുന്നതുതന്നെ എന്ന് ഞാൻ ചിന്തിച്ചു."

ചിരിച്ചുകൊണ്ടാണ് അവർ ഇതു പറഞ്ഞത്. അവർ ആവർത്തിക്കു ന്നു, "ഒരു വൃദ്ധയുടെ സ്വാഭാവികമരണത്തെ ആരെങ്കിലും ഓർമ്മിക്കു മോ? പക്ഷേ, അവന്മാർ എന്നെ കൊല്ലുകയാണെങ്കിൽ, തലകുനിക്കാതെ പൊരുതി നിന്ന സ്ത്രീ എന്ന നിലയിൽ ഞാൻ എക്കാലവും ഓർമ്മിക്ക പ്പെടും."

റുമ

വെടിയേറ്റ് പരിക്കുപറ്റിയ റുമ ആണ് പിന്നീട് സം സാരിച്ചത്. നല്ല പൊക്ക മുള്ള, വലിയ കണ്ണുക ളുള്ള 26 വയസ്സുകാരിയാ ണവൾ. വളരെ ചെറുപ്രാ യത്തിൽത്തന്നെ റാബിൻ മണ്ഡലുമായുള്ള അവ ളുടെ വിവാഹം നടന്നു. ഇപ്പോൾ അവൾക്ക് 8 വ യസ്സുള്ള ഒരു മകനുണ്ട്.

"വിവാഹം കഴിഞ്ഞ് ഞാൻ ആദ്യമായി ഈ ഗ്രാമത്തിലെത്തിയപ്പോൾ വളരെയേറെ സന്തോഷം നിറഞ്ഞ ഒരിടമാണിതെന്ന് എനിക്കു തോന്നി. തിക ച്ചും സമാധാനം നിലനി ന്നിരുന്ന സ്ഥലം; വഴക്കും വക്കാണവുമില്ല. എല്ലാവരും ഒരു വലിയ കുടുംബത്തിലെ അംഗങ്ങളെ പ്പോലെയാണ് ഒത്തൊരുമയോടെ കഴിഞ്ഞിരുന്നത്. എന്റെ അച്ഛനമ്മമാർ സി പി ഐ (എം)നാണ് വോട്ടു ചെയ്തിരുന്നത്; പക്ഷേ ഞങ്ങളാരും സജീവ രാഷ്ട്രീയപ്രവർത്തനം നടത്തിയിരുന്നില്ല. 2009 മെയ് മാസത്തിലെ ആ ദിവസം എന്റെ അയൽവാസിയായ അഷ്ടകർമ്മി ഓടിവന്ന് എന്നോട് പറഞ്ഞപ്പോഴാണ് എന്റെ ഭർത്താവിനെ തൃണമൂലുകാർ പിടിച്ചുകൊണ്ടു പോയ വിവരം ഞാനറിഞ്ഞത്; അദ്ദേഹം തിരഞ്ഞെടുപ്പിൽ സി പി ഐ (എം) നുവേണ്ടി പ്രവർത്തിച്ചതിനാലാണത്രേ അത്. രണ്ടാമതൊന്നാലോ ചിക്കാതെ ഞാൻ അവിടേക്ക് ഓടിയെത്തി; മറ്റൊരയൽവാസി അതിനകം അദ്ദേഹത്തെ രക്ഷപ്പെടുത്തിക്കഴിഞ്ഞതായി അപ്പോൾ ഞാൻ കണ്ടു. ഞങ്ങൾ വീട്ടിൽ തിരിച്ചെത്തി. പക്ഷേ, അന്നു രാത്രി മറ്റുള്ളവരോടൊപ്പം അദ്ദേഹത്തിനും വീടുവിട്ടുപോകേണ്ടതായിവന്നു. ഞാനാകെ വിഷമത്തി ലായി. എന്റെ ഭർത്താവ് സി പി ഐ(എം) വിട്ടില്ലെങ്കിൽ അദ്ദേഹത്തിന് തല്ലുകിട്ടുമെന്നാണ് തൃണമൂലുകാർ എന്നോട് പറഞ്ഞത്.

"ദുരിതമനുഭവിച്ചാണ് ഞാൻ രാഷ്ട്രീയം പഠിച്ചത്. ഞങ്ങളുടെ രണ്ടു ചെറുപ്പക്കാരുടെ ഭീകരമായ കൊലപാതകത്തിനു ശേഷം എന്റെ ഭർത്താ വിനു മൂന്നുമാസം ജയിലിൽ കിടക്കേണ്ടതായിവന്നു. വീണ്ടും ഞാനാ ലോചിച്ചു. എന്തുകൊണ്ട് ഇതെല്ലാം സംഭവിച്ചു. കൊല്ലപ്പെട്ടവർ ഞങ്ങ ളുടെ ആളുകളായിരുന്നു; എന്നിട്ടും ഞങ്ങൾ തന്നെ ജയിലിൽ കിടക്കേ

ണ്ടതായി വരുന്നു. കൊലപാതകം നടന്നതിന്റെ പിറ്റേന്ന്, ഞാൻ എന്റെ മകനുമൊത്ത് വീട്ടിലിരിക്കുകയായിരുന്നു. ഒരു വലിയ സംഘം തൃണമൂലുകാർ വടിയും ആയുധങ്ങളുമായെത്തി ഞങ്ങളുടെ പ്രദേശത്തെ വീടുകൾ അടിച്ചുപൊളിക്കാനാരംഭിച്ചു. അവർ എന്റെ വീട്ടിലുമെത്തി, ജനാലകൾ തകർത്തു. എന്റെ കുഞ്ഞിനെയുമെടുത്ത് ഞാൻ പുറത്തേക്കോടി. അന്നെനിക്ക് മനസ്സിലായി, നിലനില്‍ക്കണമെങ്കിൽ പൊരുതി നില്‍ക്കാൻ പഠിച്ചേ പറ്റുവെന്ന്.

"എന്റെ കുഞ്ഞിന് ഭയന്ന് പനി പിടിച്ചു. അതുകൊണ്ടു ഞാനവനെ എന്റെ കുടുംബ വീട്ടിലേക്ക് അയച്ചു. ഏറെക്കുറെ മൂന്നുവർഷവും ഞാൻ ഒറ്റയ്ക്ക് കഴിഞ്ഞു. ഭയലേശമില്ലാതെ കഴിയാൻ ഞാൻ പഠിച്ചു. തത്ത്വാ ധിഷ്ഠിതമായും സത്യസന്ധമായും ജീവിക്കേണ്ടതിന്റെ പ്രാധാന്യവും ഞാൻ മനസ്സിലാക്കി. ഞങ്ങളുടെ ഭേരികൾ തിരിച്ചു കിട്ടുന്നതിനായാണ് ഞാൻ പൊരുതുന്നത്. ഞങ്ങൾക്ക് മൂന്നു ബീഘ ഭൂമിയുണ്ട്; പണമൊന്നും തന്നെ അവന്മാർ നല്‍കുന്നുമില്ല. ഇവിടെയുള്ള സ്ത്രീകളെല്ലാം ഒരേകാര്യം, ഒരേ ഭാഷതന്നെയാണ് പറയുന്നത്; ഞങ്ങൾ സമരത്തിന്റെ ഭാഷയാണ് സംസാരിക്കുന്നത്.

"ഇത്രയും കാലംകൊണ്ട് ഞങ്ങളുടെ ആവേശം കെടുത്താമെന്നാണ് അവർ വിചാരിച്ചത്. പക്ഷേ, അതൊരിക്കലും സംഭവിക്കില്ല. ചെങ്കൊടി യാണ് ഞങ്ങൾക്ക് എല്ലാം തന്നത്. ഞങ്ങൾ ഒരിക്കലും അതുപേക്ഷിക്കില്ല."

റുമയുടെ സംസാരം കേട്ട് ടുടുൺ പുഞ്ചിരിക്കുന്നു. അവൾ ഗ്രാമ ത്തിൽ വധുവായി എത്തിയപ്പോൾ അവൻ കൗമാരത്തിലെത്തിയതേ ഉണ്ടായിരുന്നുള്ളൂ. അവൾ അന്ന് എത്രത്തോളം ലജ്ജാലുവായിരുന്നെന്ന് അവൻ ഓർമ്മിക്കുന്നു. അവൻ പറയുന്നു. "അവർ ഇപ്പോൾ ചെങ്കൊടി യുടെ വനിതയായി മാറിയിരിക്കുന്നു— ഹരാവൊയിലെ സ്ത്രീ." ടുടുൺ തന്നെ ധീരനായ ഒരു ചെറുപ്പക്കാരനാണ്. ഡി വൈ എഫ് ഐ സോണൽ കമ്മിറ്റി പ്രസിഡന്റായ അവൻ റബീന്ദ്ര ഭാരതി സർവ്വകലാശാലയിൽ മാസ്റ്റർ ബിരുദത്തിനായി പഠിക്കുകയായിരുന്നു;. എന്നാൽ 2014 മെയ് മാസ ത്തിലെ ആക്രമണത്തെത്തുടർന്ന് തന്റെ ഗ്രാമത്തിലേക്ക് മടങ്ങിവരാൻ അവൻ തീരുമാനിച്ചു. മൂന്നാം തലമുറയിലെ കമ്യൂണിസ്റ്റുകാരനാണവൻ; ദീനബന്ധുവിന്റെ മകൻ, നേതാവായി മണ്ഡലിന്റെ കൊച്ചുമകൻ. അവൻ അഭിമാനപൂർവ്വം പറയുന്നു, "എന്റെ ജീനുകളിൽ തന്നെ ചെങ്കൊടിയു ണ്ട്. കാര്യങ്ങൾ മെച്ചപ്പെടുന്നതുവരെ ഞാനിവിടെത്തന്നെ ഉറച്ചുനി ല്‍ക്കും."

ഇപ്പോൾ കാര്യങ്ങൾ മെച്ചപ്പെട്ടുവരികയാണ്. സ്ത്രീകളുടെ ധീര തയും വിട്ടുവീഴ്ചകൂടാത്ത അവരുടെ ചെറുത്തുനില്‍പ്പും സാഹചര്യം മെച്ചപ്പെടാൻ സഹായിച്ചിട്ടുണ്ട്. പുരുഷന്മാരായ കുടുംബാംഗങ്ങൾ പലരും തിരികെ വന്നുതുടങ്ങി. കഴിഞ്ഞ മാസം, ഭേരികളിൽ നിന്ന് മത്സ്യം പിടി ക്കുന്നതിന്റെ പണം ലഭിക്കുന്നതിന് ഭരണപരമായ ഇടപെടൽ ആവശ്യ

പ്പെട്ടുകൊണ്ട് ബ്ലോക്ക് ആസ്ഥാനത്തേക്ക് ഒരു കൂട്ടനിവേദകസംഘം പോയി. ഈ ആക്രമണങ്ങളുടെ വർഗ്ഗസ്വഭാവം വളരെ വ്യക്തമാണ്. എന്നാൽ ഹരാവോയിലെ സ്ത്രീകളുടെ ധീരത, ഒരു സൂചനയാണെങ്കിൽ ചെറുത്തുനിൽപ് ദിനംപ്രതി ശക്തിപ്പെട്ടുവരികയാണ്.

ബേൽപതി മുണ്ട: "ഈ ഇരുണ്ട നാളുകൾ ഇനിയും മടങ്ങിവരണ മെന്ന് ഞങ്ങൾ ആഗ്രഹിക്കുന്നില്ല." ഇടതുമുന്നണി ഭരണത്തിൻ കീഴിൽ ഭേരിപ്രദേശത്തുണ്ടായ പരിവർത്തനത്തിനും ജനാധിപത്യവല്ക്കരണ ത്തിനും സാക്ഷ്യം വഹിച്ച സി പി ഐ (എം)ന്റെ ആദിവാസിയായ നേതാവ് 37 വയസ്സുള്ള ബേൽപതി മുണ്ടയ്ക്ക് അടുത്തകാലത്ത് സഹ കരണസംഘങ്ങളെ ഇല്ലാതാക്കി ഭേരികൾ പിടിച്ചെടുത്ത സംഭവത്തിൽ കടുത്ത ദുഃഖവും വ്യഥയുമുണ്ട് അവർ പറയുന്നു:

"ഞാൻ വളർന്നതുതന്നെ ഭേരികൾക്കിടയിലാണ്. എന്റെ കുടുംബം 1960 കളിൽ ഭംഗൂറിലെ അവരുടെ ഗ്രാമത്തിൽനിന്നും ബിധാൻ നഗറി ലേക്ക് മാറി വന്നതാണ്. ആ കാലത്ത് ഈ പ്രദേശമാകെ വനവും ജലാ ശയങ്ങളുമായിരുന്നു. ഭൂപ്രഭുക്കൾ ശക്തരായിരുന്നു. അവരിൽ ഒരാൾക്ക് 1,400 ബീഘാ ഭൂമിയുണ്ടായിരുന്നു. ആ ഭൂമിയിൽ ഒരു ഭാഗം കൃഷിക്കായി ഉപയോഗിച്ച ശേഷം അവശേഷിച്ച വലിയൊരു ഭാഗം ഭേരിയാക്കി മാറ്റി യിരുന്നു. ഞങ്ങളുടേതുപോലുള്ള ആദിവാസി കുടുംബങ്ങളെ ഒരിക്കലും ഭേരികൾക്ക് അടുത്തേക്കുപോലും അടുപ്പിച്ചിരുന്നില്ല. "ആദിവാസികൾ കള്ളന്മാരാണ്, അവരെ ഭേരികൾക്കടുത്ത് വരാൻ നാം അനുവദിച്ചാൽ അവറ്റകൾ മത്സ്യം മുഴുവൻ മോഷണം നടത്തും" എന്നായിരുന്നു അവർ പതിവായി പറഞ്ഞിരുന്നത്. ഞങ്ങളുടെ കുട്ടികളെപ്പോലും അവർ അടു പ്പിച്ചിരുന്നില്ല.

"ഭേരികളിലുടനീളം അവർ സായുധരായ ഗാർഡുകളെ നിർത്തിയി രുന്നത് എനിക്ക് ഓർമ്മയുണ്ട്. ഞങ്ങൾ ചുറ്റുപാടുമുള്ള കാടുകളിലായി രുന്നു പാർത്തിരുന്നത്; പക്ഷേ, അവർ ബൈനോക്കുലറിലൂടെ ഞങ്ങളെ നോക്കുമായിരുന്നു. എന്റെ അമ്മ അവരുടെ പാടങ്ങളിൽ പണിക്ക് പോകു മായിരുന്നു; പക്ഷേ അവരുടെ സ്ഥലത്ത് മലമൂത്രവിസർജ്ജനം നടത്താൻ അവർ ഒരിക്കലും ആദിവാസി തൊഴിലാളികളെ സമ്മതിച്ചിരുന്നില്ല. അമ്മ മറ്റു ആദിവാസി സ്ത്രീകൾക്കൊപ്പം ടോപിയയിലേക്ക് പോകാറുണ്ടായി രുന്നുവെന്നും അവിടെ ഹോട്ടലുകളിൽനിന്ന് ഭക്ഷണാവശിഷ്ടങ്ങൾക്കുവേ ണ്ടിയാണ് പോയിരുന്നതെന്നും പറഞ്ഞിരുന്നു. അവിടെനിന്ന് കല്ക്കരി പൊടി ശേഖരിച്ചിരുന്നതായും അമ്മ എന്നോട് പറഞ്ഞിട്ടുണ്ട്. അവർ കുട്ട യിൽ കല്ക്കരിക്കഷണങ്ങൾ ശേഖരിച്ചു കൊണ്ടുവന്ന് ആദിവാസി ഊരു കളിൽ വിറ്റിരുന്നു. ചിലപ്പോഴെല്ലാം ഞാനും എന്റെ സഹോദരിയും അമ്മ യോടൊപ്പം പോയിരുന്നു. ഭേരിയുടെ കരയിലൂടെ പോകുന്ന നേരെയുള്ള വഴിയിൽക്കൂടി പോകാൻ അവർ അനുവദിക്കില്ലെന്നും അമ്മ പറഞ്ഞു. കാവൽക്കാർ ഞങ്ങളോട് ഇങ്ങനെ പറഞ്ഞു. 'നിങ്ങൾക്ക് ഈ വശത്ത്

വരാൻ പറ്റില്ല. കാരണം അകലെനിന്നുതന്നെ ഭൂപ്രഭുക്കൾക്ക് നിങ്ങളുടെ വൃത്തികെട്ട മണം തിരിച്ചറിയാൻ പറ്റും.'

"ഞങ്ങളെ അവർ മൃഗങ്ങളെപോലെയാണ് കരുതിയിരുന്നത്, മനു ഷ്യരായിട്ടല്ല. വർഷങ്ങളോളം ആദിവാസികൾ ഇതെല്ലാം നിശ്ശബ്ദമായി സഹിച്ചു. 1960 കളിൽ എന്റെ അച്ഛൻ ചെങ്കൊടി പ്രസ്ഥാനത്തിൽ ചേർന്നു. ചെങ്കൊടി പാവങ്ങളുടെ കൊടിയാണെന്ന് ആദിവാസികൾ കേട്ടി രുന്നു. അന്ന് ഭരിച്ചിരുന്നത് കോൺഗ്രസ് ഗവൺമെന്റായിരുന്നു. ഭേരിക ളിലെ തൊഴിലാളികളുടെ കൂലിക്കുവേണ്ടിയും കർഷകർക്ക് ഭൂമിക്കുവേ ണ്ടിയും ഒട്ടേറെ സമരങ്ങൾ നടത്തിയിരുന്നു. എന്റെ അച്ഛനും ആ പ്രക്ഷോഭത്തിൽ പങ്കെടുത്തു. അദ്ദേഹത്തെ ജയിലിലടച്ചു.

"പ്രക്ഷോഭം ശക്തമായി. ചോട്ടാ സിങ് ഭേരി എന്ന പേരിൽ വലിയ ഒരു ഭേരി ഉണ്ടായിരുന്നു. അവിടെ 200 ഓളം തൊഴിലാളികൾ പണിയെ ടുത്തിരുന്നു. പക്ഷേ, അവർക്കൊരിക്കലും കൂലി കൊടുത്തിരുന്നില്ല. ഭൂപ്ര ഭുക്കൾ ഭക്ഷണത്തിന്റെ ഉച്ഛിഷ്ടം മാത്രമാണ് നല്കിയിരുന്നത്. ആദിവാ സികൾ സംഘടിക്കാനും ഭൂപ്രഭുക്കൾക്കെതിരെ സമരം ചെയ്യാനും ആരം ഭിച്ചു. കടുത്ത അടിച്ചമർത്തലുകൾ നേരിടേണ്ടതായി വന്നിരുന്നു.

"എന്നാൽ ഇടതുമുന്നണി ഗവൺമെന്റ് അധികാരത്തിലെത്തിയ തോടെ കാര്യങ്ങൾ മെച്ചമായി തുടങ്ങി. ഭൂപ്രഭുക്കൾക്ക് പേടിയായി. തൊഴി ലാളികൾക്ക് കൂടുതൽ ധൈര്യമായി. ഗവൺമെന്റ് ഭൂമി വിതരണം ചെയ്യാൻ തുടങ്ങി. എന്റെ കുടുംബത്തിനും കുറച്ച് ബീഘ ഭൂമി ലഭിച്ചു. ആ പ്രദേശത്തെ മിക്കവാറും എല്ലാ ആദിവാസി കുടുംബങ്ങൾക്കും സ്വന്ത മായി ഭൂമി ലഭിച്ചു.

"സ്കൂളിൽപോയി പഠിക്കണമെന്നതായിരുന്നു എന്റെ സ്വപ്നം. തുട ക്കത്തിൽ, ആ പ്രദേശത്തെ ഗവൺമെന്റ് സ്കൂളിൽ ഞാൻ ചേർന്ന പ്പോൾ, പ്രദേശത്തെ ബംഗാളി രക്ഷാകർത്താക്കളും പെൺകുട്ടികളും എന്നെ കളിയാക്കിയിരുന്നു. കാരണം എനിക്ക് ശരിയായ വസ്ത്രം ഇല്ലാ യിരുന്നു. എന്നെ അവർ വെറുപ്പോടെയാണ് നോക്കിയിരുന്നത്. എന്നാൽ ബംഗാളിയായ എന്റെ അദ്ധ്യാപകനാകട്ടെ വളരെ നല്ലൊരു വ്യക്തിയാ യിരുന്നു. പിന്നീട് ഞാനറിഞ്ഞത് അദ്ദേഹവും ചെങ്കൊടി പ്രസ്ഥാന ത്തിന്റെ ആളാണെന്നാണ്. അദ്ദേഹം എന്നെ സഹായിച്ചു. അതുകൊണ്ട് എനിക്ക് സ്കൂളിൽ തുടരാൻ കഴിഞ്ഞു. വീട്ടിൽ പണമില്ലാതിരുന്നപ്പോൾ ഇടയ്ക്കിടെ എന്റെ വിദ്യാഭ്യാസം മുടങ്ങുകയും വീണ്ടും സ്കൂളിൽ ചേർന്ന് പഠിത്തം തുടരുകയും ചെയ്തു. ഈ പ്രാവശ്യം ഒരുവിധത്തിൽ സെക്കൻഡറി പരീക്ഷ വരെ പൂർത്തിയാക്കാൻ എനിക്കു കഴിഞ്ഞു. ഇന്ന് എന്റെ പ്രദേശത്തെ സ്കൂൾ വിദ്യാഭ്യാസ കമ്മിറ്റിയിലെ ഒരംഗമാണ് ഞാനിന്ന്. നിങ്ങൾക്ക് ഇത് വിശ്വസിക്കാൻ പറ്റുമോ? ഭേരികളിൽ വളർന്നു വന്ന ഒരു പെൺകുട്ടി ആദരണീയമായ ഒരു കമ്മിറ്റിയിലെ അംഗമാവു ക. ചെങ്കൊടിയുമേന്തി എത്രദൂരം നാം യാത്രചെയ്തു.

"1995 മുതൽ ഞാൻ സി പി ഐ (എം)മായി ബന്ധപ്പെട്ട് പ്രവർത്തിച്ചു തുടങ്ങി. എന്റെ പ്രദേശത്തെ സ്ത്രീകളെ ആശുപത്രിയിൽ കൊണ്ടുപോ കുന്നതിനും അവരെ ജോലികൾ ചെയ്യാനും ഞാൻ സഹായിക്കുന്നത് എങ്ങനെയെന്ന് ആ പ്രദേശത്തെ പാർട്ടി നേതാക്കൾ ശ്രദ്ധിച്ചിരുന്നു. പാർട്ടി എനിക്ക് കൂടുതൽ ഉത്തരവാദിത്വങ്ങൾ നല്കിക്കൊണ്ടാണ് തുട ങ്ങിയത്. ഞാൻ തുടർന്ന് സോണൽ കമ്മിറ്റി അംഗമായി. അങ്ങനെ ജീവിതം മുന്നോട്ടുപോയി. കുടുംബത്തിനുള്ളിൽ എനിക്ക് വ്യക്തിപര മായ പല പ്രശ്നങ്ങളും നേരിടേണ്ടതായി വന്നു. ഇന്ന് ഞാൻ എന്റെ മകനുമൊത്ത് ഒറ്റയ്ക്ക് താമസിക്കുകയാണ്; കരാർ പണികൾ ചെയ്ത് ജീവിക്കാൻ വേണ്ട പണം സ്വരൂപിക്കുന്നു. എന്നാൽ ഇതിനെല്ലാം എനിക്കു എന്റെ പാർട്ടിയുടെ സഹായം ലഭിക്കുന്നു.

"2009 ൽ ലോകസഭാ തിരഞ്ഞെടുപ്പിനുശേഷം ഭേരികൾക്കു മേലുള്ള ആക്രമണമാരംഭിച്ചു. പഴയ ഭൂപ്രഭുകുടുംബങ്ങളുടെ ബന്ധുക്കൾ തൃണ മൂൽ കോൺഗ്രസിൽ ചേർന്നു. അവർ ബലം പ്രയോഗിച്ച് ഭേരികൾ തിരി ച്ചുപിടിക്കാൻതുടങ്ങി. ഭേരിയിലെ തൊഴിലാളികൾക്കെതിരെ അവർ ഒരു ആദിവാസി സ്ത്രീയെക്കൊണ്ട് കള്ളക്കേസ് കൊടുപ്പിച്ചു. തൊഴിലാളി കൾ അവൾക്ക് അവളുടെ വിഹിതം കൊടുത്തില്ലെന്നായിരുന്നു ആരോ പണം. അത് പച്ചക്കള്ളമായിരുന്നു. പക്ഷേ, തൃണമൂലുകാർക്ക് അതോ ടൊപ്പം സഹകരണസംഘത്തിലെ തൊഴിലാളികളെ രണ്ടുചേരിയാക്കാൻ കഴിഞ്ഞു. അതേസമയം തന്നെ അവന്മാർ ഞങ്ങളെ ഭീഷണിപ്പെടു ത്താനും തുടങ്ങി.

"എനിക്കു ഭേരിയിൽ വിഹിതം ഉണ്ടായിരുന്നില്ലെങ്കിലും, ഞാൻ അവ രുടെ ആക്രമണങ്ങൾക്കിരയായത് ആളുകൾ ഞാൻ പറയുന്നത് ശ്രദ്ധി ക്കുന്നതായി അവർ മനസ്സിലാക്കിയതുകൊണ്ടാണ്. ഒടുവിൽ ഞങ്ങളെ ടുത്ത ഉറച്ച നിലപാടുകാരണം, അവർക്ക് ഞങ്ങളുമായി ഒത്തുതീർപ്പു ണ്ടാക്കേണ്ടതായി വന്നു; കള്ളക്കേസ് പിൻവലിക്കേണ്ടതായും വന്നു. പക്ഷേ, അതിനുപകരമായി തൊഴിലാളികൾ ടി എം സി നേതാക്കൾക്ക് പണം കൊടുക്കാമെന്ന് സമ്മതിക്കേണ്ടിവന്നു. ഇന്ന് ഇവിടെ കാണുന്ന അഴിമതിയുടെ ഒരു രീതിയാണിത്."

"ചിലപ്പോഴെല്ലാം സാഹചര്യം വല്ലാതെ സംഘർഷം നിറഞ്ഞതാ കും. ഞാനൊരിക്കലും ശാരീരികമായി ആക്രമിക്കപ്പെട്ടിരുന്നില്ലെങ്കിലും എനിക്ക് ഒട്ടേറെ അപവാദപ്രചാരണങ്ങളെയും ഭീഷണികളെയും നേരി ടേണ്ടതായി വന്നു. ചില ടി എം സി കാർ ഞങ്ങളുടെ പ്രദേശത്തെ ഒരു പാർക്ക് കൈയടക്കാൻ ശ്രമിച്ചു; എന്നാൽ ഞാൻ സ്ത്രീകളെ അണിനി രത്തി പ്രതിഷേധിച്ചതോടെ അവർക്ക് പിൻവാങ്ങേണ്ടതായി വന്നു. ഇത്തരം കാര്യങ്ങൾ സ്ഥിരമായി നടന്നിരുന്നു. അതുകൊണ്ട് എപ്പോഴും ഞങ്ങൾക്ക് സമരത്തിന് തയ്യാറായിരിക്കേണ്ടതുണ്ടായിരുന്നു.

"റിയൽ എസ്റ്റേറ്റുകാർ ഭേരികൾ കൈയടക്കുന്നതിൽ നിന്ന് രക്ഷി

ക്കാൻ ഞങ്ങൾക്ക് കഴിഞ്ഞത് സഹകരണസംഘങ്ങളും തൊഴിലാളി യൂണിയനുകളും ഉള്ളതുകൊണ്ടാണ്. ഇന്ന് ഈ സംഘടനകൾ ആക്രമിക്കപ്പെടുകയാണ്. ഇതിനകംതന്നെ അവ ദുർബ്ബലമാക്കപ്പെട്ടുകഴിഞ്ഞു. എന്നാൽ ഞങ്ങൾ പൊരുതി തിരിച്ചുപിടിക്കും. ഞങ്ങളുടെ നേട്ടങ്ങളാകെ നശിപ്പിക്കപ്പെടാൻ ഞങ്ങൾക്ക് അനുവദിക്കാനാവില്ല.

"സമ്പന്നർക്കു മാത്രം അന്തസ്സോടെ കഴിയാൻ പറ്റുന്ന ഇരുണ്ടദിനങ്ങൾ ഇനിയും മടങ്ങിവരാൻ ഞങ്ങൾ ആഗ്രഹിക്കുന്നില്ല. പാവപ്പെട്ടവർ പൊരുതുക തന്നെ ചെയ്യും. ഞങ്ങൾ പൊരുതി എല്ലാം തിരിച്ചുപിടിക്കും. തീർച്ച."

ബർദ്ധാൻ

രാഷ്ട്രീയ ഹിംസയ്ക്കെതിരായ പോരാട്ടം

ഒരു ഗ്രാമം സ്വന്തം മകളെ രക്ഷിക്കുന്നു.

ബർദ്ധാനിലെ സദർ പൊലീസ് സ്റ്റേഷൻ അതിർത്തിയിലാണ് മങ്കിട വില്ലേജ്. ബർദ്ധാൻ പട്ടണത്തിൽ നിന്ന് ഒരു മണിക്കൂർ നേരത്തെ കാർയാ ത്രയാണ് ഈ ഗ്രാമത്തിലേക്ക്. ഗ്രാമത്തിനു ചുറ്റും ഹരിതമനോജ്ഞ മായ പാടങ്ങളുണ്ട്; നല്ല കൊയ്ത്ത് ഉണ്ടാവുമെന്നുറപ്പാണ്. ബർദ്ധാൻ ജില്ലയിലെ മറ്റുപ്രദേശങ്ങളിലെന്നപോലെ ഇവിടെയും ഇടതുപക്ഷ സർക്കാറിന്റെ ഭൂവിതരണപരിപാടി നടന്നിരുന്നു; ഇതുവഴി ഗ്രാമത്തിലെ ദരിദ്ര ജനങ്ങൾക്ക് ഭൂമിയും വരുമാനവും സാമൂഹിക പദവിയും നേടി യെടുക്കാൻ കഴിഞ്ഞു. 1970 കളുടെ തുടക്കത്തിൽ, ഈ പ്രദേശത്ത്, ഏതാണ്ട് 500 ബീഘയ്ക്കടുത്തു വരുന്ന ബിനാമി ഭൂമി (ഒരു ബീഘ ഏ കദേശം ഒരു ഏക്കറിന്റെ മൂന്നിൽ ഒരു ഭാഗമാണ്) മൂന്ന് വൻകിട ഭൂപ്രഭു ക്കൾ നിയമരഹിതമായി കൈവശപ്പെടുത്തി വച്ചിരിക്കുകയായിരുന്നു. ഇട തുപക്ഷസർക്കാറിന്റെ പ്രാരംഭവർഷങ്ങളിൽ ഭൂരഹിതകർഷകർ നടത്തിയ സമരങ്ങളിലൂടെ ഈ ഭൂമി കൃഷിക്കാർക്കു ലഭിച്ചു. പിന്നീടുള്ള ചില വർഷ ങ്ങൾകൊണ്ട് പട്ടിക ജാതി വിഭാഗങ്ങളിൽപ്പെടുന്ന ഭൂരഹിത കുടുംബ ങ്ങൾക്ക് ഭൂമിക്കുള്ള പട്ടയം ലഭിച്ചു.

മൂന്ന് അയൽക്കൂട്ടങ്ങളാണ് ഈ ഗ്രാമത്തിലുള്ളത്. അവയിലൊന്ന് മിശ്രജനങ്ങളുടേതാണ്, രണ്ടാമത്തേത് പ്രധാനമായും പട്ടികജാതിക്കാ രുടേത്, മൂന്നാമത്തേത് ഉന്നത ജാതിക്കാരുടേത്. വരുമാനത്തിന്റെയും ആസ്തിയുടെയും കാര്യത്തിൽ വിഭിന്ന സാമൂഹികവിഭാഗങ്ങൾ തമ്മിൽ കാര്യമായ അന്തരമില്ല. ഇടതുപക്ഷഗവൺമെന്റിന്റെ കാലത്ത് ജാതിക്ക തീതമായി ഗ്രാമം ഐക്യപ്പെട്ടിരുന്നു. തൃണമൂൽ ഭരണത്തിന്റെ ആവിർഭാ വത്തിനുശേഷം ദരിദ്രജനങ്ങളുടെ ഐക്യം തകർക്കുന്നതരത്തിൽ സാമൂ

ഹിക വിഭജനങ്ങൾ പ്രോത്സാഹിപ്പിക്കപ്പെട്ടു. അവയ്ക്കെല്ലാം രാഷ്ട്രീയ നിറം നല്കപ്പെട്ടു. പട്ടികജാതിക്കാർ ഇടതുപക്ഷത്തിന്റെ ശക്തിയായി രുന്നു; അതിനെതിരെ തൃണമൂലുകാർ ജാതിപരമായി സംഘടിച്ച് പട്ടിക ജാതിക്കാരെ ഒറ്റപ്പെടുത്താൻ ശ്രമിച്ചു. ഗ്രാമത്തിലേക്കു കടക്കുമ്പോൾ, വലിയൊരു കുടിൽ കാണാം; അതിന്മേൽ തൃണമൂലിന്റെ പച്ചയും വെള്ളയും ചേർന്ന കൊടിപാറുന്നുണ്ട്. ഇവിടെയാണ് തൃണമൂലുകാർ ഇടയ്ക്കിടെ 'യോഗം' ചേർന്നുകൊണ്ടിരുന്നത്. ഈ 'യോഗം' എന്നത് യുവാക്കൾക്ക് ചാരായം കുടിക്കാനുള്ള കൂടിച്ചേരലാണെന്ന് ഗ്രാമവാസി കൾ പറയുന്നു. 2014 മെയ് 16 ന് ഈ കൂടിച്ചേരലിന്റെ സ്വാധീനം വ്യക്ത മായി; ലോകസഭാ തിരഞ്ഞെടുപ്പുഫലം വന്ന ദിവസമായിരുന്നു അത്.

അതിനു മുമ്പ്, തിരഞ്ഞെടുപ്പുകാലത്ത് മങ്കിടയിലെ ഇടതുപക്ഷപ്ര വർത്തകരെ തൃണമൂലുകാർ ആക്രമിക്കുകയും ഭീഷണിപ്പെടുത്തുകയും ചെയ്തിരുന്നു. സി പി ഐ (എം)ന്റെ ഒരു ബ്രാഞ്ച് സെക്രട്ടറിയും ഒരു ലോക്കൽ കമ്മിറ്റിയംഗവും സ്ഥലം വിട്ടുപോവേണ്ടിവന്നിരുന്നു. പല ലോക്കൽ നേതാക്കളും സ്ഥലം വിട്ടുപോയിട്ടും അനുഭാവികളായ സഖാ ക്കൾ അവിടെ പിടിച്ചുനിന്നു. തെരഞ്ഞെടുപ്പു ദിവസം ഇടതുമുന്നണി പ്രവർത്തകർക്കെതിരെ വലിയ ഭീഷണിയായിരുന്നു, എന്നിട്ടും അവരിൽ ഏറെയാളുകൾ ഗ്രാമത്തിലെ മൂന്ന് ബൂത്തുകളിൽ വോട്ടു ചെയ്തു. അത് തിരഞ്ഞെടുപ്പുഫലത്തിൽ പ്രതിഫലിച്ചിരുന്നു. ജയിച്ച തൃണമൂലും പരാ ജയമടഞ്ഞ ഇടതുമുന്നണിയും തമ്മിലുള്ള വോട്ടു വ്യത്യാസം വളരെ നേരിയതായിരുന്നു. ആ പ്രദേശത്തെ തൃണമൂൽ നേതൃത്വത്തെ പ്രകോ പിപ്പിക്കാൻ അത് മതിയായിരുന്നു.

മെയ് 17 ന്, ഏതാണ്ട് ഉച്ചയോടടുത്ത്, തൃണമൂലിന്റെ വിജയാഘോ ഷജാഥ മങ്കിടയിലെ പട്ടികജാതി പ്രദേശത്ത് എത്തി. അവരെ അനുസ രിക്കാതെ സി പി ഐ (എം)ന്റെ പോളിങ് ഏജന്റായി പ്രവർത്തിച്ച ഒരാ ളുടെ വീട് ആ ജാഥയിൽ വന്നവർ ആക്രമിച്ചു. ആ സമയത്ത് വീട്ടിലു ണ്ടായിരുന്നത് ആ സഖാവിന്റെ കൗമാര പ്രായക്കാരിയായ മകൾ മാത്ര മായിരുന്നു; ആ കുഞ്ഞിനെ അക്രമികൾ പുറത്തേക്കു വലിച്ചിഴച്ചു. കൂക്കു വിളികളും പരിഹസിക്കലുമുണ്ടായി. മദ്യപരായ ജാഥാംഗങ്ങൾ ആ പെൺകുട്ടിയുടെ അച്ഛനെതിരെ മുദ്രാവാക്യങ്ങൾ മുഴക്കി, അവളെ മാര കമായി മർദ്ദിച്ചു. അടുത്ത പാടങ്ങളിൽ പണിയെടുത്തുകൊണ്ടിരുന്ന സ്ത്രീകൾ ഈ വിവരമറിഞ്ഞു ഓടിയെത്തി. വീടുകളിൽ തന്നെയുണ്ടാ യിരുന്നവർ തൃണമൂൽ കൂളിപ്പടയെ നേരിടുന്നതിന് കൈയിൽ കിട്ടിയ വസ്തുക്കളുമായി വന്നുചേർന്നു. ചൂലും, വടിയും, അരിവാളും, കറിക്ക ത്തിയുമൊക്കെയാണവരുടെ കൈയിലുണ്ടായിരുന്നത്. മങ്കിടയിലെ സ്ത്രീകൾ അവരുടെ ഗ്രാമപുത്രിയെ കൊണ്ടുപോകാനനുവദിക്കാതെ തൃണമൂൽ ഘോഷയാത്ര തടഞ്ഞു. ഭീരുക്കളായ തൃണമൂലുകൾ ഓടി പ്പോയി; സ്ത്രീകൾ വിജയിച്ചു. പേടിച്ചവശയായ പെൺകുട്ടിയെ ആശു പത്രിയിൽ കാണിച്ചതിനു ശേഷം ഒരു ബന്ധുവിന്റെ വീട്ടിലേക്കു കൊണ്ടു പോയി.

അതിനിടയിൽ തൃണമൂലുകാർ വീണ്ടും സംഘടിച്ച്, അടുത്ത ഗ്രാമ ത്തിൽ ചെന്ന് മങ്കിടയിൽ ഒരു തൃണമൂൽ പ്രവർത്തകൻ കൊല്ലപ്പെട്ട തായി പ്രചരിപ്പിച്ചു. അങ്ങനെയൊരു സംഭവം നടന്നിരുന്നില്ല. മങ്കിടഗ്രാമ ത്തിനെതിരായി പുതിയൊരാക്രമണത്തിന് ഈ പ്രചാരണം മതിയായി രുന്നു. വൈകുന്നേരം 7 മണിയോടെ ഒരു കൂട്ടം തൃണമൂലുകാർ മദ്യപി ച്ച്, ഇരുമ്പുദണ്ഡും, സൈക്കിൾ ചെയിനും, വലിയ ദണ്ഡയും മണ്ണെണ്ണ കാനുകളുമായി മങ്കിടയിലെത്തി. മെയിൻ റോഡിനടുത്തുള്ള വീട് മോണിക്കാ മാജിയുടേതായിരുന്നു. മോണിക്ക തൃണമൂലുകാരുടെ നോട്ട പ്പുള്ളിയായിരുന്നു. 2013 ലെ പഞ്ചായത്ത് തിരഞ്ഞെടുപ്പിൽ ഇടതുപക്ഷ മുന്നണി സ്ഥാനാർത്ഥിയായിരുന്നു അവർ. തൃണമൂൽ ഭീഷണിയെ തൃണ വൽഗണിച്ച്, അവർ നാമനിർദ്ദേശപത്രിക സമർപ്പിച്ചിരുന്നു. തിരഞ്ഞെടു പ്പിൽ തോറ്റെങ്കിലും പാർട്ടി പ്രവർത്തനത്തിൽ അവർ സജീവമായിരുന്നു.

കിളരം കൂടിയ ഒരാളാണ് മോണിക്ക. അവരുടെ മിഴികൾക്ക് നല്ല തിളക്കമാണ്. ആരെയും ആകർഷിക്കുന്ന സാന്നിദ്ധ്യമാണവരുടേത്. അന്ന് സായാഹ്നത്തിലെ സംഭവങ്ങൾ അവർ ഓർമ്മിക്കുന്നു.

"ഞങ്ങളുടെ ഗ്രാമപുത്രിയെ സംരക്ഷിക്കുന്നവരോടൊപ്പമായിരുന്നു ഞാൻ. ഗുണ്ടകളെ ഒരു പാഠം പഠിപ്പിക്കാൻ കഴിഞ്ഞുവെന്നതിൽ എനിക്ക് സന്തോഷമായിരുന്നു. അന്നു വൈകുന്നേരം 60 കാരനായ ശ്വശുരനും രണ്ടു പുത്രന്മാർക്കുമൊപ്പം ഞാൻ വീട്ടിലായിരുന്നു. മദ്യപന്മാർ അവിടെ വന്ന് ഞങ്ങളെ ചീത്ത വിളിക്കാൻ തുടങ്ങി. അവർ വീടിനുള്ളിൽ കടന്ന് ഭർത്തൃപിതാവിനെ ഭയങ്കരമായി മർദ്ദിച്ചു പരിക്കേല്പിച്ചു. അദ്ദേഹത്തെ രക്ഷിക്കാനായി ഞാൻ പാഞ്ഞടുത്തപ്പോൾ അവർ എന്നെയും മർദ്ദിച്ചു. എന്റെ കുഞ്ഞുങ്ങളെ രക്ഷിക്കാനും ശ്രമിക്കുന്നുണ്ടായിരുന്നു, ഞാൻ. അവരെ വീട്ടിൽനിന്നു സമയത്തുതന്നെ പുറത്താക്കാനെനിക്കു കഴിഞ്ഞു; അവർ അതിനകം മണ്ണെണ്ണയൊഴിച്ച് എന്റെ വീടിന് തീകൊടുത്തിരുന്നു. പ്രദേശം മുഴുവൻ ഇതായിരുന്നു സ്ഥിതി. അവരുടെ ഇച്ഛയ്ക്ക് വഴങ്ങാ ത്തതിനുള്ള അവരുടെ പ്രതികാരമായിരുന്നു ഇത്."

കണ്ണടവച്ച, ആകാരസൗഷ്ഠവമുള്ള മുതിർന്ന സ്ത്രീയാണ് ഛബീ റാണി മണ്ഡൽ. അവർ വെള്ളവസ്ത്രമാണ് ധരിക്കുന്നത്. തന്റെ ഇടത് കണ്ണ് ചൂണ്ടിക്കൊണ്ട് അവർ പറയുകയാണ്: "ഈ കണ്ണിന്റെ കാഴ്ച ന ഷ്ടമായിരിക്കുന്നു;" അവർ വിശദീകരിക്കുന്നു: "അവർ വീട്ടിലേക്ക് സംഘ മായി വന്ന് വിളക്കുകൾ കെടുത്തി; പിന്നെ ഞങ്ങളെ ഭീകരമായി ആക്ര മിച്ചു. അവർ എന്റെ മുഖത്തിടിച്ചു, എന്റെ കണ്ണടഗ്ലാസ് പൊട്ടിച്ചു. ഒരു കഷണം സ്ഫടികച്ചില്ല് എന്റെ കണ്ണിൽ തറച്ചു. ആശുപത്രിയിൽ പോകാൻ വഴിയില്ലായിരുന്നു. ജീവൻ കിട്ടിയത് ഭാഗ്യം. എന്റെ കണ്ണു പോയി."

മങ്കിടയിലെ 60 വീടുകൾ അഗ്നിക്കിരയാക്കുകയയോ കൊള്ളയടിക്കു കയോ ചെയ്തു. പല വീടുകളിലായി സൂക്ഷിച്ചിരുന്ന ഏതാണ്ട് 60 ക്വിന്റൽ നെല്ല് കേവലം ഭസ്മമായിത്തീർന്നു. കോഴിയും താറാവുമെല്ലാം കത്തി

ചാമ്പലായി. തികഞ്ഞ നശീകരണമായിരുന്നു അത്. പ്രദേശം മുഴുവൻ വീടുകളിൽ നിന്ന് പുറത്തിറങ്ങി, രാത്രി മുഴുവൻ പാടത്ത് കഴിയേണ്ടിവന്നു. കനത്ത തീപിടിത്തമായിരുന്നു. രണ്ടുനാൾ കഴിഞ്ഞിട്ടും പുകപടലങ്ങൾ കാണാമായിരുന്നു. സഹായത്തിനുവേണ്ടി ഫോണിൽ പൊലീസിനെ ബന്ധപ്പെട്ടെങ്കിലും അവർ വന്നില്ല. അവിശ്വസനീയമെന്നു പറയട്ടെ, ആക്രമണങ്ങൾക്കിരയായ കുടുംബങ്ങൾക്കെതിരെ ഏഴു കേസുകൾ ചാർജ്ജുചെയ്തിരിക്കുകയാണ്; കൊള്ളിവയ്പുകാർക്കെതിരായി യാതൊരു നടപടിയുമുണ്ടായില്ല.

മൂന്നു മാസം കഴിഞ്ഞപ്പോൾ സി പി ഐ (എം) രൂപീകരിച്ച സഹായനിധി കാരണം വീടുകൾ പുനർനിർമ്മിച്ചു. വസ്ത്രവും വീട്ടുപകരണങ്ങളും കിട്ടി. കുടുംബങ്ങൾ വീട്ടിലേക്കു മടങ്ങി. പുനർനിർമ്മിച്ച പല വീടുകൾക്കും മേൽ ചെങ്കൊടി പാറുന്നുണ്ട്. കൗമാരപ്രായക്കാരിയുടെ അമ്മ സുമിത്ര പറയുന്നു: "ഗ്രാമത്തിന് ഈ ദുരിതമുണ്ടായത് അവർ എന്റെ മകളെ സഹായിച്ചതുകൊണ്ടാണ്." മറ്റു സ്ത്രീകൾ അവരെ തിരുത്തി: "എന്താ അവൾ നിന്റെമാത്രം മകളോ? അവൾ നമ്മുടെ മകളാണ്. നമ്മളൊക്കെ ചെങ്കൊടിക്കുടുംബത്തിൽ ഉള്ളവരാണ് അല്ലേ?"

അയൽപ്രദേശമായ ഹത്ഗോബിന്ദപൂറിലും ഒരു സംഘർഷമുണ്ടായി. തൃണമൂൽകാർ ഒരു പാട്ടഭൂമി പിടിച്ചെടുക്കാൻ ശ്രമിച്ചപ്പോഴായിരുന്നു അത്. അവിടെയും പൊലീസ് തികച്ചും പക്ഷപാതപരമായ പങ്കാണ് വഹിച്ചത്. അറുപത് സി പി ഐ (എം) പ്രവർത്തകരെയും നേതാക്കളെയും അവർ കള്ളക്കേസിൽപ്പെടുത്തി; അവരെ അറസ്റ്റ് ചെയ്തു, മൂന്ന് മാസം ജയിലിലടച്ചു. ഇതോടെ തൃണമൂൽ ഗുണ്ടകൾക്ക് ആ ഭൂമിയിൽ കൊയ്ത്ത് നടത്താൻ കഴിഞ്ഞു. ഇതിന് മങ്കിടയിലും പ്രതികരണങ്ങളുണ്ടായി. പക്ഷേ, പലതരം ഭീഷണികളുണ്ടായെങ്കിലും യഥാർത്ഥ അവകാശികളാണ് ഭൂമിയിൽ വിത നടത്തിയത്. മങ്കിടയിലെ ധീരരായ ആ മനുഷ്യർ നല്ല വിളവെടുപ്പിനുവേണ്ടി പ്രത്യാശയോടെ കാത്തിരിക്കുകയാണ്.

പാർട്ടി ഓഫീസിന് തീകൊടുത്ത ഗുണ്ടകൾ അത് പുനർനിർമ്മിക്കുന്നു

ബർദ്ദാനിലെ സദർ സബ് ഡിവിഷനിൽപെട്ട ഓസ്ഗ്രാമിലെ ബ്ലോക്ക് ഒന്നിൽ അനേകം ഗോത്രവർഗ്ഗഗ്രാമങ്ങളുണ്ട്. അവിടത്തെ ജനസംഖ്യയിൽ മൂന്നിലൊന്ന് പട്ടികജാതിക്കാരാണ്. മുസ്ലീം സമുദായത്തിന് ഗണ്യമായ സാന്നിദ്ധ്യമുണ്ട്. 1944 ൽ മാരകമായ ഒരു വെള്ളപ്പൊക്കത്തിൽ പുഴക്കരകളെല്ലാം തകർന്നടിഞ്ഞു പോയ ഒരു പ്രദേശമാണിത്. അന്നും ജനങ്ങളെ സഹായിക്കാൻ ഗവൺമെന്റ് മുന്നിട്ടിറങ്ങിയില്ല. തകർന്നടിഞ്ഞ കരകൾ റിപ്പയർ ചെയ്യാനും പുനഃസ്ഥാപിക്കാനും അതുവഴി വെള്ളപ്പൊക്കത്തിൽനിന്ന് പ്രദേശത്തെ രക്ഷപ്പെടുത്താനും കമ്യൂണിസ്റ്റ് പാർട്ടിയാണ് ജനങ്ങളെ സഹായിച്ചത്. ഓസ്ഗ്രാം ബ്ലോക്ക് ഒന്നിലെ പ്രധാനപ്പെട്ട

പട്ടണം ഗുഡ്കാരയാണ്. അതിന് തെരഞ്ഞെടുത്ത ഒരു മുനിസിപ്പൽ ഭരണമുണ്ട്. ചെങ്കൊടിക്കവിടെ പൊതുജനസേവനത്തിന്റെ ചരിത്രമുണ്ട്; പ്രദേശത്ത് വലിയ സാന്നിദ്ധ്യമുണ്ട്.

അതുകൊണ്ടാണ് ഈ ബ്ലോക്ക് ആക്രമണത്തിന് പ്രത്യേകമായി ശരവ്യമാകുന്നത്. ഗോത്രവർഗ്ഗ-പട്ടികജാതി ഗ്രാമങ്ങളെ തൃണമൂലിന്റെ കുപ്രസിദ്ധരായ 'ബൈക്കുയാത്രികർ' തുടർച്ചയായ ആക്രമണങ്ങൾക്ക് വിധേയമാക്കി. തൃണമൂലിന്റെ സായുധരായ ചെറുപ്പക്കാരാണവർ; മുഖ ത്തൊരു സ്കാർഫ് കെട്ടി അവർ വലിയ സ്പീഡിൽ മോട്ടോർസൈക്കി ളോടിച്ച് ഗ്രാമങ്ങളിൽ ചെല്ലുന്നു. അവിടെ അവർ ഇടതുപക്ഷാനുഭാവിക ളുടെ വീടുകൾ കൊള്ളയടിച്ചു രക്ഷപ്പെടുന്നു ഈ പ്രദേശത്തെ സാധാ രണ പതിവാണിത്. ഈ ഗുണ്ടാസംഘങ്ങൾക്ക് പൊലീസിന്റെ— തുറന്ന സഹായമുണ്ട്. ഓസ്ഗ്രാം ബ്ലോക്ക് ഒന്നിലെ കൊറോത്തിയ, സോക്കദാം ഗ, ജോദുഗോറിയ, ബോണോനോഗ്രാം എന്നീ ഗ്രാമങ്ങളിലെയും ബ്ലോക്ക് രണ്ടിലെ സാഹിബ ദാംഗ, പ്രോംഗഞ്ച്, പ്രതാപ് പൂർ എന്നീ ഗ്രാമങ്ങളി ലെയും താമസക്കാർ കഴിഞ്ഞ കുറച്ചുവർഷങ്ങളിലെ അവരുടെ അനു ഭവം വിവരിക്കുന്നുണ്ട്.

ഏകദേശം നാല്പതു വയസ്സുള്ള അമിതാബ് ബാഗ്ചി ഒരു കർഷ കതൊഴിലാളി കുടുംബത്തിൽപ്പെടുന്നു. അവരുടെ ഗ്രാമം വനാന്തർഭാഗ ത്താണ്. ചെറു പെൺകുട്ടിയായിരുന്നപ്പോൾ മുതൽ അവർ ചെങ്കൊടി യോടൊപ്പമായിരുന്നു. അവളുടെ കുടുംബം വളരെ ദരിദ്രമായിരുന്നു. കോൺഗ്രസ് ഭരണകാലത്ത് അവരെല്ലാം ഫലത്തിൽ അടിമപ്പണിക്കാ രായിരുന്നു. "എന്റെ രക്ഷിതാക്കളെ മുതലാളിമാർ വലിച്ചിഴച്ചു കൊണ്ടു പോവുന്നതു ഞാൻ കാണാറുണ്ട്," അവർ അനുസ്മരിക്കുന്നു, "രോഗ മായിരുന്നാൽ പോലും, തൊഴിലെടുക്കാൻ കഴിയാത്തപ്പോൾ പോലും ചെങ്കൊടിക്കാരാണ് അവരെ രക്ഷപ്പെടുത്തിക്കൊണ്ടിരുന്നത്. പാവപ്പെട്ട വരെ സ്നേഹിക്കുന്നവരാണവരെന്ന്, അവരെ വിശ്വസിക്കാമെന്ന് ഞാൻ ഉറച്ചുവിശ്വസിച്ചു. എന്നെ വിവാഹം ചെയ്തയച്ച കുടുംബത്തിലുള്ളവ രും, സി പി ഐ (എം) അനുഭാവികളാണ്. ഞങ്ങൾ യോഗങ്ങൾക്കു പോവാറുണ്ട്."

അമിത തുടരുന്നു: 2013ൽ പഞ്ചായത്ത് തിരഞ്ഞെടുപ്പിൽ സ്ഥാനാർത്ഥിയാവാൻ പാർട്ടിയെന്നോടാവശ്യപ്പെട്ടു. തൃണമൂലുകാർ വന്ന്, അവരുടെ സ്ഥാനാർത്ഥിയായി ഒപ്പിടാൻ എന്നോടാവശ്യപ്പെട്ടു. അവർ എന്നെ പേടിപ്പിക്കാൻ നോക്കി, ആകാശത്തേക്കു വെടിവച്ചു. അഞ്ചുത വണ വെടിവച്ചു. എനിക്ക് രണ്ട് പെൺമക്കളുണ്ട്. അവർ എന്നെയും മക്ക ളെയും ഭർത്താവിനെയും പുറത്ത് കാത്തിരിക്കുന്ന ഒരു വണ്ടിയിലേക്ക് വലിച്ചിഴച്ചു. ഞാൻ ചെറുത്തുനിന്നു, അയല്ക്കാരെ വിളിച്ചു. മിനിട്ടു കൾകൊണ്ട് അനേകം സ്ത്രീകൾ എന്നെ രക്ഷിക്കാനായി വന്നു ചേർന്നു. അവരുടെ സഹായത്തോടെ, തൃണമൂലുകാർക്കു മുമ്പിൽ എനിക്കു തലകുനിക്കേണ്ടി വന്നില്ല. ആ തിരഞ്ഞെടുപ്പിൽ ഞാൻ മത്സ

രിച്ചു ജയിച്ചു. തൃണമൂലുകാർ ഞങ്ങളുടെ ഗ്രാമത്തോട് ക്ഷമിച്ചില്ല. 2014 ൽ ലോകസഭാ തിരഞ്ഞെടുപ്പുകാലത്ത് ആ ഗുണ്ടകൾ വീണ്ടും ഞങ്ങളുടെ ഗ്രാമത്തിൽ വന്നു, വീടുവീടാന്തരം കയറി അവരുടെ പച്ചയും വെള്ളയും കൊടിനാട്ടി.

"പഞ്ചായത്താപ്പീസിലെ പ്ലാസ്റ്റിക് കസാലകൾ ചുവപ്പായിരുന്നു. ഗുണ്ടകൾ അവ എടുത്തെറിഞ്ഞു. പകരം പച്ചയും നീലയും കസാല കൾ കൊണ്ടുവന്നു. ഞാൻ ചോദിച്ചു. നിങ്ങളുടെ ഞരമ്പിലുള്ള ചോര ചുവപ്പല്ലേ? അതിന്റെ നിറം മാറ്റാനാകുമോ നിങ്ങൾക്ക്? കസാലയുടെ നിറം മാറ്റിയിട്ടു എന്താണ് നിങ്ങൾ കാണിക്കാൻ പോകുന്നത്? ലോക സഭാ തിരഞ്ഞെടുപ്പു ദിവസം അവർ ഞങ്ങളെ ഭീഷണിപ്പെടുത്തി; ഞങ്ങൾ വകവച്ചില്ല, എല്ലാവരും വോട്ടു ചെയ്തു. മൂന്ന് ബൂത്തിലും ഞങ്ങ ളാണ് ജയിച്ചത്. ഇത് അവരെ രോഷാകുലരാക്കി; അവർ ഞങ്ങളുടെ പ്രദേശത്ത് അക്രമമഴിച്ചുവിട്ടു. പരമ്പരാഗതമായ ആയുധങ്ങളുമായി ഞങ്ങൾ ചെറുത്തുനിന്നു. ഇപ്പോൾ പൊലീസ് ഞങ്ങളെ കള്ളക്കേസിൽ കുടുക്കി; സ്ത്രീകളടക്കം 42 പേരുടെ പേരിലാണ് കേസുള്ളത്. ഞങ്ങൾ പൊലീസിനോട് പറഞ്ഞു: 'ഞങ്ങൾക്കു നേരെ ആക്രമണമുണ്ടായി. അപ്പോൾ നിങ്ങൾ രക്ഷിച്ചില്ല. പകരം നിങ്ങൾ ക്രിമിനലുകളെയാണ് രക്ഷി ച്ചത്.' യഥാർത്ഥത്തിൽ തൃണമൂലുകാരെ നിലയ്ക്കു നിർത്താനാവും. പൊലീസിന്റെ പിന്തുണയുള്ളതുകൊണ്ടുമാത്രമാണ് അവരിതൊക്കെ ചെയ്യുന്നത്."

2014 ലെ ലോകസഭാ തിരഞ്ഞെടുപ്പിന് പാർട്ടി സ്ഥാനാർത്ഥിക്കു വേണ്ടി ചുവരെഴുത്തു നടത്തുകയായിരുന്നു. റുക്സാനഷെയ്ക്ക് അപ്പോ ഴാണവരെ തൃണമൂലുകാർ ആക്രമിച്ചത്. അവർ പറയുന്നു:

"അവരെന്നെ അടിച്ചു, ഞാനെഴുതിയ ചുമരെഴുത്തുമായ്ച്ചുകളഞ്ഞു. എന്നെ അവർ ആക്രമിച്ചത് ഇതാദ്യമായല്ല. 2013 ൽ പഞ്ചായത്ത് തിര ഞ്ഞെടുപ്പിലൊരു സ്ഥാനാർത്ഥിയായിരുന്നു ഞാൻ. നോമിനേഷൻ കൊടു ക്കരുതെന്ന് പറഞ്ഞു, അവർ. ഞാൻ പോയ ബസ് അവർ തടഞ്ഞു; പക്ഷേ, ഞാൻ രക്ഷപ്പെട്ടു. പിന്നീട്, നാല്പതോളം ഗുണ്ടകളുടെ ഒരു സംഘം വീട്ടിൽ വന്ന് പേടിപ്പിച്ചു. എനിക്ക് അച്ഛനില്ലാത്തതിനാൽ എന്നെ തളർത്താൻ കഴിയുമെന്നാണവർ വിചാരിച്ചത്. അവർ എന്നോടു വീടു വിട്ടുപോവാൻ പറഞ്ഞു. ഞാൻ സ്വയം പറഞ്ഞു: 'ഞാൻ വീടുവിട്ടുപോ വാം, പക്ഷേ, എന്റെ രാഷ്ട്രീയം ഉപേക്ഷിക്കില്ല.' അത് എന്റെ തീരുമാന മായിരുന്നു. കുറെക്കഴിഞ്ഞ് ഞാൻ വീട്ടിലേക്കു തിരിച്ചുചെന്നു. എനിക്ക് സങ്കടമില്ല. ഇന്ന് ഈ ഭീകരതയ്ക്കെതിരെ രംഗത്തുവരാൻ ജനങ്ങൾക്കു പേടിയുണ്ടാവാം. പക്ഷേ, ക്രമത്തിലവർ ഭയമുക്തരാവുന്നുണ്ട്, പരസ്യ മായി രംഗത്തുവരുന്നുണ്ട്. അവർ പറയുന്നത്, ഇടതുമുന്നണി ഭരണകാ ലത്ത് ചുരുങ്ങിയത് സമാധാനത്തിൽ ജീവിക്കാമായിരുന്നു എന്നാണ്."

ബനേശ്വരി ഹാൻസ്ദ, ലബീസോറൺ, ഭൂലി ഹെംബ്രോം എന്നീ സ്ത്രീകൾ ആദിവാസി കർഷകത്തൊഴിലാളികളാണ്. ചെറിയ ചെറിയ

വനോല്പന്നങ്ങൾ വില്ക്കുന്നതു വഴി അവർ ഉപജീവനം നേടുന്നു. മുൻകാലങ്ങളിൽ അവർക്ക് സ്വച്ഛന്ദമായി കാട്ടിൽ പോകാമായിരുന്നു. പക്ഷേ, ഇന്നവർക്ക് 'ബൈക്ക് യാത്രികരെ' പേടിയാണ്. ജോദുഗോറിയ ഗ്രാമത്തിലെ വനത്തിൽ പനയോലകൾ ശേഖരിക്കാൻ പോയ ഒരു സംഘം സ്ത്രീകളുടെ അനുഭവം അവർ പറയുന്നു. അവരിലൊരാളെ തൃണമൂലുകാർ തട്ടിക്കൊണ്ടുപോയി, നാലുപേർ അവരെ കൂട്ടബലാ ത്സംഗം ചെയ്തു. ഒരാളെ മാത്രമേ ഇതുവരെ അറസ്റ്റ് ചെയ്തിട്ടുള്ളൂ."

അവരുടെ ഉപജീവനമാർഗ്ഗം നഷ്ടമായി. എങ്കിലും അവർ പിടിച്ചു നിന്നു. അതെങ്ങനെയെന്ന് ആദിവാസി സ്ത്രീകൾ വിവരിക്കുന്നു:

"ഞങ്ങൾ ചോദനാ ജൂറി വൃക്ഷത്തൈകൾ നട്ടു; അത് അറുത്തുവി റ്റാൽ നല്ല വരുമാനം കിട്ടുമായിരുന്നു. ഞങ്ങൾക്കതിന് അനുവാദമുണ്ടാ യിരുന്നു, ഇടതുമുന്നണി സർക്കാറാണ് അനുമതി നല്കിയത്. ഇപ്പോൾ ഗുണ്ടകൾ കൂട്ടമായി വന്ന് ഞങ്ങളുടെ മരങ്ങൾ മുറിച്ചു കളയുന്നു; ഞങ്ങ ളുടെ വരുമാനം നഷ്ടമാവുന്നു. അവരെല്ലാം പുറത്തുള്ളവരാണ്. ചില പ്പോഴവർ വരുന്നത് ട്രാക്ടറുമായിട്ടാണ്, ഫോറസ്റ്റ് ഗാർഡുമാരും അവരെ സഹായിക്കുന്നു, അവരിൽ നിന്ന് കമീഷൻ പറ്റുന്നു. പക്ഷേ, ഞങ്ങ ളുടെ അവകാശത്തിനുവേണ്ടി എങ്ങനെ പോരാടണമെന്ന് ഞങ്ങൾക്കറി യാം. ഞങ്ങൾ ഗ്രാമീണ തൊഴിലുറപ്പ് പദ്ധതിയിൽ പണിയെടുത്തിട്ടു ണ്ട്, പക്ഷേ, കൂലിയൊന്നും കിട്ടിയിരുന്നില്ല. വർഷത്തിലാകെ 50 ദിവസ മാണ് ഞങ്ങൾക്ക് പണിയുണ്ടായിരുന്നത്. തൃണമൂലുകാർ നിയന്ത്രിക്കുന്ന ഉദ്യോഗസ്ഥർ ഞങ്ങൾക്ക് കൂലി തന്നില്ല. ഞങ്ങൾ സംഘമായി ചെന്ന് ഓഫീസ് പൂട്ടിയിട്ടു. ആറു ദിവസം സമരം ചെയ്തു. അപ്പോൾ ഞങ്ങൾക്കു പണം കിട്ടി!

"2013 ൽ ഒരു കൂട്ടം തൃണമൂൽഗുണ്ടകൾ വന്നു പാർട്ടി ആപ്പീസി ലേക്ക് ഇരച്ചുകയറി. ബോണോ നോബോ ഗ്രാമിലായിരുന്നു ഇത്. ഞങ്ങ ലെല്ലാവരും അന്ന് വീട്ടിലുണ്ടായിരുന്നു. പാർട്ടിയാപ്പീസ് ആക്രമിച്ച വിവ രമറിഞ്ഞ് ഞങ്ങൾ ഓടിച്ചെന്നു. ഞങ്ങൾ അമ്പുംവില്ലും എടുത്തിരുന്നു. അക്രമികളെ ഞങ്ങൾ പിടിച്ചു, അവരെ ഞങ്ങൾ അടിക്കുകയും ചെയ്തു. ഞങ്ങൾ പറഞ്ഞു, "എങ്ങനെ ധൈര്യം വന്നു ഞങ്ങളുടെ ഓഫീസ് ആക്ര മിക്കാൻ? അത് കത്തിക്കാൻ? അത് പണിതു തരുന്നതുവരെ നിങ്ങളെ ഞങ്ങൾ വിടില്ല." അവർ ശരിക്ക് ഭീരുക്കളായിരുന്നു. അവർ പിടിക്കപ്പെ ട്ടിരിക്കുന്നു! പൊലീസുകാർ വന്നൊന്നുമില്ല. അവസാനം ഓഫീസ് പുനർ നിർമ്മിച്ച തരാൻ അവർ സമ്മതിച്ചു.

"അങ്ങനെ, ഈ ഐക്യംകൊണ്ടാണ് ഗുണ്ടകൾ ഞങ്ങളുടെ ആപ്പീസ് പുതുക്കിപ്പണിതു തന്നത്. ഞങ്ങൾ ഇപ്പോഴും ജീവിച്ചിരിക്കു ന്നത്, അനീതിക്കെതിരെ പോരാടുന്നതുകൊണ്ടാണ്. ദയവായി ഇതു ലോകത്തോട് പറയണേ. 2014 ലും, ഒരുപാട് ഭീഷണിയും അക്രമവുമു ണ്ടായിട്ടും ഞങ്ങളുടെ ബൂത്തിൽ പാർട്ടിക്കാണ് വോട്ടു ചെയ്തത്. അതു കൊണ്ടാണവർ ഞങ്ങളെ സ്ഥിരമായി ഭീഷണിപ്പെടുത്തുന്നത്. ഇന്നും

ഞങ്ങളുടെ അനേകം സ്ത്രീപുരുഷന്മാർ കോടതികളിൽ പോവണം, കള്ളക്കേസുകാരണമാണിത്. പക്ഷേ, ഞങ്ങൾ തലകുനിക്കുകയില്ല."

മൊഹുലയിലെ ധീര രക്തസാക്ഷി അഷ്മീരാബീഗം

കേതുഗ്രാമിൽനിന്നുള്ള മെയിൻ റോഡിനടുത്തുള്ള പാർക്കിലെ ചെളി നിറഞ്ഞ നിലത്ത് ആളുകൾ വരുന്നുണ്ട്. മഴ പെയ്യുന്നുണ്ട്. വൈകാതെ പാർക്കിൽ ആളുകൾ നിറയുന്നു. ജനങ്ങൾ മെയിൻ റോഡിലും പടരുന്നു. ഒരു മൂലയിൽ ചെറിയൊരു പ്ലാറ്റ്ഫോറം ഉയർത്തി യിട്ടുണ്ട്. അതിനുമേൽ സൗന്ദര്യമുള്ള ഒരു സ്ത്രീയുടെ ചിത്രം. ദുർബ്ബ ലയായ ഒരു കൗമാരക്കാരി അനിയന്ത്രിതമായി തേങ്ങുന്നു, അവൾ ഒരാൺകുട്ടിയുടെ കൈ പിടിച്ചിട്ടുണ്ട്. ചിത്രത്തിൽ പുഷ്പാർച്ചന നടത്താ നാണവൾ ശ്രമിക്കുന്നത്. അവർക്കു പിന്നിൽ നിസ്സംഗനായി ഒരു വൃദ്ധൻ നില്ക്കുന്നു. ഇത് അഷ്മീരാബീഗത്തിന്റെ കുടുംബമാണ്. അവർ മരണ ദുഃഖത്തിലാണ്. 2014 മെയ് 21 ന് രാത്രി തൃണമൂലുകാർ മൃഗീയമായി

ഓസ് ഗ്രാമത്തിലെ സ്ത്രീകൾ

കൊലപ്പെടുത്തിയതാണ് 43 കാരിയായ അഷ്മീരാബീഗത്തെ. കേതുഗ്രാം പൊലീസ് സ്റ്റേഷനതിർത്തിയിലെ കാന്ദ്രബ്ലോക്കിൽപ്പെട്ട മൊഹുലയിലെ ഗ്രാമപ്രധാനായിരുന്നു അഷ്മീരാബീഗം, രണ്ടു തവണ അവരായിരുന്നു പ്രധാൻ. അബു അസ്മത് ഷെയ്ക്ക് ആണവരുടെ പിതാവ്. അയൽഗ്രാമ ത്തിൽപ്പെട്ടയാളാണ് അദ്ദേഹം. ഇടതുപക്ഷ ഗവൺമെന്റ് അധികാരത്തിൽ വന്നതിനുശേഷം ഉണ്ടാക്കിയ പ്രത്യേകമായ നിയമമനുസരിച്ച് നടന്ന പഞ്ചായത്ത് തിരഞ്ഞെടുപ്പിൽ പ്രഥമ പഞ്ചായത്ത് പ്രസിഡന്റായത് അ ദ്ദേഹമായിരുന്നു. പങ്കുകൃഷിക്കാരായ ബാർഗദാർമാരുടെ വലിയൊരു പ്രസ്ഥാനം നയിച്ചിരുന്നു ഷെയ്ക്ക്. അദ്ദേഹത്തിന് സ്വന്തം ഭൂമിയുണ്ടാ യിരുന്നു, പക്ഷേ, അദ്ദേഹം പോരാടിയത് മറ്റുള്ളവർക്കുവേണ്ടിയായിരുന്നു. അഷ്മീരയെ പിതാവ് ഗണ്യമായി സ്വാധീനിച്ചു. പാർട്ടി ജാഥയിൽ

പോകാനും യോഗങ്ങളിൽ പങ്കെടുക്കാനും അദ്ദേഹം പ്രോത്സാഹിപ്പിച്ചു. 1994 ൽ അവളെ മൊഹുലാഗ്രാമത്തിലെ ഇനായത്ത് കരിം ഷെയ്ക്കിന് വിവാഹം ചെയ്തുകൊടുത്തു. ശശുരന്റെ സ്വാധീനത്തിൽ അയാളും നല്ല പാർട്ടി പ്രവർത്തകനായിത്തീർന്നു. 2003 ലെ പഞ്ചായത്ത് തിരഞ്ഞെടു പ്പിൽ അഷ്മീര പാർട്ടി സ്ഥാനാർത്ഥിയായി; വലിയ ഭൂരിപക്ഷത്തോടെ ഗ്രാമപ്രധാൻ ആയിത്തീർന്നു. അതോടെ അവരുടെ വീട് വലിയ രാഷ്ട്രീയ പ്രവർത്തനകേന്ദ്രമായി മാറി. വീണ്ടും അഷ്മീരയായിരുന്നു സ്ഥാനാർത്ഥി. ഇതിനകം അവർ രണ്ടു മക്കളുടെ അമ്മയായി. അപ്പോൾ മറ്റാരെങ്കിലും സ്ഥാനാർത്ഥിയാവട്ടെയെന്ന് ഭർത്താവ് ഇനായത്ത് നിർദ്ദേശിച്ചു. പക്ഷേ ഗ്രാമം മുഴുവൻ അഷ്മീരതന്നെ സ്ഥാനാർത്ഥിയാവണമെന്ന് ആവശ്യ പ്പെട്ടു. അഷ്മീര വലിയ ഭൂരിപക്ഷത്തോടെ ജയിച്ചു.

അഷ്മീരയുടെ ഭർത്താവ് ഇനായത്ത് ഷെയ്ക്ക് ഓർമ്മിക്കുന്നു:

"ശാന്തശീലയായിരുന്നു അവൾ. അവൾക്കൊരിക്കലും കോപം വന്ന തായി എനിക്കോർമ്മയില്ല. രാവെന്നില്ല, പകലെന്നില്ല, അവളുടെ സഹാ യമാവശ്യപ്പെട്ട് ആളുകൾ ഞങ്ങളുടെ വീട്ടിൽ വരുമായിരുന്നു. അവരുടെ കുടുംബപ്രശ്നങ്ങൾപോലും അത്യധികം ക്ഷമയോടെ അവൾ പരിഹ രിച്ചുകൊടുത്തു. ഒരാളെയും അവൾ നിരാശരായി തിരിച്ചയച്ചില്ല. അവൾ ആഹാരം കഴിക്കുമ്പോൾ വന്നാൽ പോലും, ആഹാരം മാറ്റിവെച്ച് ജന ങ്ങളുടെ പ്രശ്നം പരിഹരിക്കും. എനിക്കഭിമാനമായിരുന്നു അവളെപ്പറ്റി. എനിക്കു പാർട്ടിയെ ഇഷ്ടമാണ്. അതിന്റെ നീതിബോധം എനിക്കിഷ്ടമാണ്. കിസാൻ സഭയിൽ അംഗമായിച്ചേർന്നു ഞാൻ, പിന്നെ അതിന്റെ ലോക്കൽ സെക്രട്ടറിയായി. എന്റെ സഹോദരന്മാരും ചേർന്നു.

"2013 ൽ മറ്റൊരാളെ സ്ഥാനാർത്ഥിയാക്കാമെന്ന് അഷ്മീര നിർദ്ദേ ശിച്ചു. അത് ഞങ്ങൾ ഗ്രാമത്തിൽ ചർച്ചചെയ്തു. അസ്മാ ഖാത്തൂൻ സ്ഥാനാർത്ഥിയാകണമെന്ന് നിശ്ചയിച്ചു. എന്റെ അനന്തിരവളാണ് അസ്മ. പക്ഷേ, അവൾ നോമിനേഷൻ സമർപ്പിച്ച ദിവസം, ഞങ്ങളുടെ ഗ്രാമക്കാ രല്ലാത്ത ഒരുകൂട്ടം തൃണമൂലുകാർ വന്ന് എന്റെ സഹോദരന്റെ, അസ്മ യുടെ പിതാവിന്റെ വീടാക്രമിച്ചു. ഗ്രാമം മുഴുവൻ അതിൽ പ്രതിഷേധി ക്കാനുണർന്നു, അക്രമികൾ ഓടിപ്പോയിക്കളഞ്ഞിരുന്നു. പഞ്ചായത്ത് തിരഞ്ഞെടുപ്പു ദിവസം അന്തരീക്ഷം സംഘർഷപൂരിതമായിരുന്നു. അഷ്മീര കാലത്തുതന്നെ എഴുന്നേറ്റ് സ്ത്രീവോട്ടർമാരെ സംഘടിപ്പിച്ചു. വോട്ടെടുപ്പ് തുടങ്ങി ഒരു മണിക്കൂറിനുള്ളിൽ ഞങ്ങളുടെ ഗ്രാമത്തിലെ ബൂത്തുകൾക്കു നേരെ ആക്രമണം നടന്നു. തുടർച്ചയായി ബോംബേറു ണ്ടായി. അസ്മ തോറ്റു. അഷ്മീര വലിയ മനഃപ്രയാസത്തിലായി. അവൾ പറഞ്ഞു: 'നമ്മള് തോറ്റതു മാത്രമല്ല, ആദ്യമായി എനിക്ക് വോട്ടു ചെയ്യാൻ കഴിയാതെ വന്നു.' അവൾ തുടർന്നു: 'ഇത്തവണ അവർ ജയിച്ചു. പക്ഷേ, അടുത്തതവണ വോട്ടു ചെയ്യണം, അവരെ തോല്പിക്കണം.'

"പുതുതായി തിരഞ്ഞെടുക്കപ്പെട്ട ഗ്രാമപ്രധാൻ തൃണമൂലുകാരി യായ ചെയ്നാ ബീബി ആയിരുന്നു. അവർക്ക് വളരെവേഗത്തിൽ തൃണ

മൂലിനെ മതിയായി. പഞ്ചായത്തിന്റെ പണമെല്ലാം അവർക്കു നല്കണ
മെന്നാണ് തൃണമൂലുകാർ അവരോടാവശ്യപ്പെട്ടത്. മൂന്ന് ലക്ഷം
രൂപമാത്രം ആവശ്യമുള്ള ഒരു പ്രോജക്ടിന് 26 ലക്ഷം രൂപയുടെ ബില്ല്
ഒപ്പിട്ടുകൊടുക്കാൻ അവരാവശ്യപ്പെട്ടു. ചെയ്ന അഷ്മീരയെ കണ്ടു.
അഷ്മീര അവർക്കു ധൈര്യം നല്കി. ഇത് തൃണമൂലുകാരെ രോഷാകു
ലരാക്കി. അതോടെ അവർ അഷ്മീരയെ ലക്ഷ്യമിട്ടു.

"ലോകസഭാ തിരഞ്ഞെടുപ്പ് സമയത്ത് ഗ്രാമത്തിൽ അഷ്മീറ വളരെ
സജീവമായിരുന്നു. തിരഞ്ഞെടുപ്പ് ദിവസമായ മെയ് 16 ന് അവർ വോട്ടർമാ
രുമായി ബൂത്തിലേക്കു പോയി. നേരത്തെ തന്നെ തനിക്കും വോട്ട് ചെയ്യ
ണമെന്നും അവൾ തീരുമാനിച്ചു. ചെയ്നാ ബീബിയും പാർട്ടിക്കു വേണ്ടി
പ്രവർത്തിക്കുകയായിരുന്നു. ഇതവളെ സന്തോഷിപ്പിച്ചു. വോട്ടെണ്ണിയ
പ്പോൾ അവളുടെ ബൂത്തിൽ സി പി ഐ (എം) വിജയിച്ചിരുന്നു.

"അന്നു രാത്രി പുറത്തുനിന്നുള്ള തൃണമൂൽ ഗുണ്ടകൾ ഞങ്ങളുടെ
വീടാക്രമിച്ചു. അഞ്ചുപേർക്കു പരിക്കു പറ്റി. അവർ പിറ്റേന്ന് രാത്രി വീണ്ടും
വന്നു; മത്സ്യക്കുളത്തിൽ നിന്ന് മീനെല്ലാം കവർന്നുകൊണ്ടുപോയി.
പൊലീസ് ഒരു നടപടിയും എടുത്തില്ല. ഇത് ഗുണ്ടകൾക്കു പ്രോത്സാഹ
നമായി. പിറ്റേന്നാൾ അവർ എന്റെ മകൾ നഹീദയെ പീഡിപ്പിച്ചു."

പിന്നെ നഹീദയാണ് സംഹരിച്ചത്. "ഞാൻ ട്യൂഷൻ കഴിഞ്ഞുവരി
കയായിരുന്നു. ഗ്രാമത്തിലെ കുട്ടികൾക്ക് ഞാൻ ട്യൂഷൻ നല്കുമായിരു
ന്നു. അവരെ ഞാൻ വീട്ടിലെത്തിക്കും. മെയ് 18 ന് രാത്രി എട്ടരയായിരി
ക്കണം. തൃണമൂൽ നേതാവ് ബിലായ് ഷെയ്ക്കിന്റെ നേതൃത്വത്തിലൊരു
കൂട്ടം ആളുകൾ എന്നെ ചീത്തപറഞ്ഞു. വൃത്തികെട്ട ഭാഷ. അയാളുടെ
പേരിൽ 17 കേസുണ്ട്. വീട്ടിൽ വന്ന് ഞാൻ അച്ഛനോടു പറഞ്ഞു. അവർ
വേഗംതന്നെ തൃണമൂൽ ആപ്പീസിൽച്ചെന്ന് അവരെ താക്കീത് ചെയ്തു.
പക്ഷേ, പിറ്റേന്നും അവർ എനിക്കു പിറകെ വന്നു. ഞാൻ വീട്ടിൽ തിരിച്ചു
വന്നു; ഗ്രാമം വിട്ടുപോവണമെന്ന് രക്ഷിതാക്കളോടപേക്ഷിച്ചു. പക്ഷേ,
അമ്മ പറഞ്ഞു: ഒന്നുമില്ല. നീ തെറ്റുചെയ്തിട്ടില്ലെങ്കിൽ പേടിക്കാനില്ല.
ജനങ്ങൾ നമ്മളോടൊപ്പമുണ്ട്. പിന്നെന്തിനാ നമ്മൾ പോകുന്നത്? അവ
രാണ് പോവേണ്ടത്, ആ ഗുണ്ടകൾ."

മെയ് 21 രാത്രി ഏതാണ്ട് 9 മണിയായിരിക്കുന്നു. വലിയൊരു സംഘം
അവരുടെ വീട്ടിൽ വന്നു. വീട്ടിൽ നിന്ന് പുറത്തിറങ്ങിയ ഇനായത്തിന്റെ
സഹോദരൻ ഇരുട്ടിൽ അവരെക്കണ്ടു, വിളിച്ചു പറഞ്ഞു. സംഘത്തിന്റെ
കൈവശം ആയുധങ്ങളുണ്ടായിരുന്നു. അവർ ഇനായത്തിന്റെ സഹോദ
രനെ ആക്രമിച്ചു. ശബ്ദം കേട്ട് മറ്റു സഹോദരന്മാർ പുറത്തുവന്നു. അവരും
ആക്രമിക്കപ്പെട്ടു. ഒരാളെ ഭീകരമായി മർദ്ദിച്ചു. 28 തുന്നലാണ് അയാ
ളുടെ തലയിൽ വേണ്ടി വന്നത്.

"അഷ്മീറ വീട്ടിനുള്ളിലായിരുന്നു." ഭർത്താവ് ഓർമ്മിക്കുന്നു. "രാ
ത്രിക്കുള്ള ചോറ് വച്ച് കഴിഞ്ഞിരുന്നില്ല. നാഹിദ അവളുടെ കുഞ്ഞാങ്ങ
ളയെ പഠിപ്പിക്കുകയായിരുന്നു. ഗുണ്ടകൾക്ക് എന്നെയായിരുന്നു വേണ്ട

ത്. അവർ എന്റെ വാതിൽ തള്ളി
ത്തുറക്കുന്നതിനു മുമ്പ് ഞാൻ
മതില് ചാടി രക്ഷപ്പെട്ടു. അവർ
എന്നെ പിന്തുടരുമെന്നാണ് ഞാൻ
കരുതിയത്. അങ്ങിനെ എന്റെ കു
ടുംബം രക്ഷപ്പെടുമല്ലോ. പിന്നെ
ഞാൻ കേട്ടു, 23 വയസ്സുകാരനായ
അനന്തരവൻ വന്ന് വീടു കാക്കുക
യായിരുന്നെന്ന്. ഗുണ്ടകൾ അവനെ
കുത്തി. അവനെ രക്ഷിക്കാനാണ്
അഷ്മീര പുറത്തേക്കോടി വന്നത്.
അവൾ നിലവിളിക്കുന്നുണ്ടായിരു
ന്നു. നിർത്തുക, നിർത്തുക, അവ
നെന്ത് തെറ്റു ചെയ്തു?”

പിന്നെ നാഹിദയാണ് പറഞ്ഞത്:
“അമ്മ അലറുകയായിരുന്നു. അതു
ഞാൻ കേട്ടു. ഞാൻ താഴത്തേക്കു
ഓടിവന്നു. പക്ഷേ, അമ്മ വാതിൽ
പുറത്തുനിന്ന് പൂട്ടിയിരുന്നു--
എന്നെയും അനിയനെയും രക്ഷപ്പെ
ടുത്താനായിരുന്നു അത്. എങ്ങി
നെയോ ഞാൻ വാതിൽ തുറന്നു.
അവർ അമ്മയെ ഒരിക്കലല്ല, രണ്ടു
തവണ കുത്തി വാർന്ന് ചോരയൊ
ലിക്കുന്നുണ്ടായിരുന്നു. മുറി കെട്ടാ
നുള്ള തുണിയെടുക്കാൻ ഞാനക

നാഹിദ

ത്തേക്കോടി. തിരിച്ചുവരുമ്പോൾ അമ്മ നിലത്ത് കിടക്കുകയായിരുന്നു.
ക്രിമിനലുകളെല്ലാം ഓടിപ്പോയിരുന്നു. ഞാൻ വിളിച്ചു. 'അമ്മാ, അമ്മാ.'
അമ്മ മിണ്ടിയില്ല. ആ നിമിഷം എന്റെ വാക്കുകൾ നിലച്ചു. അച്ഛനും
അമ്മയും നഷ്ടപ്പെട്ടെന്നെനിക്കു തോന്നി. ഞാൻ ആംബുലൻസിനുവേണ്ടി
വിളിച്ചുകൊണ്ടിരുന്നു. ഒരു ഘാതകനെയുംകൊണ്ട് പൊലീസുകാർ വന്നു.
ഞാൻ കരഞ്ഞുകൊണ്ടുപറഞ്ഞു, അയാൾ എന്റെ അമ്മയെ ആക്രമിച്ചു
വെന്ന്. പൊലീസിനു മുന്നിൽ വച്ച് അയാൾ എന്നെ ചവിട്ടി.”

അല്പം കഴിഞ്ഞാണ് ഭാര്യക്കു നേരെയുള്ള ആക്രമണത്തെപ്പറ്റി
ഇനായത്ത് അറിഞ്ഞത്. വീട്ടിലെത്തിയപ്പോൾ അഷ്മീര മകളുടെ മടി
യിൽ കിടക്കുകയായിരുന്നു. രണ്ടു മണിക്കൂറിലധികം തൃണമൂലിന്റെ
ബൈക്കുഗുണ്ടകൾ ഗ്രാമത്തെ വലംവെച്ചു കൊണ്ടിരുന്നു. അകത്തേക്കോ
പുറത്തേക്കോ അവർ ഒരു വാഹനവും അനുവദിച്ചില്ല. കുറെ നേരം കഴി
ഞ്ഞുപൊലീസ് വന്നതിനുശേഷം മാത്രമേ അഷ്മീരയെയും പരിക്കുപ

റ്റിയ മറ്റുള്ളവരെയും ആശുപത്രിയിലെത്തിക്കാൻ കഴിഞ്ഞുള്ളൂ. അതി
നുശേഷം പിന്നെയുള്ള ഗുണ്ടകൾ ഗ്രാമത്തിൽ വന്നു. ചെയ്നാബീബി
യുടെ വീട്ടിൽ ചെന്ന് അവരുടെ ഭർത്താവിനെ ആക്രമിച്ചു.

പിറ്റേന്നാൾ ഗ്രാമമൊന്നടങ്കം അഷ്മീരയുടെ ശവസംസ്കാരത്തി
നായി എത്തിച്ചേർന്നു. വലിയൊരു ജനാവലി ഗ്രാമത്തിലെത്തി. രോഷാ
കുലരായ ജനങ്ങളിൽ ചിലർ അഷ്മീരയുടെ ഘാതകന്മാരുടെ വീട്ടിലെ
സ്റ്റോറേജും മറ്റും അഗ്നിക്കിരയാക്കി. 54 പേർക്കെതിരെ പൊലീസ് കേസെ
ടുത്തു. 35 കുടുംബങ്ങൾക്ക് വീട് വിട്ടുപോകേണ്ടിവന്നു.

അഷ്മീരയുടെ ഘാതകന്മാർ അറസ്റ്റു ചെയ്യപ്പെട്ടുവെങ്കിലും 87 ദിവ
സങ്ങൾ കഴിഞ്ഞ് അവരെ ജയിൽമോചിതരാക്കി. കോടതിയിൽനിന്നു വ
രുമ്പോൾ, ഒരു ദിവസം അവർ നാഹിദയെ കണ്ടു. അമ്മയെ കുത്തി
ക്കൊന്നതിനു സാക്ഷിയായിരുന്നു അവൾ. അവൾ കോളേജിൽനിന്നു വ
രികയായിരുന്നു. അവർ അവളെ പിന്തുടർന്നു, ഭീഷണിപ്പെടുത്തി. അവൾ
പൊലീസിൽ പരാതി നല്കി. കുറ്റവാളികളുടെ ജാമ്യം റദ്ദാക്കാൻ അവൾ
ഒരു ഹർജി സമർപ്പിച്ചു.

ഇനായത്ത് തുടരുന്നു: "ഈ പേടിസ്വപ്നം എപ്പോഴവസാനിക്കും?
എനിക്കറിയില്ല. അഷ്മീരയുടെ വാക്കുകൾ ഞാൻ ഓർമ്മിക്കുന്നു,
അവളുടെ ഇച്ഛാശക്തി, തന്റേടം ധൈര്യം. തൃണമൂലിന്റെ ഗുണ്ടാരാജ് അധി
കകാലമുണ്ടാവില്ലെന്ന വിശ്വാസം. എന്റെ മക്കളുടെ രക്ഷയെക്കരുതിയാ
ണെന്റെ പേടി, എന്റെ രക്ഷയെക്കരുതി അവർക്കും പേടിയാണ്. പക്ഷേ,
വേറെ വഴിയില്ല, പോരാടുകയല്ലാതെ. എന്റെ ഭാര്യയുടെ ഘാതകന്മാരു
മായി ഒരു ഒത്തുതീർപ്പുമില്ല. എന്റെ പത്നി ചെങ്കൊടിയിൽ വിശ്വസിച്ചു;
പശ്ചിമ ബംഗാളിൽ ശാന്തിയും നീതിയും പുലർന്നു കാണണമെന്നതാ
യിരുന്നു അവളുടെ സ്വപ്നം, ആ സ്വപ്നത്തോട് ഞാൻ കൂറു പുലർ
ത്തും." നാഹിദ കൂട്ടിച്ചേർക്കുന്നു: "എനിക്ക് നീതിവേണം, അമ്മയുടെ
ഘാതകന്മാരെ ശിക്ഷിക്കണം. നീതി കിട്ടാൻ ഞങ്ങളെ സഹായിക്കണേ,
ദയയുണ്ടാകണേ. അത് കിട്ടിയെങ്കിലേ ഞങ്ങൾക്ക് ജീവിതമുള്ളൂ, അതി
ജീവിക്കാൻ കഴിയൂ."

അച്ഛൻ അബു അസ്മത് ഷെയ്ക്കായിരുന്നു അഷ്മീരയുടെ പ്രചോ
ദനം. പിതാവിന്റെ ആ പ്രചോദനത്തിലാണവർ പാർട്ടിയിൽ ചേർന്നത്.
മകളുടെ മരണത്തിനുശേഷം അദ്ദേഹം രോഗിയായി. ഒരിക്കലും രോഗ
മുക്തനായില്ല. പ്രിയപ്പെട്ട മകളുടെ മരണം കഴിഞ്ഞ് വൈകാതെ അദ്ദേഹം
ചരമമടഞ്ഞു.

ഹൂഗ്ലി
ധീരതയുടെ മുഖമുദ്രകൾ

ജയ്സിങ് ചക്കിലെ ധീരവനിത

ഹൂഗ്ലി ജില്ലയിൽ എല്ലാം സംഭവിച്ചത് ഒരു രാത്രി കൊണ്ടാണ്. 2011 മെയ് മാസം അസംബ്ലി തിരഞ്ഞെടുപ്പു ഫലം പ്രഖ്യാപിക്കപ്പെട്ട ദിവസം, ജില്ലാനേതാക്കന്മാരുടെ നേതൃത്വത്തിൽ തൃണമൂൽസംഘങ്ങൾ സി പി ഐ (എം) ഓഫീസുകളും പാർട്ടി പ്രവർത്തകരുടെയും അനുഭാവികളുടെയും വീടുകളും ആക്രമിക്കുകയായിരുന്നു. വിദൂര ഗ്രാമങ്ങളിൽപ്പോലും കർഷകതൊഴിലാളികളും ദരിദ്രരുമായ സി പി ഐ(എം) അനുഭാവികൾ ആക്രമിക്കപ്പെട്ടു. ഇരുപത്തിനാലു മണിക്കൂറിനുള്ളിൽ ഏകദേശം ഒരായിരം നേതാക്കളും പാർട്ടി പ്രവർത്തകരും വീട് വിട്ടു പോവേണ്ടിവന്നു. അതിലേറെപ്പേർ വൃദ്ധരും സ്ത്രീകളും കുഞ്ഞുങ്ങളുമായിരുന്നു. വീടുകൾ അഗ്നിക്കിരയാവുകയോ കൊള്ളയടിക്കപ്പെടുകയോ ചെയ്തു. എന്നിട്ടും പൊലീസ് ഒരു കേസ് ചാർജ്ജു ചെയ്യുകയോ എഫ് ഐ ആർ ഫയൽ ചെയ്യുകയോ ഉണ്ടായില്ല. പൊലീസുകാരും സിവിൽ ഭരണാധികാരികളും പൂർണ്ണമായി അലംഭാവത്തിലായിരുന്നു. മറിച്ച്, ഒരാഴ്ചയ്ക്കുള്ളിൽ സി പി ഐ (എം) പ്രവർത്തകർക്കെതിരെ 500 ലധികം കള്ളക്കേസുകൾ ഫയൽ ചെയ്തു; അവർ ആക്രമിക്കപ്പെട്ട സംഭവങ്ങളിൽ ഏതാണ്ട് 750 ലധികം സഖാക്കൾക്കെതിരെ വ്യാജകേസുണ്ടാക്കി ചാർജ്ജ് ചെയ്തു.

ഈ കനത്ത ഹിംസയിൽ പാർട്ടിയുടെ പിന്തുണ ഗണ്യമായി കുറഞ്ഞു. വീണ്ടും 2013 ഏപ്രിൽ മാസത്തിൽ, മമതാ ബാനർജിക്കെതിരെ ഡൽഹിയിൽ നടന്ന ഒരു പ്രതിഷേധ പ്രകടനത്തിനെതിരെ നടന്ന ഒരു പ്രതിഷേധമാർച്ചിന്റെ പേരിൽ 82 പാർട്ടി ഓഫീസുകൾക്കു നേരെ ആക്ര

മണമുണ്ടായി, പലതിനും തീ കൊടുത്തു. ഖനാകുൽ ജില്ലയിലെ പതുൾഗ്രാമത്തിൽ പാർട്ടി അനുഭാവികളുടെ 42 വീടുകൾക്കു നേരെ തീവയ്പുണ്ടായി; അവ കൊള്ളയടിക്കപ്പെടുകയും ചെയ്തു. പട്ടികജാതിക്കാരായിരുന്നു ഇവിടത്തെ പാർട്ടി പ്രവർത്തകർ. തൃണമൂൽ ഗുണ്ടകൾ മൂന്ന് സഖാക്കളെ ക്രൂരമായി വധിച്ചു— സ്വപൻസൂർ, മഹാദേവ് മണ്ഡൽ, മുക്താറാം മാജി. പക്ഷേ, പൊലീസ് ആരെയും അറസ്റ്റു ചെയ്തില്ല. കുറ്റവാളികളെ രക്ഷിക്കാൻ പൊലീസിന് ആജ്ഞ നല്കിയിരുന്നെന്നാണ് തോന്നുന്നത്.

ഇപ്പോൾ, അതായത് 2014 ആഗസ്ത് മാസത്തിൽ, ജില്ലയിലെ 18 ബ്ലോക്കുകളിൽ 9 ബ്ലോക്കുകളും തൃണമൂൽ ഗുണ്ടകളുടെ പിടിയിലാണ്. അവർക്ക് പൊലീസ് പിന്തുണയുണ്ട്. നൂറ്റമ്പതോളം പാർട്ടി— ബഹുജനസംഘടനാ ഓഫീസുകൾ അടച്ചുപൂട്ടേണ്ടി വന്നിരിക്കുന്നു. ഈ പ്രദേശങ്ങളിലെ ചെറുത്തുനില്പ് വളർന്നുകൊണ്ടിരിക്കുകയാണ്. അവയിൽ പല തിനും നേതൃത്വം നല്കുന്നത് സ്ത്രീകളാണ്.

തൃണമൂൽ ആക്രമണകാരികളിൽ നിന്ന് ഗ്രാമങ്ങളെ രക്ഷിക്കാൻ വേണ്ടി സ്ത്രീകൾ ഉറച്ചുനിന്ന അനേകസംഭവങ്ങൾ ജില്ലയുടെ വിദൂര ദേശങ്ങളിൽ നിന്ന് റിപ്പോർട്ട് ചെയ്യപ്പെടുന്നുണ്ട്. തൃണമൂൽ ആക്രമണം കാരണം പുരുഷന്മാർ വീട്ടിൽ നിന്ന് മാറി നില്ക്കേണ്ടിവരുന്നു. മധാപൂർ പഞ്ചായത്തിലെ ജയ്സിങ് ചക്കാണ് അത്തരത്തിലുള്ള ഒരു ഗ്രാമം. പാർട്ടിയുടെ ഒരു ശക്തികേന്ദ്രമാണ് ഈ പ്രദേശം. 2014 മെയ് മാസം ഒരു രാത്രി, തിരഞ്ഞെടുപ്പ് ഫലം പുറത്ത് വന്നതിനുശേഷം സായുധഗുണ്ടകൾ ഗ്രാമത്തെ ആക്രമിച്ചു. ഗ്രാമസ്ത്രീകൾ വീട്ടിൽനിന്നു പുറത്തുവന്നു, ഗുണ്ട കളെ ചെറുത്തു പിന്തിരിഞ്ഞു പോവാൻ നിർബ്ബന്ധിച്ചു.

ഗുണ്ടകൾ തിരിച്ചുവരുമെന്ന് സ്ത്രീകൾക്കറിയാമായിരുന്നു. സഹായാഭ്യർത്ഥന നടത്തിക്കൊണ്ടുള്ള ഫോൺവിളിക്കൊന്നും പൊലീസ് പ്രതികരിച്ചില്ല. പിന്നെ അവരെന്തു ചെയ്തു? പൊലീസ് ഗ്രാമ ത്തിലേക്കു വരുന്നില്ലെങ്കിൽ ഗ്രാമം പൊലീസ് സ്റ്റേഷനിലേക്കു ചെല്ലാൻ തീരുമാനിച്ചു! എന്നിട്ട് പ്രവർത്തിക്കാൻ പൊലീസിനെ നിർബ്ബന്ധിക്കും! അങ്ങനെ ഒരു പാതിരാത്രിയിൽ അവർ 20 കി മീ ദൂരെയുള്ള ആരാം ബാഗ് പൊലീസ് സ്റ്റേഷനിലേക്കു നടന്നു. നാലു സ്ത്രീകളാണിതിനു നേതൃത്വം നല്കിയത് - സെഫാലി ദലുയി, അഞ്ജലി കപത്, ഗൊലാപി സാന്ദ്ര, സാമ്പാ ദലുയി. നേരം പുലരാറായപ്പോൾ അവർ താനയിലെത്തി. പൊലീസ് ചുമതല നിർവ്വഹിക്കണമെന്നാവശ്യപ്പെട്ട് സ്ത്രീകൾ അവിടെ ധർണ നടത്തി. സൂര്യൻ ഉദിച്ചുയർന്നതോടെ സ്ത്രീകളുടെ ആവേശവും ഊർജ്ജവും ഉയർന്നു. അവസാനം പൊലീസ് പ്രവർത്തി ക്കാൻ നിർബ്ബന്ധിതമായി. അവർ സ്ത്രീകളുടെ പരാതി ഫയൽ ചെയ്തു. സ്ത്രീകളോടൊപ്പം ഗ്രാമത്തിൽ ചെന്നു. സാധാരണ നില പുനഃസ്ഥാപി

ക്കുന്നതിന് അവിടെ ഒരു പൊലീസ് ക്യാമ്പ് സ്ഥാപിച്ചു. ജയ്സിങ്
ചക്കിലെ ധീരവനിതകൾ ലക്ഷ്യം നേടുകയായിരുന്നു.

വേറെയും ചില സമരങ്ങളുണ്ടായി, ഗൗഘട്ട്, താരകേശ്വര, ധനേവാ
ലി, ഹരിപാൽ, ജാംഗിപാര എന്നിവിടങ്ങളിലായിരുന്നു അത്.

ഗൗഘട്ടിൽ നീതിക്കുവേണ്ടിയുള്ള സമരം

ഗൗഘട്ടിലെ സമരം പങ്കുകൃഷിക്കാരെയും ഇടതുമുന്നണി സർക്കാ
റിൽ നിന്ന് ഭൂമി ലഭിച്ചവരെയും ഇറക്കിവിടാനുള്ള തൃണമൂൽ ശ്രമ
ങ്ങൾക്കെതിരെയാണ്. 1977-78 ൽ ഇടതുമുന്നണി ഗവൺമെന്റിന്റെ ആദ്യ
കാലത്ത്, ഭൂപ്രഭുക്കൾ നിയമരഹിതരായി കൈവശം വച്ചിരുന്ന 2200
ബീഘ ഭൂമി ഭൂരഹിത-ദരിദ്ര കൃഷിക്കാർ പിടിച്ചെടുത്തു. ചെങ്കൊടിയുടെ
കരുത്തിലാണ് അവർ അതു ചെയ്തത്. അതിൽ 1800 ബീഘയ്ക്ക് പട്ടയം
നല്കപ്പെട്ടു. അവശേഷിച്ച ഭൂമിക്കു പട്ടയം നല്കുന്നതിനെതിരെ ഭൂപ്ര
ഭുക്കൾക്ക് ഒരു സ്റ്റേ അനുവദിച്ചു കിട്ടി. രാംഗഢി കുണ്ടു എന്നൊരാളുടെ
നേതൃത്വത്തിൽ ഭൂപ്രഭുക്കൾ ഒരു സംഘടനയുണ്ടാക്കി. രാംഗഢി കുണ്ടു
ആയിരുന്നു അതിന്റെ നേതാവ്. അയാൾ സുപ്രീം കോടതി വരെ കേസ്
കൊണ്ടുനടത്തി. കുണ്ടുവും അതുപോലുള്ള വേറെ ചിലരും ഈ ഭൂമി
പിടിച്ചെടുക്കുന്നതിനായി തൃണമൂലിൽ സജീവമായി പ്രവർത്തിച്ചുവരി
കയായിരുന്നു. ഭൂപ്രഭുക്കളുടെ സഹായത്തോടെ തൃണമൂൽ ഗുണ്ടകൾ
കർഷകരെ ആക്രമിച്ചു; പലരും ഇറക്കി വിടപ്പെട്ടു. ബർഗദാർമാരുടെയും
കൃഷിക്കാരുടെയും അവകാശങ്ങൾ സംരക്ഷിക്കുന്നതിനുവേണ്ടിയുള്ള
സമരം നയിക്കുന്നത് കിസാൻ സഭയാണ്. പാർട്ടിയും ഇതര ബഹുജന
സംഘടനകളും അവരെ പിന്തുണയ്ക്കുന്നു. പ്രദേശത്തെ കിസാൻസഭാ
സെക്രട്ടറി തരുൺകാന്തിഘോഷാണ്. കൃഷിക്കാർക്ക് ഭൂമി തിരിച്ചുകിട്ടു
മെന്ന് ഉറച്ച വിശ്വാസമുണ്ടദ്ദേഹത്തിന്. സ്ത്രീകളുൾപ്പെടെ അനേകം പേർ
അറസ്റ്റു ചെയ്യപ്പെട്ടുവെന്നും അവർക്കെതിരെ കള്ളക്കേസ് എടുത്തു
വെന്നും അദ്ദേഹം പറയുന്നു; പക്ഷേ, അവർ പോരാടുക തന്നെ ചെയ്യും.
"ദുർഘടം പിടിച്ചൊരു കാലമാണിത്." അദ്ദേഹം പറയുന്നു, "പക്ഷേ,
അടുത്ത വിളകൃഷി ചെയ്യാൻ കൃഷിക്കാർ തയ്യാറെടുത്തുകൊണ്ടിരിക്കു
കയാണ്, ആ ഭൂമി ഇപ്പോൾ തൃണമൂൽ ജന്മിമാർ കൈയടക്കി വച്ചിരിക്ക
യാണ്, അവർക്കു പൊലീസ് സഹായമുണ്ട്."

ഗൗഘട്ട് പൊലീസ് സ്റ്റേഷനതിർത്തിയിൽ അനേകം ഗ്രാമങ്ങളുണ്ട്.
അവയിൽ ചിലതാണ് രഘുബാത്തി, നാകണ്ട, കുമാർഗഞ്ച് എന്നിവ. ഈ
പ്രദേശത്തെ തരക്കേടില്ലാത്ത ഒരു കർഷകകുടുംബത്തിൽ പെട്ടയാളാണ്
സി പി ഐ (എം) ന്റെ സോണൽ കമ്മിറ്റി മെമ്പറായ മുക്തറായ്. അവ
രുടെ കുടുംബത്തിന് 12 ബീഘ ഭൂമിയുണ്ട്. 1977ലെ ഇടതുമുന്നണി വിജ
യത്തിനു മുമ്പ് കോൺഗ്രസ് ഭരണത്തിൽ പങ്കുകൃഷിക്കാരുടെ സ്ഥിതി
വളരെ ദയനീയമായിരുന്നു. വിളവിന്റെ 50 ശതമാനമോ അധികമോ അവർ

ഭൂപ്രഭുക്കന്മാർക്ക് നല്കേണ്ടിയിരുന്നു. മുക്തറായിയുടെ കുടുംബം അവ
രുടെ ഭൂമിയിൽ 5 ബീഗ ഒരു ബർഗദാർക്ക് പങ്കുകൃഷിക്കായി നല്കിയി
രുന്നു. അവർക്ക് വിളവിന്റെ 50 ശതമാനമാണ് കിട്ടിയിരുന്നത്. മുക്തയുടെ
സഹോദരൻ അന്ന് വളർന്നുകൊണ്ടിരുന്ന കിസാൻസഭയിൽ ചേർന്നു.
ബർഗദാർമാർക്ക് വിളവിന്റെ അധികഭാഗം ലഭിക്കുന്നതിന് പോരാടുക
യായിരുന്നു കിസാൻസഭ. മുക്തറായി പറയുന്നു:

"എന്റെ സഹോദരൻ അജോയ് റായ് പ്രസ്ഥാനത്തിൽ ചേർന്നു.
എന്റെ ജീവിതത്തിലെ ഏറ്റവും വലിയ സ്വാധീനമായിരുന്നു അജോയ്.
അമ്മയ്ക്കാകപ്പാടെ വിഷമമമായി. മകൻ സ്വന്തം കുടുംബത്തെ വഞ്ചിച്ചു
വെന്ന് കുറ്റപ്പെടുത്തി. അതിനുള്ള അജോയിന്റെ മറുപടി ഞാൻ ജീവിത
ത്തിലൊരിക്കലും മറക്കുകയില്ല. അവൻ പറഞ്ഞു: 'അമ്മേ, എന്റേത് ഒരു
വലിയ കുടുംബമാണ്, അത് നീതിക്കുവേണ്ടി പൊരുതുന്ന ഒരു കുടും
ബമാണ്. എന്നെ തടയരുതേ.' കിസാൻ സഭയുടെ സമരം വിജയിച്ചു.
അവിടെ പങ്കുകൃഷിക്കാരുടെ വിഹിതം നാലിൽ മൂന്നായി വർദ്ധിച്ചു. ഭൂവു
ടമകളെന്ന നിലയിൽ ഞങ്ങളെ അത് ബാധിച്ചു. ഞങ്ങളുടെ വിഹിതം
50 ശതമാനത്തിൽ നിന്ന് 25 ശതമാനമായി കുറഞ്ഞു. തുടക്കത്തിൽ
കോപിച്ചിരുന്നെങ്കിലും പിന്നെ അമ്മ അത് അംഗീകരിച്ചു. കുറച്ചുകാലം
മുമ്പ് എന്റെ സഹോദരൻ മരിച്ചു. ചെങ്കൊടിയോടുള്ള അവന്റെ പ്രതിജ്ഞ
ഞാൻ പാലിക്കുന്നുണ്ട്. എന്നെപ്പറ്റി അദ്ദേഹം ഇന്നഭിമാനിക്കുമായിരുന്നു
വെന്നാണ് ഞാൻ കരുതുന്നത്."

ആവുമായിരുന്നു. ഒരുചെറുകിട കച്ചവടക്കാരനെ വിവാഹം ചെയ്ത
മുക്ത ഗണതന്ത്രിക് മഹിളാ സമിതിയുടെ നേതാവായി വളർന്നു. വളരെ
അംഗീകാരമുള്ള ഒരു സ്കൂളധ്യാപികയായിരുന്നു മുക്ത; പിന്നീടവർ ഒരു
ഗവൺമെന്റ് സ്കൂളിലെ പ്രധാനാദ്ധ്യാപികയായി. 2011 ലെ അസംബ്ലി
തിരഞ്ഞെടുപ്പു ഫലം വന്നപ്പോൾ തൃണമൂൽ ഗുണ്ടകൾ ലക്ഷ്യം വച്ച
നൂറുകണക്കിൽ ടാർഗറ്റുകളിൽ ഒരാളായിരുന്നു സ. മുക്ത. അവർ പറ
യുന്നു:

"ഒരു ദിവസം. എന്റെ ഭർത്താവിന്റെ ഒരടിയന്തര ഫോൺ വിളി വന്നു.
ശബ്ദം കേട്ടപ്പോൾ അദ്ദേഹം ഭയന്നിരിക്കുകയാണെന്നും തോന്നി. ഞങ്ങ
ളുടെ വീട് തൃണമൂൽ ഗുണ്ടകൾ ആക്രമിച്ചിരിക്കുന്നുവെന്നും, അവർ
എന്നെയാണ് നോക്കുന്നതെന്നും അദ്ദേഹം പറഞ്ഞു. വേഗത്തിൽ സ്കൂൾ
വിട്ടുപോവാനും പാർട്ടി ലോക്കൽ കമ്മിറ്റി ഓഫീസിൽ ചെല്ലാനും പറ
ഞ്ഞു. എന്താണ് സംഭവിക്കുന്നതെന്ന് എനിക്കറിയില്ലായിരുന്നു. പക്ഷേ,
ഞാൻ ഓഫീസിൽ എത്തിച്ചേർന്നു. ചുരുങ്ങിയ സമയംകൊണ്ട് ഞാന
വിടെയുണ്ടെന്ന് ഗുണ്ടകൾ മനസിലാക്കി; അവർ ഓഫീസ് വളഞ്ഞു.
ഞാൻ ആയുധങ്ങൾ ഒളിപ്പിച്ചിരിക്കയാണെന്നവർ കൂവി വിളിക്കുന്നുണ്ടാ
യിരുന്നു. ഓഫീസിലുണ്ടായിരുന്ന രണ്ടു സഖാക്കൾ എന്നെ രക്ഷിക്കാൻ
ശ്രമിച്ചുവെങ്കിലും ഗുണ്ടകൾ വിട്ടില്ല. അവർ എന്നെ ഓഫീസിൽനിന്ന്

വലിച്ചിഴച്ചു പുറത്തുകൊണ്ടു വന്നു. അലറുന്ന പുരുഷന്മാർക്കിടയിലേക്ക് എന്നെ അവർ എറിഞ്ഞു. എന്റെ ബ്ലൗസ് കീറി. എന്നെ അവർ പ്രഹരി ച്ചു. തൊഴിച്ചു. എന്നെ അവർ അന്നു കൊല്ലുമായിരുന്നു. പക്ഷേ, ആൾക്കൂ ട്ടത്തിലാരോ പൊലീസിനെ വിളിച്ചു. പൊലീസ് വന്നു എന്നെ സ്റ്റേഷനി ലേക്കു കൊണ്ടുപോയി. അവിടെ എന്നെ ലോക്കപ്പിലാക്കി. തെറ്റാണ് ചെ യ്യുന്നതെന്ന് പൊലീസിനറിയാമായിരുന്നു. അവർ പറഞ്ഞു, ഞങ്ങൾക്കിത് ചെയ്യാതിരിക്കാനാവില്ല. ആ കൂലിസംഘം പറയുന്നതു കേൾക്കാതിരി ക്കാനാവില്ല, അല്ലെങ്കിൽ ഞങ്ങളുടെ തൊഴിൽ പോകും; നിങ്ങളെ ഞങ്ങൾക്കു ബഹുമാനമാണ്. സ്കൂളിലെ ഹെഡ്മിസ്ട്രസ് എന്ന നില യില്‍. നിങ്ങളെ റസ്പെക്ട് ചെയ്യാമായിരിക്കാം."

"ഇപ്പോൾ തിരിഞ്ഞു നോക്കുമ്പോൾ എല്ലാം ഒരു തമാശയായി തോന്നുന്നു. പക്ഷേ, അപ്പോൾ ഞാൻ ആകെ പേടിച്ചു പോയിരുന്നു. ഞങ്ങളുടെ സഖാവായ ഗംഗാധര, സ്റ്റേഷനിലേക്കു ഭക്ഷണവുമായി വന്നത് വലിയ ആശ്വാസമായി. പേടിക്കേണ്ടന്നും എന്നെ ഉടൻ മോചി പ്പിക്കുമെന്നും സഖാവ് പറഞ്ഞു."

"അവർ എന്റെ ഭർത്താവിനെയും അറസ്റ്റ് ചെയ്തു. അദ്ദേഹം രാഷ്ട്രീ യപ്രവർത്തകനല്ല. എങ്കിലും അദ്ദേഹത്തിനെ ആംസ് ആക്ട് (Arms Act) പ്രകാരം കേസെടുക്കുകയും 67 ദിവസം തടവിലിടുകയും ചെയ്തു. രണ്ടു മണിയായപ്പോൾ എന്നെ മോചിപ്പിച്ചു; എന്നെ അവർ ഒരു ബന്ധുവീട്ടിൽ എത്തിച്ചു. മൂന്നുമാസം ഞാൻ വീട്ടിൽ നിന്ന് മാറിനിൽക്കേണ്ടി വന്നു. പിന്നീട് ഞാൻ തിരിച്ചെത്തി. ഇപ്പോൾ ഞാൻ പാർട്ടിയിൽ സജീവമാണ്. ഞാൻ ഒരു തെറ്റും ചെയ്തിട്ടില്ല, സ്ത്രീകൾ എന്നെ പിന്തുണയ്ക്കുന്നു."

മുക്തയ്ക്ക് സഹായമെത്തിച്ച ഗംഗാധര നകുണ്ട ഗ്രാമത്തിലാണ് ജീവിക്കുന്നത്. അവരുടെ വീടും ആക്രമിക്കപ്പെട്ടു. ഗൗഘട്ട് ഒന്നിലെ സഭാ പതിയായിരുന്നു അവർ. 2008 ലാണവരെ തിരഞ്ഞെടുത്തത്. യാദൃച്ഛിക മെന്നു പറയട്ടെ. മുക്തയെപ്പോലെ ഗംഗാധരയും സഹോദരന്റെ സ്വാധീ നത്തിലാണ് പാർട്ടി പ്രവർത്തകനായത്. കിസാൻസഭയിൽ പ്രവർത്തി ക്കുന്ന പാർട്ടി മുഴുവൻ സമയ പ്രവർത്തകനായിരുന്നു ഗംഗാധരയുടെ സഹോദരനായ ജഗന്നാഥ ധര. വീട്ടിൽ ഇരച്ചെത്തിയ ഗുണ്ടകൾ സഭാപതിസ്ഥാനം രാജിവയ്ക്കണമെന്ന് ഗംഗാധരയോട് ആവശ്യപ്പെട്ടു; അല്ലെങ്കിൽ വലിയ പ്രത്യാഘാതമുണ്ടാകുമെന്നവർ പറഞ്ഞു. ഗംഗാധര അംഗീകരിച്ചില്ല; മുഴുവൻ കാലവും പൂർത്തിയാക്കുമെന്നും എല്ലായിടത്തും പ്രവർത്തിക്കുമെന്നും അവർ പറഞ്ഞു. കുറെക്കഴിഞ്ഞു അക്രമിസംഘം പോയി. അവർക്കെതിരെ ഗംഗാധര കേസുകൊടുത്തു. പക്ഷേ, ആരെയും അറസ്റ്റ് ചെയ്തില്ല. പിറ്റേന്ന് ഗൗഘട്ടിലെ ഓഫീസിലിരിക്കുമ്പോഴാണ് അവർ മുക്തയുടെ അറസ്റ്റിനെപ്പറ്റി കേട്ടത്. അവർ പറയുന്നു:

"പ്രദേശം മുഴുവൻ ഭീകര പ്രവർത്തനത്തിന്റെ മറവിലായിരുന്നു. ഗുണ്ടാസംഘങ്ങൾ ഒരു നിയന്ത്രണവുമില്ലാതെ അഴിഞ്ഞാടുകയായിരു

ന്നു. അവരുടെ കൈയിൽ പലതരം ആയുധങ്ങളുണ്ടായിരുന്നു. അധികംപേരും മദ്യപിച്ചിരുന്നു. മുക്താദിയ്ക്ക് സംഭവിച്ചത് ഞാനറിഞ്ഞു. അവരെപ്പറ്റി എനിക്കു വേവലാതിയായി. അവരെ സഹായിക്കണമെന്ന് ഞാൻ തീരുമാനിച്ചു; ചുരുങ്ങിയത് ഏതെങ്കിലും തിന്നാൻ കൊണ്ടുകൊ ടുക്കണം. ഓഫീസിലൊരാളും എന്നോടൊപ്പം വരാൻ തയ്യാറായിരുന്നി ല്ല. അതുകൊണ്ട് ഞാൻ ഒറ്റയ്ക്കു പോയി. പോവേണ്ടെന്ന് അവർ എനിക്ക് മുന്നറിയിപ്പ് തരികയാണുണ്ടായത്. വൈകുന്നേരമായിരുന്നു. അപ്പോൾ തൃണമൂൽ സംഘക്കാരാരുമുണ്ടായിരുന്നില്ല. തെരുവിൽ ചിലരൊക്കെയു ണ്ടായിരുന്നു. അവരെന്നെ പോകാനനുവദിച്ചു. എനിക്കു പേടിയുണ്ടായി രുന്നു. പക്ഷേ, ഗുണ്ടകളെ പേടിച്ച് ജീവിക്കാൻ പറ്റില്ലെന്ന് ഞാൻ നിശ്ച യിച്ചു.”

പിന്നീട് ഗംഗാധരയ്ക്കും സ്വന്തമായ ദുരന്തമുണ്ടായി. തൃണമൂലു കാർ അവരുടെ സഹോദരൻ ജഗന്നാഥനെ ആക്രമിച്ചു. പൊലീസ് അദ്ദേ ഹത്തെയാണ് അറസ്റ്റ് ചെയ്തത്, അക്രമികളെയല്ല. പിന്നീട് അദ്ദേഹത്തെ വിട്ടയച്ചുവെങ്കിലും അദ്ദേഹം വിഷാദരോഗത്തിനടിമയായി. 2011 ഒക്ടോ ബർ 10 ന് സഖാവിന്റെ ജഡം ഒരു റെയിൽ ട്രാക്കിനരികിൽ കണ്ടെടു ത്തു. പൊലീസ് പറഞ്ഞത് അത് ആത്മഹത്യയാണെന്നാണ്. ഗംഗാധര കരുതുന്നത് അത് കൊലപാതകമാണെന്നാണ്. “അവർ അദ്ദേഹത്തെ പേടിപ്പിച്ചു, പീഡിപ്പിച്ചു. കാരണം അദ്ദേഹം ചെങ്കൊടി ഉപേക്ഷിച്ചില്ല. ഇത് കൊലപാതകമല്ലേ?”

മുക്ത, ഗംഗാധര, കബിതാ പട്ടേൽ

ഇന്ന് ഗംഗാധരയുടെ ഉപജീവനമാർഗ്ഗം ട്യൂഷനാണ്. 2013 ലും അവർ തിരഞ്ഞെടുപ്പിൽ മത്സരിച്ചു. പക്ഷേ, ഹൂഗ്ലിയിലെ മറ്റു തിരഞ്ഞെടുപ്പു കൾ പോലെ, അവരുടെ തിരഞ്ഞെടുപ്പ് ഒരു പ്രഹസനമായിരുന്നു. വോ ട്ടിങ് പൂർണ്ണമായി അട്ടിമറിക്കപ്പെട്ടു. ഇപ്പോഴും അവർ പാർട്ടിക്കുവേണ്ടി പ്രവർത്തിക്കുകയാണ്, പക്ഷേ, മുമ്പത്തെപ്പോലെ സ്വതന്ത്രയായി പ്രവർത്തിക്കാൻ കഴിയുന്നില്ലെന്നാണവർ പറയുന്നത്.

അതേ ദിവസം കബിതാ പട്ടേലിന്റെ ഗ്രാമവും ആക്രമിക്കപ്പെട്ടു. കബിതാ പട്ടികജാതികുടുംബത്തിൽപ്പെടുന്നു. അവരുടെ ഗ്രാമം കുമാര ഗഞ്ച് ആണ്. അവിടെ ദളിതരാണ് മിക്ക ആളുകളും. അവരെല്ലാം കർഷക തൊഴിലാളികളാണ്. തിരഞ്ഞെടുപ്പ് കഴിഞ്ഞതിന്റെ അടുത്ത ആഴ്ച ഒരു കൂട്ടം തൃണമൂലുകാർ അവരുടെ ഗ്രാമത്തിൽ ചെന്നു. അവർ പറയുന്നു: "അവരുടെ കൊടിയും വലിയ പട്ടികളുമായിട്ടാണ് അവർ വന്നത്. അവർ വരുന്നത് ഞങ്ങൾ കണ്ടു. ഞങ്ങൾ എല്ലാവരും ഒന്നായിമാറിയിരുന്നു, ഐക്യപ്പെട്ടിരുന്നു. ഗ്രാമത്തിലെ പെണ്ണുങ്ങളെല്ലാം ചൂലും കറിക്കത്തി യുമായി വന്നു. അവരെ ഗ്രാമത്തിൽ കടക്കാൻ ഞങ്ങളനുവദിച്ചില്ല.

"പട്ടികജാതിക്കാരായ തൊഴിലാളികളാണ് ഞങ്ങൾ. ചെങ്കൊടിയിൽ നിന്ന് ഞങ്ങൾക്കു പലതും കിട്ടി. എനിക്കോർമ്മയുണ്ട്, ഞാൻ ഒരു കുഞ്ഞായിരുന്നപ്പോൾ, എന്റെ ചേട്ടൻ ജമിയുടെ പാടത്താണ് പണിയെ ടുത്തത്. കൂലിക്കു വേണ്ടി ഞാനാണ് പോയിരുന്നത്. ഒരു തുണിയുമാ യിട്ടാണ് ഞാൻ പോവുക, അത് നിലത്ത് വിരിക്കും. ജമിമാർ അതിലേ ക്കാണ് പൈസയും നെല്ലും ഇടുക. അവർ ആ തുണി തൊടുകയില്ല, അയിത്തമായാലോ. ഇതൊക്കെ മാറ്റിമറിച്ചത് ചെങ്കൊടിയാണ്. അത് മറ ക്കാൻ പറ്റുമോ? ഇടതുമുന്നണി ഗവൺമെന്റ് വന്നതോടെ അവർ ഞങ്ങ ളോട് ചീത്തത്തരം കാണിച്ചില്ല. ഇടതുമുന്നണി ഗവൺമെന്റിന്റെ ഭൂവിത രണ പരിപാടിയിൽ എനിക്ക് രണ്ട് ബീഘ ഭൂമി കിട്ടി. എന്റെ ആങ്ങള കുറെക്കൊല്ലം ബങ്കുറാ ജില്ലയിൽ 7 ബീഘയുടെ ബർഗദാറായിരുന്നു. തൃണമൂൽ വന്നതോടെ ഏട്ടനെ ജമിമാർ പിരിച്ചുവിട്ടു. അവരെല്ലാം തൃണ മൂലുകാരാണ്. കുമാർഗഞ്ചിലും ജമിമാർ പട്ടയമൊന്നുമില്ലാതെ 6 ഏക്കർ ഭൂമി പിടിച്ചെടുത്തു സ്വന്തമാക്കിയിട്ടുണ്ട്. ഞങ്ങളുടെ ആൾക്കാർ കേസ് കൊടുത്തിട്ടുണ്ട്. വർഷങ്ങളിലൂടെ ഞങ്ങൾ നേടിയതെല്ലാം തിരിച്ചുപിടി ക്കണം ജമിമാർക്ക്. പക്ഷേ, അവർക്ക് ഞങ്ങളുടെ ആത്മാഭിമാനം കവർന്നെടുക്കാൻ കഴിയില്ല, അന്തസ്സ് പറിച്ചെറിയാൻ കഴിയില്ല. അത് ചെങ്കൊടിക്കു കീഴിൽ ഞങ്ങൾ നേടിയെടുത്തതാണ്."

മൂന്ന് സ്ത്രീകൾ മൂന്ന് ഗ്രാമങ്ങൾ, മൂന്ന് അനുഭവങ്ങൾ എല്ലാം 2011 ലെ തിരഞ്ഞെടുപ്പിനുശേഷം വന്നത്, അവർ പറയുന്നു: "ഞങ്ങളു ടേത് വ്യത്യസ്തമായ ജീവിതങ്ങൾ, വ്യത്യസ്തമായ അനുഭവങ്ങൾ. പക്ഷേ, ഞങ്ങൾ യോജിച്ചിരിക്കുന്നു. കാരണം ഞങ്ങൾ നീതിക്കു വേണ്ടി പൊരുതുകയാണ്. കാര്യങ്ങൾ എളുപ്പമൊന്നുമല്ല. പക്ഷേ, ഏറെ മാറ്റം

വന്നിട്ടുണ്ട്. കൂടുതലാളുകൾ ഭയത്തെ അതിജീവിച്ചിരിക്കുന്നു. 2011 മെയ് മാസത്തിനുശേഷമുള്ള ഭീതിദമായ ദിനങ്ങളിലെയത്ര ഭീതി ഇന്നില്ല."

സന്ത്വാനാ മണ്ഡൽ: "പേടിയാണ് ശത്രു"

സന്ത്വാനാമണ്ഡൽ ഒരു മുപ്പത്തിയഞ്ചുകാരിയാണ്. ഹൂഗ്ലി ജില്ലയിൽ താരകേശ്വർ പൊലീസ് സ്റ്റേഷനതിർത്തിയിലെ നസ്കർപൂർ ഗ്രാമത്തിലെ കർഷകത്തൊഴിലാളിയാണവർ. അവരുടെ കുടുംബത്തിൽ മുഴുവൻ സ്ത്രീകളാണ്, അവരാണ് കുടുംബനായിക. രണ്ടു പെൺമക്കളും അമ്മ യുമാണവർക്കുള്ളത്. തൊട്ടടുത്ത വീട്ടിൽ സഹോദരി ലഖിയും കുടും ബവും താമസിക്കുന്നു. അവരും കർഷകത്തൊഴിലാളികളാണ്.

2014 മെയ് 6 ന് വൈകുന്നേരം മൂന്ന് തൃണമൂലുകാർ സന്ത്വാനയെ ആക്രമിച്ചു. വീട്ടിൽനിന്ന് പുറത്തിറങ്ങി മാർക്കറ്റിലേക്ക് പോകുമ്പോഴാണ് ആക്രമണമുണ്ടായത്. അവരെ അക്രമികൾ ഒറ്റപ്പെട്ടൊരിടത്തേക്കു വലിച്ചു കൊണ്ടുപോയി, നിലത്തേക്കു തള്ളിയിട്ടു. എന്നിട്ട് അവരുടെ ഇടതു മുല മുറിച്ചെടുക്കാൻ ശ്രമിച്ചു. സന്ത്വാനയ്ക്ക് നല്ല പരിക്കേറ്റു. മൂന്ന് വലിയ കുത്താണവർക്കേറ്റത്. പിന്നീടവരെ ജില്ലാതലസ്ഥാനമായ സെരാംപൂ റിലെ ഹൾഷ് ആശുപത്രിയിൽ കൊണ്ടുപോയി ഒരു മാസത്തിലധികം അവർ ആശുപത്രിയിൽ കഴിയേണ്ടിവന്നു.

വോട്ടു ചെയ്യാൻ പോവരുതെന്ന തൃണമൂലുകാരുടെ ആജ്ഞ അനു സരിക്കാത്തതുകൊണ്ടാണ് സന്ത്വാനയെ ആക്രമിച്ചത്. സന്ത്വാനയും സഹോദരിയും സി പി ഐ (എം) അനുഭാവികളായിട്ടാണറിയപ്പെടുന്നത്. അവരുടെ പ്രദേശത്തെ തിരഞ്ഞെടുപ്പിന്റെ തലേന്നാൾ, അതായത് 2014 ഏപ്രിൽ 30 ന് തൃണമൂലുകാർ അവരെ സന്ദർശിച്ച് ഭീഷണിപ്പെടുത്തി യിരുന്നു. മകൻ പ്രണബിനെ സി പി ഐ (എം)ന്റെ പോളിങ് ഏജന്റായി അയക്കരുതെന്ന് അവർ ലഖിയോടും ആജ്ഞാപിച്ചു. അവർ സഹോദരി മാരും പ്രണാബും സ്വന്തം ഇഷ്ടത്തിനനുസരിച്ച് പ്രവർത്തിച്ചു. തിരഞ്ഞെ ടുപ്പു നാൾ പ്രഭാതത്തിൽത്തന്നെ പ്രണാബ് ബൂത്തിൽ പോളിങ് ഏജന്റായി എത്തിച്ചേർന്നു. രാവിലെ മുഴുവൻ സന്ത്വാനയും ലഖിയും വനിതാവോട്ടർമാരെ ബൂത്തിൽ എത്തിക്കാൻ പ്രവർത്തിച്ചു. വൈകു ന്നേരം തൃണമൂലുകാർ ബൂത്തിനുപുറത്ത് സംഘടിച്ചു. പ്രണാബിനെ ആക്രമിക്കാനായിരുന്നു അതെന്ന് സന്ത്വാനയോട് പറഞ്ഞു. ഏതാണ്ട് 3 മണിയോടെ സന്ത്വാന പ്രണാബിനെ ബൂത്തിൽ നിന്നു പുറത്തേക്കു കൊണ്ടുവന്നു. എന്നിട്ട് അയാളെ അകലെ ഒരു ബന്ധുവീട്ടിലേക്കു പറ ഞ്ഞയച്ചു. ഇത് തൃണമൂൽ ഗുണ്ടകളെ പ്രകോപിതരാക്കി. മെയ് 6 ന് സന്ത്വാനക്കെതിരെ നടന്നത് ഇതിനുള്ള ശിക്ഷയാണ്.

ആശുപത്രിയിൽ രണ്ടു സർജറി നടത്തേണ്ടിവന്നു സന്ത്വാനയ്ക്ക്; അപ്പോഴും തന്നെ കാണാൻ വന്നവരുടെ മുന്നിൽ അവർ സമരാവേശം പ്രകടിപ്പിച്ചു. ആശുപത്രി വിട്ടശേഷം സന്ത്വാന വീണ്ടും പാർട്ടിയോഗങ്ങ

ളിൽ പങ്കെടുത്തു. പാർട്ടിയോഗങ്ങളിൽ അവരെ അഭിനന്ദിക്കുന്നു; അവ രുടെ ധീരതയെ ആദരിക്കുന്നു. സന്ത്വാന പറയുന്നു:

"ജീവിതത്തിൽ ഞാൻ പഠിച്ചു, പേടിയാണ് ഏറ്റവും വലിയ ശത്രു വെന്ന്. ജീവിതത്തിൽ പ്രതിസന്ധികളുണ്ടാവുമ്പോൾ നിങ്ങൾ പേടിച്ചാൽ, പിന്നൊരിക്കലും നിങ്ങൾക്കു രക്ഷപ്പെടാനാവില്ല. എന്റെ ഭർത്താവ് മറ്റൊരു സ്ത്രീക്കുവേണ്ടി എന്നെ വിട്ടുപോയി. അപ്പോൾ എന്റെ രണ്ടാമത്തെ മകൾക്ക് മൂന്ന് മാസം മാത്രമായിരുന്നു. ആളുകൾ എന്നോടു പറഞ്ഞു അയാളുമായി ഒത്തുതീർപ്പാക്കണമെന്ന്, അയാളുടെ വീട്ടിൽ രണ്ടാം ഭാര്യ യായി കഴിയണമെന്ന്. അത് ഞാനവഗണിച്ചു. എനിക്ക് രണ്ട് കൈയു ണ്ട്. എനിക്ക് പണിയെടുക്കാൻകഴിയും. എന്തിനാണ് ഞാൻ പേടിക്കുന്നത്?

"എന്റെ രണ്ടു പെൺമക്കളെയും അമ്മയെയും ഞാനാണ് നോക്കു ന്നത്. എന്റെ ചേച്ചിയുടെ മകൻ പ്രണാബ് എനിക്ക് സ്വന്തം മകൻതന്നെ യാണ്. ഞാനാണവനെ വളർത്തിയത്. ഞങ്ങളുടേത് വളരെ അടുത്ത കുടുംബങ്ങളാണ്. എന്റെ ചേച്ചിയും ഞാനും നന്നായി ജോലി ചെയ്യുന്ന വരാണ്. ഞങ്ങൾ ദരിദ്രരാണ്, പക്ഷേ, ഞങ്ങൾ പട്ടിണി കിടക്കുന്നില്ല.

"പ്രണാബിനെ ബൂത്തിൽനിന്ന് പുറത്തുകൊണ്ടുവന്നശേഷം തൃണ മൂലുകാർ എന്റെ വീട്ടിൽ വന്നു; പ്രണാബ് വീട്ടിലുണ്ടെന്നാണവർ കരു തിയത്. ഞാൻ വാതില്ക്കൽ നിന്നു അവരെ അകത്തു കടത്തിവിട്ടില്ല.

സന്ത്വാനവും ലഖിയും

ഞാൻ അവരോടുപറഞ്ഞു: 'തിരഞ്ഞെടുപ്പിൽ ജയിക്കുന്നതിനെപ്പറ്റി നിങ്ങൾക്കു നല്ല ഉറപ്പാണ്. പിന്നെന്തിനാ ഞങ്ങളെ ഉപദ്രവിക്കുന്നത്?' അവർ പറഞ്ഞു: 'നിന്നെ ഞങ്ങൾ ഒരു പാഠം പഠിപ്പിക്കും?' ഞാൻ ചോദിച്ചു: 'നിങ്ങളെന്തു ചെയ്യും? നിങ്ങൾക്ക് ഞങ്ങളെ കൊല്ലാം. പക്ഷേ, എത്രപേരെ കൊല്ലും നിങ്ങൾ? ഇനിയും ഏറെയേറെ പേരുണ്ട് ഈ കൊടിപിടിക്കുന്നവർ.' എന്റെ ചേച്ചിയും എന്നെ പിന്തുണച്ചു. കുറച്ചുനാൾ കഴിഞ്ഞപ്പോൾ അവർ എന്നെ ആക്രമിച്ചു. പക്ഷേ, ഞാനിപ്പോഴും ഉണ്ട്. എനിക്ക് തരിമ്പും പേടിയില്ല."

അവരുടെ ചേച്ചി ലഖി പറയുന്നു; "ഞാൻ സന്ധ്വാനയേക്കാൾ വളരെ മൂത്തതാണ്. 1977 ൽ ഇടതുമുന്നണി ഗവൺമെന്റ് വരുന്നതിനു മുമ്പുള്ള കാര്യങ്ങൾ എനിക്കറിയാം. എന്റെ അച്ഛൻ പാർട്ടിയിൽ ചേർന്നു. അച്ഛൻ ചെങ്കൊടികളുമായി ഞങ്ങളുടെ കൊച്ചുകുടിലിൽ വരുമായിരുന്നു. അവയുമായി പാർട്ടി പ്രകടനത്തിനു പോകുമായിരുന്നു. കൂലിക്കൂടുതലിനു വേണ്ടി അച്ഛൻ സമരം ചെയ്തിരുന്നു. കൂലി വാങ്ങുന്നതിനുവേണ്ടി ജന്മി യുടെ വീട്ടിലേക്കു ഞാനും പോയിരുന്നു. ഞങ്ങൾക്ക് അവിടെ പ്രവേശ നമുണ്ടായിരുന്നില്ല. നിലത്തൊരു തുണി വിരിക്കേണ്ടിയിരുന്നു. ജന്മിയുടെ ഭാര്യ വന്ന് അതിലേക്ക് മുരി (Puffed rice) എറിഞ്ഞുപോകുമായിരുന്നു. അത് കാറ്റിൽ പറന്നുപോകുമായിരുന്നു. അതിൽ പൊടി കലരുമായിരു ന്നു. അതെല്ലാം ഞാൻ പെറുക്കിയെടുക്കുമായിരുന്നു. എനിക്ക് ദേഷ്യം വന്നിരുന്നു, എങ്കിലും ഞാനൊന്നും മിണ്ടിയിരുന്നില്ല; മിണ്ടാൻ പറ്റില്ലാ യിരുന്നു. ഇടതുമുന്നണി ഗവൺമെന്റ് വന്നപ്പോൾ ഇതിനൊക്കെ മാറ്റമു ണ്ടായി. ഒരു നാൾ ജന്മിയുടെ ഭാര്യ മുരി എറിയുകയായിരുന്നു. അപ്പോൾ ഞാൻ പറഞ്ഞു. "ഇങ്ങനെ മുരി എന്റെ നേരെ എറിയരുത്. അത് പാഴാ യിപ്പോകും. ഒരു മനുഷ്യനോടു പെരുമാറാനറിയില്ലേ നിങ്ങൾക്ക്?" അവർക്ക് ദേഷ്യം വന്നു. പക്ഷേ, അവരുടെ മക്കൾ അവരെ തടഞ്ഞു. ഇനിയിങ്ങനെയൊന്നും പറയാൻ പാടില്ലെന്നവർ അമ്മയോടു പറഞ്ഞു. 'കാലം മാറിയിരിക്കുന്നു.' നിവർന്ന് നടക്കാൻ ഞങ്ങൾക്കു തുണയായ ത് ചെങ്കൊടിയാണ്. സന്ധ്വാന ആ പാരമ്പര്യത്തിന്റെ ഭാഗമാണ്. അവൾ നിവർന്നു നടക്കുന്നു."

സന്ധ്വാന കൂട്ടിച്ചേർക്കുന്നു. "പ്രണാബും. അവന് ചെങ്കൊടി ഇഷ്ട മാണ്. ഇന്ന് ഞങ്ങൾക്കു കഷ്ടകാലമായിരിക്കാം. അവൻ തൊഴിലന്വേ ഷിച്ച് ദൂരെ സ്റ്റേറ്റിനു പുറത്തുപോവേണ്ടി വന്നു. എനിക്കും പണിയെടു ക്കാൻ കഴിയുന്നില്ല. ആക്രമണത്തിലേറ്റ മുറിവാണ് കാരണം. അത് ഇന്നും പ്രശ്നമാണ്. എനിക്കു പാടത്ത് കുനിയാൻ കഴിയുന്നില്ല. അടുത്ത കൊയ്ത്താവുമ്പോഴേക്ക് പണിയെടുക്കാനാവുമെന്നാണ് എന്റെ പ്രത്യാശ.

"നല്ലവരല്ലാത്ത ചിലർ ചെങ്കൊടിയെ സ്വന്തം നേട്ടങ്ങൾക്കായി ദുരു പയോഗം ചെയ്തിട്ടുണ്ട്. എന്റെ മുറിവുകൾക്കുത്തരവാദിയായ മനു ഷ്യനെ എനിക്കറിയാം. അയാൾ നാട്ടിൽ ഒരു ക്രിമിനലാണ്, കുപ്രസിദ്ധ

നാണ്. ഇടതുമുന്നണി ഭരണത്തിന്റെ കാലത്ത് അയാളുടെ അച്ഛന് അയാ
ളുടെ പേരിൽ ഒരു റേഷൻ ഷാപ്പുണ്ടായിരുന്നു. അതിനുശേഷം അയാൾ
തൃണമൂൽ ടിക്കറ്റിൽ മത്സരിച്ചു. ഇപ്പോൾ അയാളുടെ മകനാണ് ഈ
സ്ഥലത്തെ ഏറ്റവും വലിയ തൃണമൂൽ നേതാവ്. അയാൾ ഞങ്ങളെ
യെല്ലാം ഭീഷണിപ്പെടുത്തുകയാണ്. പക്ഷേ എത്രകാലം ഇതു തുടരും?
ഗ്രാമത്തിലെ ജനങ്ങൾ ഇപ്പോഴും ഞങ്ങളുടെ കൂടെയാണ്. ഈ ഗുണ്ടാ
രാജ് വേഗം അവസാനിക്കുമെന്നെനിക്കറിയാം."

സന്താന വളരെ ഉയർന്നു നില്ക്കുകയാണ്. അവൾ പണിയെടു
ക്കുന്ന സ്ഥലത്ത് ഉമിയും നെല്ലും വേർതിരിച്ചെടുക്കുന്നു, സ്വജീവിത
ത്തിലും രാഷ്ട്രീയത്തിലും അവർ ഇതുതന്നെ ചെയ്യുന്നു. ശരിതെറ്റുകൾ
വേർതിരിക്കാൻ സന്താനക്കറിയാം. അവർക്ക് പേടിയില്ല. കാരണം, അവർ
ശത്രുവിനെ കീഴ്പ്പെടുത്തിയിരിക്കുന്നു.

ബങ്കുറ
മാണ്ടി ഗ്രാമത്തിലെ പോരാളികൾ

"പാവങ്ങളായ ഞങ്ങളാണ് പ്രസ്ഥാനത്തിന്റെ ഉപ്പ്"

ഒരു ഫുട്ബോൾ മാച്ച് നടന്നുകൊണ്ടിരിക്കുകയാണ്. ഗ്രാമത്തിലെ എത്രയോ ചെറുപ്പക്കാർ തങ്ങളുടെ ടീമിനുവേണ്ടി ആർപ്പു വിളിക്കുന്നു. ഗ്രാമത്തിലേക്ക് തിരിയുന്ന റോഡിന്റെ മൂലയിൽ രണ്ടു പൊലീസ് ജീപ്പു കളും ഒരു സംഘം പൊലീസുകാരും നിലയുറപ്പിച്ചിട്ടുണ്ട്. അസ്ഥാന ത്താണ് അവരുടെ നില്പ് എന്ന് കാണാം. അവരുടെ നേരെ എതിർഭാഗ ത്ത് ലാത്തി ധരിച്ചുകൊണ്ട് ഒരു സംഘം പുരുഷന്മാരും നിലയുറപ്പിച്ചിട്ടു ണ്ട്. കൂടുതൽ ശ്രദ്ധിച്ചാൽ അവർ തമ്മിൽ വാദപ്രതിവാദം നടക്കുന്നതാ യി മനസ്സിലാക്കാം. ഗ്രാമത്തിനു പുറത്തുനിന്നുള്ളവർ സ്ഥലത്തെത്തിയ തിൽപ്രതിഷേധിക്കുന്ന തൃണമൂൽ കോൺഗ്രസ് പ്രവർത്തകരാണ് അ വർ. ഈ ജില്ലയിലെ വിവിധ ഭാഗങ്ങൾ സന്ദർശിക്കുന്നതിനുള്ള "വിസ' ' നല്കുന്നത് ഇവിടത്തെ ടി എം സി മേധാവികളാണെന്ന് തോന്നുന്നു. എന്നാൽ ഇവിടത്തെ എം എൽ എയായ സഖാവ് മനോരഞ്ജൻ പത്ര ഈ ഗ്രാമത്തിന് അന്യനല്ല. അതിർത്തി പുനർനിർണ്ണയത്തിനുമുമ്പ് ഈ പ്രദേശം അദ്ദേഹത്തിന്റെ മണ്ഡലത്തിൽ ഉൾപ്പെട്ടതായിരുന്നു. ഇന്ന് തൊ ട്ടടുത്ത മണ്ഡലത്തിൽനിന്നാണ് അദ്ദേഹം മത്സരിക്കുന്നതെങ്കിലും, ഈ പ്രദേശത്തെ ആളുകൾക്ക് അദ്ദേഹത്തെ നല്ലപോലെ അറിയാം. എന്നാൽ ലാത്തിയുമായി വന്നിട്ടുള്ളവരെ സംബന്ധിച്ചിടത്തോളം അതിൽ വലിയ കാര്യമൊന്നുമില്ല. തന്റെ നേരെ ഭീഷണിയുണ്ടാകുന്നത് പതിവാണെന്നും അതിനാൽ ജില്ലയുടെ കൂടുതൽ അകന്ന പ്രദേശങ്ങൾ സന്ദർശിക്കാൻ പോകുന്നതിനുമുമ്പ് പൊലീസിനെ മുൻകൂട്ടി അറിയിക്കുന്നത് പതിവാ ണെന്നും എം എൽ എ വിശദീകരിക്കുന്നു.

ഈ ഗ്രാമത്തിന്റെ പേര് മാണ്ടി എന്നാണ്. ബാങ്കുറ ജില്ലയിലെ താൽ

ഡംഗ ബ്ലോക്കിൽപ്പെട്ട ഈ ഗ്രാമത്തിലെ ജനങ്ങൾ, മറ്റ് പല ഗ്രാമങ്ങളി ലെയും ജനങ്ങളെപ്പോലെത്തന്നെ, സി പി ഐ (എം)ന് ശക്തമായ പി ന്തുണ നല്കുന്നവരാണ്. അതുകൊണ്ടാണ് അവർക്ക് ടിഎംസിയുടെ ഗുണ്ടാസംഘങ്ങളിൽനിന്ന് തുടർച്ചയായി പീഡനങ്ങളും ഭീഷണികളും നേരിടേണ്ടിവരുന്നത്. അത്തരത്തിലൊരു ഗുണ്ടാസംഘമാണ് ഗ്രാമത്തി ന് പുറത്ത് ചുറ്റിക്കറങ്ങിക്കൊണ്ടിരിക്കുന്നത്. തന്റെ സന്ദർശനത്തെക്കു റിച്ച് പൊലീസിന് വിവരം നല്കിയിരുന്നുവെന്ന് എം എൽ എ പറയു ന്നു. അതുകൊണ്ടാണ് ഒരു സംഘം പൊലീസ് എത്തിയിട്ടുള്ളത്. എം എൽ എയുടെ സന്ദർശനം കഴിഞ്ഞ് അദ്ദേഹം തിരിച്ചു പോയി കുറച്ചു നേരം കഴിഞ്ഞാൽ, അദ്ദേഹം ഏതേതെല്ലാം പ്രദേശങ്ങളാണ് സന്ദർശി ച്ചത് എന്ന് പൊലീസ്, ടി എം സി നേതാക്കന്മാർക്കു ചൂണ്ടിക്കാണിച്ചു കൊടുക്കും എന്ന് അദ്ദേഹം പറയുന്നു. തുടർന്ന് എം എൽ എ സന്ദർശി ച്ച വീടുകളിൽ കയറിച്ചെന്ന്, അദ്ദേഹം ആരോടൊക്കെ സംസാരിച്ചുവോ, അവരെയൊക്കെ ടി എം സിക്കാർ ഭീഷണിപ്പെടുത്തും. ഇത് ജനാധിപ ത്യത്തെ പൂർണ്ണമായും പരിഹാസ്യമാക്കിത്തീർക്കുന്ന ഏർപ്പാടാണ് എ ന്ന് അദ്ദേഹം പറയുന്നു. എം എൽ എ എന്ന നിലയിൽ തന്റെ മണ്ഡല ത്തിലെ ആളുകളോടുള്ള തന്റെ കടമ നിറവേറ്റുന്നതിൽനിന്ന് അദ്ദേഹ ത്തെ തടയുന്നത് ജനാധിപത്യത്തെ തടസ്സപ്പെടുത്തൽ തന്നെയാണ്.

ലോകസഭയിലേക്കുള്ള തിരഞ്ഞെടുപ്പ് നടക്കേണ്ടിയിരിക്കുന്നത് 2014 മെയ് 7നാണ്. വോട്ടെടുപ്പിന്റെ തൊട്ടുമുമ്പുള്ള ദിവസം വൈകിട്ട് ഏഴര മണിക്ക് മാണ്ടി ഗ്രാമത്തിലെത്തിയ ഒരു സംഘം ടി എം സിക്കാർ, അടുത്ത ദിവസം വോട്ടു ചെയ്യാൻ പോകരുതെന്ന് ഗ്രാമീണർക്ക് മുന്നറിയിപ്പ് നല്കി. ''മജ്ജിപാറ'' എന്ന പേരിൽ അറിയപ്പെടുന്ന പട്ടികജാതിക്കാരായ കർഷ കത്തൊഴിലാളികൾ താമസിക്കുന്ന പ്രദേശത്ത് ചെന്ന ടി എം സിക്കാർ, പ്രത്യേകിച്ചും കൂടുതൽ ആക്രമണ സ്വഭാവം കാണിച്ചു. ഈ 'പാറ'യി ലെ താമസക്കാർ സി പി ഐ (എം)നെ പിന്തുണയ്ക്കുന്നവരാണ് എന്ന് എല്ലാവർക്കും അറിവുള്ളതാണ്. അന്നേ ദിവസം രാത്രി പത്തരമണിക്ക് ടി എം സി സംഘം വീണ്ടും അവിടെയെത്തി. അവരിൽ പലരും കള്ളു കുടിച്ചിരുന്നു. പിറ്റേ ദിവസം പോളിങ് ബൂത്തുകളിൽ പ്രവേശിക്കാൻ ടി എം സിയുടെ പോളിങ് ഏജന്റുമാരെ മാത്രമേ അനുവദിക്കുകയുള്ളൂ എന്ന് അവർ പ്രഖ്യാപിച്ചു. വീണ്ടും അർദ്ധരാത്രിക്കുശേഷം മൂന്നാമതും അവ രെത്തി. ഇത്തവണ അവർ ഗ്രാമത്തിലെ സി പി ഐ (എം) നേതാക്കന്മാ രുടെ വീട്ടുവാതില്ക്കൽ ഇടിക്കാനും തെറിവിളിക്കാനും തുടങ്ങി. ആ സ മയത്ത് തൊട്ടടുത്തുള്ളവരെല്ലാം പുറത്തുവന്നു. അവർക്ക് നേതൃത്വം നല് കിയത് സുഭദ്ര ലായക്, ബുലാ മജ്ജി, മീനാതി സർദാർ, ശിബാനി ഖാ ൻ തുടങ്ങിയ നിരവധി സ്ത്രീകളായിരുന്നു.

അവർ ഗുണ്ടകളായ പുരുഷന്മാരെ തുരത്തിയോടിച്ചു; രാത്രി മുഴു വനും കാവല് നിന്നു. അടുത്ത ദിവസം പ്രഭാതം പൊട്ടിവിരിഞ്ഞപ്പോൾ, 'പാറ'യിലെ പട്ടികജാതിക്കാരായ സ്ത്രീകൾ ഒത്തുകൂടി, തങ്ങൾ സി പി ഐ (എം)ന്റെ പോളിങ് ഏജന്റുമാരുടെ സംരക്ഷകരായി അവരെ

ബൂത്തുകളിൽ എത്തിക്കുമെന്ന് തീരുമാനിച്ചു. തങ്ങളുടെ പോളിങ് ഏജ ന്റുമാർക്ക് കുഴപ്പമൊന്നുമില്ലെന്ന് ഉറപ്പുവരുത്തുന്നതിനായി സ്ത്രീകൾ, ഊഴമിട്ട് പോളിങ് ബൂത്തുകൾ സന്ദർശിച്ചുകൊണ്ടിരുന്നു; അതേ അവ സരത്തിൽത്തന്നെ വോട്ടു ചെയ്യാൻ പോകാൻ ഗ്രാമീണരെ അണിനിര ത്തുകയും ചെയ്തു. ഗ്രാമീണരെല്ലാം വീട്ടിൽത്തന്നെ ഇരുന്നുകൊള്ള ണം, അവരുടെ വോട്ടൊക്കെ ബൂത്തിൽ രേഖപ്പെടുത്തിക്കൊള്ളും എന്ന് ടി എം സിക്കാർ ഗ്രാമീണർക്ക് മുന്നറിയിപ്പ് നല്കിയിട്ടുണ്ടായിരുന്നതി നാൽ, അവർക്ക് വീടുവിട്ടിറങ്ങാൻ വളരെ ഭയമായിരുന്നു.

കാര്യങ്ങൾ വ്യക്തമായി അവതരിപ്പിക്കാൻ കഴിവുള്ള, ഉശിരൻ നേതാ വായ സുഭദ്രാ ലായക് ഇങ്ങനെ പ്രസ്താവിക്കുന്നു:

"വളരെയധികം ആളുകൾ പേടികൊണ്ട് പുറത്തുവരാനോ വോട്ടു ചെയ്യാനോ ധൈര്യപ്പെടുന്നില്ല എന്നു കണ്ടപ്പോൾ ഞങ്ങൾക്ക് നിരാശ തോന്നി. എന്നാൽ ഞങ്ങളുടെ പ്രദേശത്ത് സ്ഥിതി, താരതമ്യേന ഭേദമാ യിരുന്നു. പോളിങ് ഏജന്റുമാരെ തിരിച്ചു കൊണ്ടുവരുന്നതിനായി വൈ കുന്നേരം ഞാനും ബുലയും ചെന്നു. ബൂത്തിനുപുറത്ത്, പുറത്തുനിന്നു വന്നവരുടെ ഒരു വലിയ ജനക്കൂട്ടമാണ് ഞങ്ങൾ കണ്ടത്. അപ്പോഴും ബൂത്തിൽത്തന്നെ ഇരിക്കുകയായിരുന്ന ഞങ്ങളുടെ കുട്ടികളെ അവർ ഭീഷണിപ്പെടുത്തിക്കൊണ്ടിരിക്കുകയായിരുന്നു. ഞങ്ങളുടെ ആളുകളെ വെട്ടിനുറുക്കും എന്ന് അവർ ആക്രോശിച്ചുകൊണ്ടിരുന്നു. ശരിക്കും ഭയ പ്പെടുത്തുന്ന കാഴ്ചയായിരുന്നു അത്. ഏതായാലും ഞാനും ബുലയും മുന്നോട്ടുനീങ്ങി. ആ കുട്ടികളുടെ അമ്മയാണ് ഞാനെന്നും അവരെ തി രികെ വീട്ടിലേക്ക് കൊണ്ടുപോകാനാണ് ഞാൻ വന്നിരിക്കുന്നതെന്നും ഞാൻ പറഞ്ഞു. എങ്ങനെയൊക്കെയോ അവരെ പുറത്തെത്തിക്കുന്നതി ന് ഞങ്ങൾക്ക് കഴിഞ്ഞു. ഞങ്ങളാകെ ഭയപ്പെട്ടിരുന്നുവെങ്കിലും, ആ രാ ത്രി ഒന്നും സംഭവിച്ചില്ല.

"പിറ്റേന്ന് രാവിലെ ദിനകൃത്യങ്ങൾക്കായി പുറത്തിറങ്ങിയപ്പോൾ, വെള്ളമുള്ള കുളത്തിലേക്കുള്ള പ്രധാന വഴി ടി എം സി ഗുണ്ടകൾ അട ച്ചിരിക്കുന്നതായി കണ്ടു. കുളം തൊട്ടടുത്തുള്ള പ്രദേശത്താണ്. അവി ടെയാണ് സ്ത്രീകളായ ഞങ്ങൾ കുളിക്കാൻ പോകാറുള്ളത്. രണ്ടു ദിവ സക്കാലം ഞങ്ങൾ അങ്ങോട്ടു പോകുന്നതിനെ ഗുണ്ടകൾ തടഞ്ഞു. എന്നാൽ മൂന്നാം ദിവസം ഞങ്ങൾ ഒരു വലിയ സംഘമായി അങ്ങോട്ടു ചെന്നു; അതോടെ അവർക്ക് വഴി മാറേണ്ടിവന്നു. പിന്നീട് പല ദിവസ ങ്ങളോളം, ഞങ്ങൾ സംഘം സംഘമായിട്ടാണ് അങ്ങോട്ടുപോയത്. മു മ്പൊക്കെ, ഓരോരുത്തരുടെ സൗകര്യംപോലെ, ഞങ്ങൾ സ്വതന്ത്രമായി അങ്ങോട്ടുപോകുമായിരുന്നു".

ഇവിടെയുള്ള കുടുംബങ്ങളിൽ പലതും, 1970 കളിലെ ഭൂസമര പ്രസ്ഥാനങ്ങളിൽ പങ്കാളികളായിരുന്നു. ഇടതുപക്ഷമുന്നണി ഗവൺമെ ന്റിന്റെ കാലത്ത് ഏതാണ്ട് 250 ബീഘ ഭൂമി വിതരണം ചെയ്യപ്പെട്ടിരുന്നു; ഇവയിൽ മിക്കതിനും പട്ടയവും നല്കപ്പെട്ടിരുന്നു. ഭൂമി കിട്ടിയ കുടുംബ

ങ്ങൾ, ആ ഭൂമി വ്യത്യസ്ത ആവശ്യങ്ങൾക്കാണ് ഉപയോഗിച്ചിരുന്നത്. പലരും മുള നട്ടുവളർത്തി; അതവർക്ക് വരുമാനമുണ്ടാക്കിക്കൊടുത്തു. പലരും മറ്റുള്ളവരുടെ ഭൂമികളിൽ കർഷകത്തൊഴിലാളികളായി പ്രവർ ത്തിച്ചു; 2006 നുശേഷം മഹാത്മാഗാന്ധി ദേശീയ തൊഴിലുറപ്പു പദ്ധതി പ്രകാരം തൊഴിലാളികളായും പ്രവർത്തിച്ചു.

പുതിയതായി രൂപീകരിക്കപ്പെട്ട ബിഷ്ണുപൂർ എന്ന ഈ നിയോജ കമണ്ഡലത്തിൽനിന്ന് 2011 ലെ അസംബ്ലി തിരഞ്ഞെടുപ്പിൽ ടി എം സി വിജയിച്ചതോടുകൂടിയാണ് സി പി ഐ (എം) അനുയായികളെ സംബ ന്ധിച്ചിടത്തോളം കുഴപ്പം ആരംഭിച്ചത്. തൊട്ടടുത്ത പ്രദേശത്ത്, അറിയ പ്പെടുന്ന സി പി ഐ (എം) നേതാവിനെ നഖൽ അജിത് മോഹൻ പൈശാചികമായി വധിക്കപ്പെട്ടു. പാർട്ടി ഓഫീസ് ആക്രമിക്കപ്പെട്ടു; ടി എം സിക്കാർ അത് താഴിട്ടുപൂട്ടി. വെറും മൂന്ന് കിലോമീറ്റർ അകലെ, മാ ണ്ടി ഗ്രാമത്തിൽ താമസിക്കുന്ന സി പി ഐ (എം) അനുഭാവികളെ ടി എം സിക്കാർ ഭീഷണിപ്പെടുത്തി. ടി എം സി എം എൽ എ ഗ്രാമത്തിൽവ ന്ന് അവിടെയൊരു ടി എം സി ഓഫീസ് തുറന്നു. അധികം താമസിയാ തെ, ഈ ഓഫീസ് കുടിയന്മാരുടെ കൂടാരമായിത്തീർന്നു. ടി എം സി ഗു ണ്ടകളുടെ ദുഷ്ചെയ്തികൾക്കൊണ്ട് ഗ്രാമീണർക്ക് പൊറുതിമുട്ടി. ഗു ണ്ടകൾ ഗ്രാമത്തിലെ ചെറുപ്പക്കാരികളെ പീഡിപ്പിക്കാനും തുടങ്ങി. ഒടു വിൽ ടി എം സി ഓഫീസ് അഗ്നിക്കിരയാക്കപ്പെട്ടു. ഉടനടി പൊലീസ് സ്ഥലത്തെത്തി ആറ് സി പി ഐ (എം) അനുയായികളെ (നാല് പുരുഷ ന്മാരും രണ്ട് സ്ത്രീകളും) പിടിച്ചു കൊണ്ടുപോയി ജയിലിലിട്ടു. ഒരു അ ന്വേഷണവും നടത്താതെയാണ് പൊലീസ് ഇതൊക്കെ ചെയ്തത്. രണ്ട് ടി എം സി ഗ്രൂപ്പുകൾ തമ്മിൽത്തമ്മിൽ ഏറ്റുമുട്ടലുണ്ടായിയെന്നും അ തിൽ ഒരുകൂട്ടരാണ് ഓഫീസ് കത്തിച്ചതെന്നും ആണ് ഗ്രാമീണർ പറയു ന്നത്.

2013 ലെ പഞ്ചായത്ത് തിരഞ്ഞെടുപ്പിലും മത്സരമൊന്നും കൂടാതെ തന്നെ ടി എം സിക്കാർ ഇവിടെ വിജയിച്ചിരുന്നു. അഴിമതി വ്യാപകമാ യി, ജലസേചനത്തിനുള്ള വെള്ളം പമ്പിൽനിന്ന് കിട്ടുന്നതിന് ടി എം സി നേതാക്കന്മാർ പണം ആവശ്യപ്പെട്ടുതുടങ്ങി. സി പി ഐ (എം) എം പി, തന്റെ വികസനഫണ്ട് (എം പി എൽ എ ഡി എസ്) ഉപയോഗപ്പെടുത്തി യാണ് മുമ്പ് ഈ ഗ്രാമത്തിൽ പമ്പ് സ്ഥാപിച്ചത്. മുമ്പ് വെള്ളം കിട്ടാത്ത പ്രശ്നം ഉണ്ടായിരുന്ന 60 ബീഘ ഭൂമിയിൽ കൃഷി ചെയ്യുന്നതിന് ഈ വെള്ളം ഉപകരിച്ചിരുന്നു. ഇടതുപക്ഷമുന്നണി ഗവൺമെന്റിന്റെ ഭരണ കാലത്ത് കൃഷിക്കാരിൽനിന്ന് എന്തെങ്കിലും ചാർജ്ജ് വസൂലാക്കണമെ ന്നുണ്ടെങ്കിൽ ഗ്രാമപഞ്ചായത്ത് കമ്മിറ്റി കൂടി തീരുമാനിച്ച് അംഗീകാരം വാങ്ങേണ്ടതുണ്ടായിരുന്നു. ഗ്രാമപഞ്ചായത്ത് തിരഞ്ഞെടുപ്പിൽ ടി എം സിക്കാർ വിജയിച്ചതിനെത്തുടർന്ന്, അവർ തോന്നുംപോലെ ലെവി പിരി ച്ചു തുടങ്ങി; അത് അവരുടെ പോക്കറ്റിലേക്കാണ് പോയത്. വെള്ളം നല് കുന്നതിന് അവർ 700 രൂപ വീതം പിരിച്ചുതുടങ്ങി; എന്നാൽ വെള്ളം

ഒട്ടും കിട്ടിയതുമില്ല. കൃഷിക്കാർ പരാതിപ്പെട്ടപ്പോൾ, അവരെ ഭീഷണി പ്പെടുത്തി. പിന്നീട് ചില ടി എം സി നേതാക്കന്മാർ സ്ത്രീകളെ ചെന്നു കണ്ട് ഇങ്ങനെ പറഞ്ഞു: ''ഞങ്ങൾ ഓരോരുത്തർക്കും രണ്ടു കുപ്പി മ ദ്യം വീതം നല്കുകയാണെങ്കിൽ, നിങ്ങൾക്ക് വെള്ളം കിട്ടാൻ ഞങ്ങൾ ശ്രമിക്കാം''. സ്ത്രീകൾ അത് നിരസിച്ചുവെന്ന് പറയേണ്ടതില്ലല്ലോ.

തൊഴിലുറപ്പു പദ്ധതി പ്രകാരമുള്ള തൊഴിൽ കാർഡുകളെല്ലാം ടി എം സി നേതാക്കന്മാർ വാങ്ങിക്കൊണ്ടുപോയി എന്ന് ഗ്രാമത്തിലെ സ് ത്രീകൾ പരാതിപ്പെട്ടു. അവർ ആ കാർഡ് ഉപയോഗിച്ച് ഹാജർ രജിസ്റ്റ റിൽ കൃത്രിമം കാണിച്ചു. പിന്നീട് ഇതുപയോഗിച്ച് സി പി ഐ (എം) അനുയായികൾക്ക് ജോലി നിഷേധിച്ചു. ഒരു ദിവസം രാത്രി ടി എം സി ഗുണ്ടകൾ വന്ന് മുളംകൂട്ടം വെട്ടിവീഴ്ത്തി. സാവിത്രി ലായക് ഇങ്ങനെ പറഞ്ഞു: ''അവർ ബലം പ്രയോഗിച്ച് മുള വെട്ടി വീഴ്ത്തി. എല്ലാം വെട്ടി വീഴ്ത്തി. അതിന് 12,000 രൂപ മുതൽ 13,000 രൂപ വരെ വില വരും''. മീ നാതി സർദാർ ഇങ്ങനെ പ്രസ്താവിക്കുന്നു: ''എന്റെ ഭൂമിയിൽനിന്ന് അ വർ വെട്ടിയെടുത്ത മുളയ്ക്ക് 25,000 രൂപയെങ്കിലും വില വരും. ഞങ്ങൾ പരാതി പറയാൻ പൊലീസിനെ സമീപിച്ചു. എന്നാൽ ടി എം സിക്കാരു ടെ ഏജന്റുമാർ എന്ന നിലയ്ക്കാണ് പൊലീസ് പ്രവർത്തിക്കുന്നത്''. ത ങ്ങളുടെ ഉപജീവനമാർഗ്ഗത്തിനുനേർക്ക് ഇത്തരത്തിലുള്ള ഭീഷണികളും ആക്രമണങ്ങളും ഉണ്ടായിട്ടും, പട്ടികജാതിക്കാരുടെ ഈ പ്രദേശത്തുള്ള ആളുകൾ ചെങ്കൊടിക്കുള്ള തങ്ങളുടെ പിന്തുണ തുടർന്നുകൊണ്ടിരുന്നു.

മെയ് 16 നാണ് തിരഞ്ഞെടുപ്പ് ഫലം പ്രഖ്യാപിച്ചത്. ഈ ഗ്രാമത്തിൽ സി പി ഐ (എം) സ്ഥാനാർഥികൾ തോറ്റിരുന്നു. അന്നേദിവസം രാത്രി തന്നെ ടി എം സി ഗുണ്ടകൾ സമീപപ്രദേശങ്ങൾ വളഞ്ഞു. ആ രാത്രി എന്താണ് സംഭവിച്ചതെന്ന്, സ്ത്രീകൾ ഒറ്റക്കെട്ടായിനിന്ന് വിവരിക്കുന്നു:

ഒട്ടേറെ കള്ളവോട്ടുകൾ ഉണ്ടായിരുന്നു; തിരഞ്ഞെടുപ്പ് കൃത്രിമം നടന്നിരുന്നുവെന്ന് ഞങ്ങൾക്ക് അറിയാമായിരുന്നു. എന്നിരുന്നാ ലും, ഫലം അറിഞ്ഞപ്പോൾ ഞങ്ങൾ ദുഃഖിതരായി. മുമ്പത്തേക്കാൾ കൂടുതൽ രൂക്ഷമായ വിധത്തിൽ ഞങ്ങൾ ആക്രമണത്തിന് വി ധേയരാവും എന്ന് ഞങ്ങൾക്ക് അറിയാമായിരുന്നു. അർദ്ധരാത്രി യായപ്പോൾ പെട്ടെന്ന് വീടുകൾക്കുമുകളിൽ കല്ലുകൾ വന്ന് വീ ഴുന്ന ശബ്ദം കേട്ട് ഞങ്ങൾ ഉണർന്നു. ഞങ്ങളിൽ പലരുടെയും വീടുകൾക്ക് ടിൻ മേല്ക്കൂരയാണുള്ളത്. അതിനാൽ അത് കന ത്ത ആലിപ്പഴവർഷംപോലെ തോന്നിച്ചു... ഞങ്ങൾ പരസ്പരം വി ളിച്ചുണർത്തി. അധികം താമസിയാതെ, അയല്ക്കാരെല്ലാം പുറ ത്തുവന്നു. ഞങ്ങളെക്കൊണ്ടാവുന്ന വിധത്തിൽ ഞങ്ങൾ ചെറു ത്തുനിന്നു. ഞങ്ങൾ തിരിച്ചടിച്ചുവെന്നുതന്നെ പറയാം; അങ്ങനെ ഞങ്ങൾ ജയിച്ചു. ഞങ്ങളുടെ ഗ്രാമത്തിന് തീവയ്ക്കണം എന്നാ യിരുന്നു അവരുടെ ഉദ്ദേശ്യം. എന്നാൽ എന്തുതന്നെ സംഭവിച്ചാ

ലും, തിരിച്ചടിക്കും എന്ന് ഞങ്ങൾ തീരുമാനിച്ചു. ഞങ്ങൾ തിരിച്ച ടിച്ചു. ഏതാണ്ട് 120 കുടുംബങ്ങളുണ്ട് ഇവിടെ. ചിലർ ഓടിപ്പോയി. എന്നാൽ മിക്കവരും ഇവിടെത്തന്നെ നിന്നു; ഒറ്റക്കെട്ടായി നിന്നു.

ഒരു പോളിങ് ഏജന്റായിരുന്ന ടോട്ടൺ ലായക് തനിക്ക് നേരിടേ ണ്ടിവന്ന ആക്രമണത്തെക്കുറിച്ച് ഇങ്ങനെ വിവരിക്കുന്നു: "തൊട്ടടുത്ത ദിവസം അവരെന്നെ വഴിയിൽ പിടിച്ചുനിർത്തി മർദ്ദിച്ചു. അവർ എന്റെ സൈക്കിൾ തട്ടിപ്പറിച്ചെടുത്തു. അശ്ലീലം നിറഞ്ഞ ഭാഷയിൽ അവർ എ ന്നെ അവഹേളിക്കുകയായിരുന്നു." റോഡുവക്കത്ത് ഒരു ചെറിയ കോ ഴിക്കട നടത്തിയിരുന്ന ഉത്തർ മജ്ജിക്കും മർദ്ദനമേറ്റു. അയാൾ വീട്ടിലേ ക്ക് മടങ്ങുകയായിരുന്നു. അയാളുടെ കട തകർത്തു.

സി പി ഐ (എം) അനുയായികൾക്ക് ജോലി കൊടുത്തുപോകരു തെന്ന് പല തൊഴിലുടമകളെയും ടി എം സി ഗുണ്ടകൾ ഭീഷണിപ്പെടു ത്തി. സി പി ഐ (എം) അനുയായികളെ തൊഴിലുറപ്പു പദ്ധതിയുടെ ജോലിസ്ഥലത്തുനിന്ന് പറഞ്ഞുവിട്ടു. എന്നാൽ മജ്ജിപാറയെ അങ്ങനെ ഭീഷണിപ്പെടുത്തി വിധേയമാക്കാൻ കഴിഞ്ഞില്ല. അവർക്ക് പാർട്ടിയിൽ നിന്ന് ആത്മവിശ്വാസം ലഭിച്ചിരുന്നുവല്ലോ. ജോലി ലഭിക്കണമെന്ന ആ വശ്യവുമായി സമരം ചെയ്യുന്ന ഗ്രാമീണർക്ക് പാർട്ടി പിന്തുണ നല്കി. അവരുടെ സമരങ്ങൾ കാരണം, ഈ അടുത്തയിടെ, താൻ ഇക്കാര്യത്തിൽ ഇടപെടാമെന്നും ഗ്രാമീണർക്ക് ജോലിയും മുഴുവൻ കൂലിയും ലഭ്യമാ ക്കാമെന്നും ബി ഡി ഒ വാഗ്ദാനം ചെയ്യുകയുണ്ടായി. ടോട്ടൺ ലായ ക്കിന് തന്റെ സൈക്കിൾ തിരിച്ചുകിട്ടി. ഉത്തർ മജ്ജി തന്റെ കോഴിക്കട വീണ്ടും ആരംഭിച്ചു. സ്ത്രീകൾ പഴയപോലെത്തന്നെ കുളത്തിൽ പോ യി കുളിച്ചു തുടങ്ങി.

സുഭദ്രയുടെ ശബ്ദം, മറ്റുള്ളവരുടേതിൽനിന്ന് കൂടുതൽ ഉച്ചത്തിൽ കേൾക്കാം. മറ്റുള്ളവർ സുഭദ്ര പറയുന്നത് ശ്രദ്ധിക്കാൻവേണ്ടി, സംസാ രം നിർത്തുന്നു. "ചെങ്കൊടിയോട് കൂറു പുലർത്തി കഴിയുന്നത് വിഡ് ഢിത്തമാണെന്ന് ചിലർ ഞങ്ങളോട് പറയുന്നു. അക്കാലമെല്ലാം കഴിഞ്ഞു എന്നാണ് അവർ പറയുന്നത്. അക്കാലമെല്ലാം കഴിഞ്ഞുവെങ്കിൽ, ഞങ്ങ ളുടെ അവകാശങ്ങളും ഇല്ലാതായി എന്നാണ് ഞങ്ങൾ കരുതുന്നത്. ഞ ങ്ങൾ പാവങ്ങളാണ്. എന്നാൽ ഞങ്ങൾക്ക് എന്തെങ്കിലും കിട്ടിയിട്ടുണ്ടെ ങ്കിൽ, അത് ഇടതുപക്ഷ മുന്നണി ഗവൺമെന്റ് കാരണമാണ്. ഞങ്ങളു ടെ കുട്ടികൾ സ്കൂളിൽ പോയിക്കൊണ്ടിരിക്കുന്നു. ഞങ്ങൾ മുമ്പ് ജോ ലി ചെയ്തിരുന്നപോലെ ഇന്നിപ്പോൾ ഞങ്ങളുടെ കുട്ടികൾക്ക് ജോലി ചെയ്യേണ്ടിവരുന്നില്ല. പാവപ്പെട്ടവർ എപ്പോഴും ചെങ്കൊടിയുടെ ഭാഗത്തു തന്നെ നില്ക്കും.

അവർ കൂട്ടിച്ചേർത്തു:

ഞാനൊരു കാര്യം പറയാം: നിങ്ങൾക്ക് ഒരു നല്ല കറിവയ്ക്കാൻ കഴിയും. എന്നാൽ നിങ്ങൾ അതിൽ ഉപ്പുചേർത്തിട്ടില്ലെങ്കിൽ അ

തിന് ഒരു സ്വാദും ഉണ്ടാവുകയില്ല. അതുകൊണ്ട് ഒരു ഉപയോഗ വും ഉണ്ടാവുകയില്ല. പാവങ്ങളായ ഞങ്ങൾ ചെങ്കൊടി പ്രസ്ഥാന ത്തിന്റെ ഉപ്പാണ്. ഉപ്പിന്റെ കാര്യം ഓർമ്മയുണ്ടെങ്കിൽ, എല്ലാം ശ രിയായിത്തീരും.

മാണ്ടി ഗ്രാമത്തിലെ പോരാളികളിൽ നിന്നുള്ള, വിവേകത്തിന്റെ ശബ് ദമാണത്.

ദക്ഷിണ 24 പർഗാനാസ്
പഞ്ചായത്തുകളെ സംരക്ഷിക്കാനുള്ള
ചെറുത്തുനില്പ്

ആസ്തികളുടെയും അധികാരത്തിന്റെയും കേന്ദ്രീകരണത്താൽ അടയാളപ്പെടുത്തപ്പെട്ട കാലത്ത്, പഞ്ചായത്തുകളിലേക്ക് അധികാരം വികേന്ദ്രീകരിക്കുന്നതിനും പശ്ചിമബംഗാളിലെയും കേരളത്തിലെയും ത്രിപുരയിലെയും ഇടതുപക്ഷ നേതൃത്വത്തിലുള്ള ഗവൺമെന്റുകൾ സ്വീകരിച്ച നടപടികൾ ജനപക്ഷ ഭരണത്തിനായി തൃണമൂലതലത്തിൽ ജനാധിപത്യം ശക്തിപ്പെടുത്തുന്നതിന്റെ ഉത്തമഉദാഹരണമാണ്.

1978 ൽ പശ്ചിമബംഗാളിലാണ്, എല്ലാ തലങ്ങളിലും നേരിട്ടുള്ള തിര ഞ്ഞെടുപ്പിലൂടെ ജനാധിപത്യപരമായ ത്രിതലപഞ്ചായത്ത് സംവിധാന ത്തിന് രാജ്യത്ത് ആദ്യമായി ഒരു സംസ്ഥാനത്ത് നിയമപരമായ പിൻബലം നല്കിയത്. രാജ്യത്തിനാകെ ബാധകമായ, 1993 ൽ പാസാക്കിയ ഇന്ത്യൻ ഭരണഘടനയുടെ 73 ഉം 74 ഉം ഭേദഗതികൾ വരുന്നതിനും 15 വർഷം മുമ്പായിരുന്നു പഞ്ചായത്തുകളെ ജനാധിപത്യവല്ക്കരിച്ചുകൊണ്ടുള്ള പു തിയ നിയമത്തിന് പശ്ചിമബംഗാളിൽ രൂപം നല്കിയത്. ഗ്രാമതലത്തി ലുള്ള ഗ്രാമ സംസദുകൾ, സംസദ് സമിതികൾ, ഗ്രാമ ഉന്നയൻ സമിതി കൾ എന്നിവയുടെ രൂപീകരണത്തിനായി തുടർന്ന് ഈ നിയമത്തിൽ വീണ്ടും ഭേദഗതികൾ വരുത്തി അതിനെ കൂടുതൽ ശക്തിപ്പെടുത്തി. തങ്ങളുടെ ഗ്രാമത്തിനാവശ്യമായ വികസനപദ്ധതികളെക്കുറിച്ചുള്ള തീരു മാനങ്ങളിൽ ജനങ്ങളുടെ പങ്കാളിത്തം ഉറപ്പാക്കലും ശക്തിപ്പെടുത്തലു മാണ് ഇവയുടെ രക്ഷ്യം. ഗ്രാമ ഉന്നയൻ സമിതിയിൽ (ഗ്രാമവികസന സമിതി) മത്സരിച്ച് പരാജയപ്പെട്ടവരിൽ ഏറ്റവുമധികം വോട്ടു നേടിയ ആളിനെ കൂടി ഉൾപ്പെടുത്താനുള്ള മറ്റെവിടെയും കാണാത്ത പ്രധാന പ്പെട്ട ഒരു വ്യവസ്ഥയും ബംഗാൾ നിയമത്തിലുണ്ട്.

ഫലങ്ങൾ അത്ഭുതകരമായിരുന്നു. പുരോഗമനപരമായ ഭൂവിതരണ

പരിപാടിയോടു കൂടി തുടക്കം കുറിച്ച ഗ്രാമീണ ദരിദ്രരിലേക്കുള്ള ഗ്രാമ തലത്തിലെ അധികാര കൈമാറ്റം, ഗ്രാമത്തിൽനിന്നുള്ള ദരിദ്രരുടെ പ്രതി നിധികളുടെ തിരഞ്ഞെടുപ്പോടുകൂടി കൂടുതൽ സുദൃഢമാക്കപ്പെട്ടു. പട്ടി കജാതിക്കാരിൽനിന്നും പട്ടികവർഗ്ഗക്കാരിൽനിന്നും സ്ത്രീകളിൽനിന്നും തിരഞ്ഞെടുക്കപ്പെട്ടവരുടെ എണ്ണം അവർക്കായി സംവരണം ചെയ്യപ്പെട്ട സീറ്റുകളുടെ എണ്ണത്തെക്കാൾ അധികമായിരുന്നു. പഞ്ചായത്തുതല ത്തിലെ ന്യൂനപക്ഷ സമുദായ പ്രതിനിധികളുടെ എണ്ണം ബംഗാളിൽ രാജ്യത്ത് ഏറ്റവും അധികമായിരുന്നു. പഞ്ചായത്തുകളുടെ അധികാരപ രിധി ഗ്രാമവികസനവുമായി ബന്ധപ്പെട്ട ഒട്ടേറെ വിഷയങ്ങളിൽ സ്ഥാപി ക്കപ്പെട്ടിരുന്നു; മാത്രമല്ല സംസ്ഥാന ഗവൺമെന്റിൽനിന്നും അതിനാവ ശ്യമായ ഫണ്ടും അനുവദിച്ചിരുന്നു.

എന്നാൽ ഇന്ന് തൃണമൂൽ കോൺഗ്രസ് വാഴ്ചയ്ക്കു കീഴിൽ പശ്ചി മബംഗാളിലെ പഞ്ചായത്തുകളുടെ അവസ്ഥ പരിതാപകരമായി മാറിയി രിക്കുന്നു. സംസ്ഥാനത്ത് 2013 ൽ നടന്ന പഞ്ചായത്ത് തിരഞ്ഞെടുപ്പിൽ അഭൂതപൂർവ്വമായ അക്രമങ്ങളാണ് അരങ്ങേറിയത്. ത്രിതല പഞ്ചായത്തു കളിലാകെ 58,000 സീറ്റുകൾ ഉള്ളതിൽ ആറായിരത്തിലേറെ സീറ്റുകളി ലേക്ക് തൃണമൂലുകാർ എതിരില്ലാതെ തിരഞ്ഞെടുക്കപ്പെട്ടു. മറ്റു സ്ഥാനാർത്ഥികളെ നാമനിർദ്ദേശപത്രിക സമർപ്പിക്കാൻപോലും അനു വദിക്കാതിരുന്നതാണ് ഇതിനു കാരണം. ഇങ്ങനെ എതിരില്ലാതെ തിര ഞ്ഞെടുക്കപ്പെട്ടവരിൽ ഒരാൾ ദക്ഷിണ 24 പർഗാനാസിലെ തൃണമൂൽ ഗുണ്ടാസംഘം നേതാവ് അറബുൾ ഇസ്ലാം ആയിരുന്നു. അയാളുടെ എതി രാളികളെല്ലാം തങ്ങളുടെ നാമനിർദ്ദേശപത്രികകൾ പിൻവലിക്കാൻ നിർബ്ബന്ധിതരാകുകയായിരുന്നു. ഇവിടെ പരാമർശിക്കുന്ന രണ്ടാമത്തെ കഥയിലെ നായകനാണയാൾ.

ദക്ഷിണ 24 പർഗാനാസിലെ പഞ്ചായത്ത് തിരഞ്ഞെടുപ്പിന്റെ സ്ഥിതി വിവരക്കണക്കുകൾ രസകരമാണ്. അക്രമങ്ങളൊന്നും സംഭവിക്കാത്ത പ്രദേശങ്ങളിൽ ഇടതുമുന്നണി സ്ഥാനാർത്ഥികൾക്ക് 42 ശതമാനം വോട്ട് ലഭിച്ചു; തൃണമൂലിന് ലഭിച്ചതിനെക്കാൾ ഒരു ശതമാനം അധികമാണി ത്. എന്നാൽ കടുത്ത അക്രമങ്ങൾ നടമാടിയ പ്രദേശങ്ങളിലാകട്ടെ 70 ശതമാനം വോട്ട് നേടി തൃണമൂലുകാർ 'വിജയിച്ചു.'

ജനങ്ങളുടെ ജനാധിപത്യാവകാശങ്ങളിന്മേൽ നടത്തിയ ഈ കട നാക്രമണങ്ങളുടെ പ്രത്യക്ഷത്തിലുള്ള അനന്തരഫലങ്ങളിലൊന്ന് പഞ്ചാ യത്ത് പ്രവർത്തനങ്ങളിലെ ജനപങ്കാളിത്തം ദുർബ്ബലമായതാണ്. കഴിഞ്ഞ കാലനേട്ടങ്ങൾക്കുമേൽ അഴിമതിയുടെയും ഇന്നത്തെ രാഷ്ട്രീയ പ്രക്രി യയിൽ വർദ്ധിച്ചുവരുന്ന ക്രിമിനൽവല്ക്കരണത്തിന്റെയും കരിനിഴൽ വീഴ്ത്തപ്പെട്ടിരിക്കുന്നു.

പശ്ചിമബംഗാളിലെ വിവിധ ജില്ലകളിൽനിന്നുള്ള അനുഭവങ്ങൾ വിവ രിക്കുന്ന ഈ ലഘുകൃതിയിൽ, പഞ്ചായത്തുതലത്തിൽ ഈ സംഭവവി കാസങ്ങൾക്കെതിരെ സി പി ഐ (എം) പ്രവർത്തകർ നടത്തുന്ന

ചെറുത്തുനില്പുകളുടെ നിരവധി ഉദാഹരണങ്ങളുണ്ട്. രാഖിയ ഖാത്തൂണിന്റേതാണ് ഇത്തരത്തിലുള്ള ഒരനുഭവം. ഭീകരതാബാധിത പ്രദേശത്തിനുള്ളിൽ ജീവിക്കുന്ന മാനസിഘോഷിന്റെ ചെറുത്തുനില്പാണ് മറ്റൊന്ന്.

രാഖിയ ഖാത്തൂൺ: "ഞങ്ങളുടെ ചരിത്രത്തെ ആർക്കും ഉന്മൂലനം ചെയ്യാനാവില്ല"

23 വയസ്സ് ആയെങ്കിലും അവൾക്ക് കാഴ്ചയിൽ അത്രയും തോന്നില്ല. മെലിഞ്ഞ, ഒരു കൊച്ചു പെൺകുട്ടി, വളരെ ഊഷ്മളമായ പെരുമാറ്റത്തിലാണ് അവൾ സംസാരിക്കുന്നത്. തന്റെ പ്രദേശത്തെ തൃണമൂൽ ബന്ധമുള്ള കുപ്രസിദ്ധരായ ക്രിമിനലുകളിലൊരാളുമായി എതിരിട്ടു നില്ക്കാൻ ഈ യുവതി കരുത്തുകാണിച്ചുവെന്നത് വിശ്വസിക്കാൻ പ്രയാസം. 24 പർഗാനാസ് ജില്ലയിലെ ഉത്തർ കോളോഷിലെ ദിഹി കൊളോഷ് പഞ്ചായത്തിനു കീഴിലുള്ള മോഗ്രാഹാത്തിൽ നിന്ന് ജില്ലാ പരിഷത്ത് അംഗമായി തിരഞ്ഞെടുക്കപ്പെട്ട രാഖിയ ഖാത്തൂണിനെ പരിചയപ്പെടുക.

മാതാപിതാക്കളുടെ ഏകമകളാണ് രാഖിയ. 8-ാം ക്ലാസുവരെ പഠിച്ചിട്ടുള്ള ഐ സി ഡി എസ് വർക്കറാണ് അവളുടെ അമ്മ. ഒരു ചെറുകിട മത്സ്യക്കച്ചവടക്കാരനാണ് അവളുടെ അച്ഛൻ; അദ്ദേഹത്തിന് കഷ്ടിച്ച് പേരെഴുതി ഒപ്പിടാൻ അറിയാമെന്നു മാത്രം. എന്നാൽ അവളുടെ മാതാപിതാക്കൾ പഠിക്കാൻ അവളെ പ്രേരിപ്പിച്ചു.

അവളുടെ മാതാപിതാക്കൾ ഇടതുപക്ഷ രാഷ്ട്രീയ ബന്ധമുള്ളവരായിരുന്നു; മാതാപിതാക്കൾ കമ്യൂണിസ്റ്റ് വിരുദ്ധ അക്രമത്തിന്റെ ലക്ഷ്യമായി മാറിയതിനെത്തുടർന്ന് ചെറുപ്രായത്തിൽത്തന്നെ അവൾക്ക് വീടു പേക്ഷിച്ചു പോകേണ്ടതായി വന്നു. അങ്ങനെ 5 വയസ്സുള്ളപ്പോൾത്തന്നെ അവൾ അമ്മാവന്റെ വീട്ടിൽ താമസിക്കാൻ പോയി. എന്നാൽ തുടർച്ചയായ രാഷ്ട്രീയ അക്രമങ്ങൾ കാരണം തങ്ങളുടെ നാടും വീടും വിട്ടുപോരാൻ അവളുടെ മാതാപിതാക്കളും നിർബ്ബന്ധിതരായതിനെത്തുടർന്ന് അവളും അവരോടൊപ്പം ചേർന്നു. എന്നിട്ടവർ രാധാനഗറിലേക്ക് പോയി. അവിടെയും അവളുടെ പിതാവ് ചെങ്കൊടിയുമേന്തി സി പി ഐ (എം)നൊപ്പം നിന്ന് തന്റെ പ്രവർത്തനം തുടർന്നു.

ആ ദിവസങ്ങൾ ഓർത്തുകൊണ്ട് രാഖിയ പറയുന്നു: "നാടും വീടു മുപേക്ഷിച്ചുപോകുന്നത്, എന്നെ സംബന്ധിച്ചിടത്തോളം പുതിയ കാര്യമല്ല. വീട് വിട്ടുപോകാൻ നിർബ്ബന്ധിതമായ ഒട്ടേറെ സന്ദർഭങ്ങൾ എന്റെ ജീവിതത്തിലുണ്ടായിരുന്നു. എന്റെ കുട്ടിക്കാലത്തായിരുന്നു ആദ്യത്തെ അനുഭവം. പിന്നീട് വീണ്ടും എന്റെ കൗമാരകാലത്ത്. ഇപ്പോൾ ഞാൻ അനുഭവസമ്പത്തുള്ള ഒരാളായി മാറിക്കഴിഞ്ഞു. പക്ഷേ, എന്നോടൊപ്പം എപ്പോഴും മാറ്റമില്ലാതെ ഉണ്ടായിരുന്നത് ചെങ്കൊടിയാണ്. എവിടെപോയി താമസിക്കേണ്ടതായി വന്നാലും എപ്പോഴും വീടിനുള്ളിൽ ചെങ്കൊടി

ഒരെണ്ണം ഉണ്ടായിരിക്കുമെന്ന് അച്ഛൻ ഉറപ്പാക്കിയിരുന്നു."

രാഖിയ കൗമാരപ്രായത്തിലെത്തിയപ്പോഴാണ്, അവൾ പത്താംക്ലാ സിൽ പഠിച്ചുകൊണ്ടിരുന്നപ്പോഴാണ് ആ കുടുംബത്തിന് അവളുടെ പഴയ ഗ്രാമത്തിൽ മടങ്ങിവരാൻ കഴിഞ്ഞത്. അതിനും മൂന്നു വർഷത്തിനുമുമ്പ് എസ് എഫ് ഐ യുടെ പ്രാദേശിക ഭാരവാഹിയായിരുന്ന അവളുടെ അമ്മാവന്റെ മകൻ വിദ്യാർത്ഥിരാഷ്ട്രീയത്തിലേക്ക് അവളെ കൊണ്ടുവ ന്നിരുന്നു. വിദ്യാർത്ഥികളെ കാണാനും എസ് എഫ് ഐ അംഗങ്ങളെ ചേർക്കാനും ചുറ്റുവട്ടത്തെല്ലാം പോകുന്നതിൽ അവൾ തികച്ചും സന്തോ ഷവതിയായിരുന്നു. എന്നാൽ അവൾ അമിത സ്വാതന്ത്ര്യം അനുഭവിക്കു ന്നതായി കരുതിയിരുന്ന ചിലർ ഗ്രാമവാസികൾക്കിടയിലുണ്ടായിരുന്നു.

"ഇടതുമുന്നണി ഗവൺമെന്റിനു കീഴിൽ ഞങ്ങളുടെ സമുദായത്തിൽ ഒട്ടനവധി മാറ്റങ്ങളുണ്ടായി. വളരെയേറെ പെൺകുട്ടികൾ പള്ളിക്കൂടങ്ങ ളിൽ പോകാൻ തുടങ്ങി; അതുകൊണ്ട് എന്റെ കാര്യത്തിൽ അസ്വാഭാവി കതയൊന്നും ഉണ്ടായിരുന്നില്ല. എന്നാൽ എന്റെ മാതാപിതാക്കൾ എന്നെ കയറൂരിവിട്ടിരിക്കുന്നതായി ഗ്രാമീണരിൽ ചിലർ ആരോപിക്കാനാരംഭി ച്ചു. അവർ പറഞ്ഞു: "അവൾ ഒരു സുന്ദരിക്കുട്ടിയായി വളർന്നിരിക്കുക യാണ്. അവൾ ആരെയും തന്നിലേക്ക് ആകർഷിക്കും. അതുകൊണ്ട് എത്രയും പെട്ടെന്ന് പെണ്ണിനെ കെട്ടിച്ചു വിടുന്നതാണ് നല്ലത്." അവർ എനിക്കായി ഒരു ചെറുക്കനെ കണ്ടെത്തുകപോലുമുണ്ടായി. അപ്പോൾ ഞാൻ 10-ാം ക്ലാസിൽ പഠിക്കുകയായിരുന്നു. എന്നെ പഠിപ്പിക്കണമെന്ന ആഗ്രഹമുണ്ടായിരുന്നതുകൊണ്ട് മാതാപിതാക്കൾ ഗ്രാമവാസികളുടെ നിർദ്ദേശത്തെ അവഗണിച്ചു. എന്നാൽ നിരന്തരമുള്ള അപവാദ പ്രചരണം കാരണം വല്ലാത്ത ബുദ്ധിമുട്ടായി."

"ഒടുവിൽ അച്ഛനമ്മമാരുടെ മുന്നിൽ ഞാനൊരു നിർദ്ദേശം വച്ചു. കല്യാണം കഴിഞ്ഞ പെണ്ണിന്റെ അടയാളങ്ങളെല്ലാം അണിഞ്ഞ്— മൂക്കു ത്തിയും കൈവളകളും— നടക്കാമെന്നും ചോദിക്കുന്നവരോടെല്ലാം ഭർത്താവ് അകലെ എവിടെയെങ്കിലും പണിക്കുപോയിരിക്കുകയാണെന്ന് പറയാം എന്നുമായിരുന്നു എന്റെ നിർദ്ദേശം. ഇപ്പോൾ തിരിഞ്ഞുനോക്കു മ്പോൾ എന്റെ ആ നിർദ്ദേശം എന്റെ മാതാപിതാക്കൾ അംഗീകരിച്ചതിൽ എനിക്ക് അത്ഭുതം തോന്നുകയാണ്. പക്ഷേ, എന്റെ മാതാപിതാക്കളുടെ രാഷ്ട്രീയം തൊലിപ്പുറമെ ഉള്ളതല്ല; അവർ യഥാർത്ഥത്തിൽ തുല്യത യിൽ വിശ്വസിച്ചു; പെൺകുട്ടികൾക്കും തുല്യ അവസരം നല്കണമെന്ന് അവർ കരുതിയിരുന്നു. അങ്ങനെ ഞാൻ വിവാഹിതയാണെന്ന് ഞങ്ങൾ പറഞ്ഞു തുടങ്ങി. അതോടെ രംഗം അല്പം ശാന്തമായി. ഞാൻ പഠിത്തം തുടർന്നു.

"എന്നാൽ ദൗർഭാഗ്യവശാൽ മൊത്തം കുടുംബത്തിനുള്ളിൽ സ്വത്തിന്റെ കാര്യത്തിൽ തർക്കം തുടങ്ങി. അങ്ങനെ വീണ്ടും ഒരിക്കൽ ക്കൂടി ഞങ്ങൾക്ക് വീട് വിട്ടുപോകേണ്ടതായി വന്നു. അത് ആക്രമിക്ക പ്പെടുകയും ചുട്ടെരിക്കപ്പെടുകയുമുണ്ടായി. പക്ഷേ, ഇക്കുറി അതു

ചെയ്തത് വ്യക്തിപരമായ പകവീട്ടലിന്റെ ഭാഗമായിട്ടായിരുന്നു; കുടും
ബാംഗങ്ങളിൽ ചിലർ തന്നെയായിരുന്നു അതു ചെയ്തതും. മൂന്നുവർഷ
ക്കാലം ഞങ്ങൾ ഗ്രാമത്തിനു പുറത്തു താമസിച്ചു.

"ഈ ഘട്ടത്തിൽ വീണ്ടും എന്റെ വിവാഹപ്രശ്നം ഉയർന്നുവന്നു.
ഈ സമയത്ത് ഞാൻ എതിരു പറഞ്ഞില്ല. അകന്ന ബന്ധുവായിരുന്നു
കക്ഷി. ഞാൻ അത് സമ്മതിച്ചതിനു കാരണം എന്റെ ഭർത്താവിന്റെ മാതാ
പിതാക്കൾ എന്റെ പഠിത്തം തുടരുന്നതിന് എതിരല്ലായിരുന്നതാണ്. എന്റെ
ഭർത്താവ് മൻസൂർ അഹമ്മദ് ലസ്കർ ഹൈസ്കൂൾ അദ്ധ്യാപകനാണ്.
അദ്ദേഹവും മാതാപിതാക്കളും സി പി ഐ (എം)കാരാണ്. ഇത്തരം
ഒരു കുടുംബത്തിലേക്ക് വിവാഹം കഴിച്ചുകൊണ്ടുവരപ്പെട്ട ഞാൻ
തീകച്ചും ഭാഗ്യവതിയാണ്. ഞാൻ സ്വതന്ത്രമനസ്സുള്ളവളാണെങ്കിലും
എനിക്ക് ശക്തി ലഭിക്കുന്നത് എന്റെ കുടുംബത്തിൽനിന്നു തന്നെയാണ്.

"കല്യാണം കഴിഞ്ഞശേഷവും കുറെക്കാലംക്കൂടി ഞാൻ എന്റെ
വീട്ടിൽ നിന്നുതന്നെ പഠിക്കുകയാണുണ്ടായത്. കോളേജിൽ ഞാൻ എസ്
എഫ് ഐ പ്രവർത്തനത്തിൽ വളരെ സജീവമായിരുന്നു. എന്റെ അമ്മാ
വന്റെ മകൻ ആ കോളേജിൽ യൂണിയൻ ജനറൽ സെക്രട്ടറിയായി തിര
ഞ്ഞെടുക്കപ്പെട്ടിരുന്നു. എന്നാൽ പിന്നീട് യൂണിയൻ ഛാത്രപരിഷത്തു
കാർ പിടിച്ചെടുത്തു. എനിക്ക് പ്രവേശനം ലഭിക്കാൻ വേണ്ടത്ര മാർക്കു
ണ്ടായിട്ടും രാഷ്ട്രീയ കാരണങ്ങളാൽ എന്റെ പ്രവേശനം തടയാൻ ഛാത്ര
പരിഷത്തുകാർ കരുനീക്കം നടത്തി. എന്നാൽ അനീതി നിശ്ശബ്ദം സഹിച്ചു
കൊടുക്കുന്ന കൂട്ടത്തിലായിരുന്നില്ല ഞാൻ. നല്ല മാർക്ക് ഉണ്ടായിരുന്ന
തുകൊണ്ടുതന്നെ ഞാൻ അഡ്മിഷൻ ലഭിക്കാനായി പൊരുതി. ഒടുവിൽ
ഞാൻ തന്നെ വിജയിച്ചു. മാത്രമല്ല, എനിക്ക് ഇഷ്ടപ്പെട്ട വിഷയം ലഭിക്കു
കയും ചെയ്തു. എല്ലാ പ്രതിബന്ധങ്ങളും തരണം ചെയ്ത് ഞാൻ ബിരുദം
നേടി. അപ്പോഴേക്കും എനിക്ക് ഒരു കുഞ്ഞുമായി. ഇപ്പോൾ ഞാൻ
മാസ്റ്റേഴ്സ് ബിരുദത്തിനായി ഓപ്പൺ യൂണിവേഴ്സിറ്റിയിലൂടെ പഠിക്കു
കയാണ്. ഞാൻ നന്നായി പഠിക്കുന്നുണ്ട്; നല്ല മാർക്കു വാങ്ങി ജയിക്കു
മെന്ന് എനിക്ക് ഉറപ്പുണ്ട്.

"2013 ൽ ജില്ലാ പരിഷത്ത് തിരഞ്ഞെടുപ്പിൽ പാർട്ടി എന്നെ
സ്ഥാനാർത്ഥിയായി നിശ്ചയിച്ചു. 2008 ൽ തൃണമൂൽ കോൺഗ്രസായി
രുന്നു അവിടെനിന്ന് ജയിച്ചത്; ഞങ്ങളുടെ പ്രദേശത്ത് അവർക്ക് മേധാ
വിത്വം ഉണ്ടായിരുന്നു. ക്രിമിനലുകളാണ് ടി എം സി യെ നിയന്ത്രിച്ചിരു
ന്നത്. സി പി ഐ (എം)നും അനുഭാവികൾക്കുമെതിരെ ആ പ്രദേശത്ത്
അവർ ഒരു ഭീകരാന്തരീക്ഷം സൃഷ്ടിച്ചിരുന്നു. ഈ അവസ്ഥ കാരണം
പഞ്ചായത്ത് തിരഞ്ഞെടുപ്പിൽ സ്ഥാനാർത്ഥിയാകാൻ പലരും ഭയന്നിരു
ന്നു. സ്ഥാനാർത്ഥിയാകാനിടയുണ്ടെന്ന് അവർ കരുതിയിരുന്നവരെയെല്ലാം
ആദ്യമേ തന്നെ ടി എം സികാർ കണ്ട് മത്സരിക്കരുതെന്ന് താക്കീത്
നല്കുകയും ഭീഷണിപ്പെടുത്തുകയും ചെയ്തിരുന്നു. ഞാൻ മത്സരിക്ക
ണമെന്ന നിർദ്ദേശം വന്നപ്പോൾ ഞാൻ തികച്ചും അത്ഭുതപ്പെട്ടുപോയി.

പക്ഷേ, ഒരു നിമിഷം ഭയം എന്നെ ബാധിച്ചില്ല; ഭയം മൂലമായിരുന്നില്ല ഞാൻ അത്ഭുതപ്പെട്ടതും. ഞാൻ മത്സരിക്കണമെന്നാണ് പാർട്ടി തീരുമാ നമെങ്കിൽ ഞാൻ അതിനെ എതിർക്കില്ലെന്നും എന്തെല്ലാം ഭീകരതകൾ ഉണ്ടായാലും ഞാൻ പൊരുതും എന്നുമാണ് ഞാൻ പറഞ്ഞത്.

"ഞാൻ ഏറ്റെടുത്തത് ദുഷ്കരമായ ഒരു ദൗത്യമാണെന്ന് അറിയാ മായിരുന്നെങ്കിലും എന്റെ ഭർത്താവും അദ്ദേഹത്തിന്റെ മാതാപിതാക്കളും എനിക്ക് പൂർണ്ണപിന്തുണ നല്കി. അപകടം ക്ഷണിച്ചുവരുത്തരുതെന്ന് പല ആളുകളും അവരെ ഉപദേശിച്ചെങ്കിലും തീരുമാനത്തിലുറച്ചു നില്ക്കാൻ അവരെ പ്രേരിപ്പിച്ചത് പാർട്ടിയോടുള്ള അവരുടെ കൂറായിരു ന്നു.

"ഞാൻ നാമനിർദ്ദേശ പത്രിക സമർപ്പിച്ച് പ്രചാരണം ആരംഭിച്ച നിമിഷം മുതൽത്തന്നെ ഭീഷണികളും ആരംഭിച്ചു; പ്രത്യേകിച്ചും ഭീക രത നടമാടിയിരുന്ന പ്രദേശങ്ങളിൽ. ഞാൻ മത്സരിച്ച സീറ്റ് നാല് ഗ്രാമ പഞ്ചായത്തുകൾ ചേർന്നതായിരുന്നു. പശ്ചിമ മൊഗ്രഹാത്തിൽ പ്രചാ രണം നടത്താൻ തൃണമൂലുകാർ എന്നെ സമ്മതിച്ചില്ല. പക്ഷേ, വിട്ടു കൊടുക്കാൻ ഞാൻ തയ്യാറായിരുന്നില്ല; പ്രചാരണം തുടരാൻ തന്നെ ഞാൻ ഉറച്ച തീരുമാനമെടുത്തു. തൃണമൂൽ മേധാവിത്വമുള്ള പ്രദേശത്ത് വീടുവീടാന്തരം കയറിയിറങ്ങാൻ എന്നോടൊപ്പം എന്റെ ഭർത്താവും മറ്റു രണ്ടു പാർട്ടി സഖാക്കളും കൂടി വന്നു. എന്നെ തടയാൻ തൃണമൂലുകാർ ശ്രമിച്ചു; പക്ഷേ, ഞാൻ പിന്മാറാൻ തയ്യാറായില്ല. അവരുടെ നേതാവിന്റെ വീട്ടിൽ പോലും ഞാൻ പോയി; അയാളുടെ ഭാര്യയെ കണ്ട് എനിക്ക് വോട്ടുചെയ്യണമെന്നഭ്യർത്ഥിച്ചു. എന്റെ ലഘുലേഖ കൈയിൽ വാങ്ങാൻ അവർ വിസമ്മതിച്ചു; എന്നാൽ എന്നെ വിരട്ടി പിന്തിരിപ്പിക്കാൻ നോക്കേ ണ്ടെന്ന് അവരെ ബോദ്ധ്യപ്പെടുത്തുക മാത്രമായിരുന്നു എന്റെ ലക്ഷ്യം.

"തിരഞ്ഞെടുപ്പ് ദിവസം ശരിക്കും ഭീകരാവസ്ഥയായിരുന്നു. എല്ലാ പ്രദേശങ്ങളിലും ചെന്നെത്താൻ ഞാൻ ശ്രമിച്ചു. എന്നാൽ തൃണമൂൽ ഗുണ്ടകൾ എന്നെ തടഞ്ഞു; അവർ എന്നെ കൂക്കിവിളിക്കുകയും പരിഹ സിക്കുകയും ചെയ്തു. സലിമിന്റെ പ്രദേശത്തെ രണ്ടു ബൂത്തിലും അവർ തിരഞ്ഞെടുപ്പ് കൃത്രിമം നടത്തുന്നതായി ഞാൻ കണ്ടു. ഞാൻ പൊലീ സിൽ പരാതിപ്പെട്ടു. എന്നാൽ അവിടെയും ടി എം സിക്കാർ എത്തി. ഭീക രത നടമാടിയിരുന്ന ബൂത്തുകളിലെല്ലാം ആളുകളെ നിർബ്ബന്ധിച്ച് ടി എം സിക്ക് വോട്ടു ചെയ്യിക്കുന്നതായാണ് ഞാൻ കണ്ടത്. ആളുകളുടെ മുന്നിൽ ഞാൻ ധൈര്യം നടിച്ചു; തങ്ങൾക്ക് ഇഷ്ടമുള്ളവർക്ക് വോട്ട് ചെയ്യാൻ ആളു കളോട് ഞാൻ പറഞ്ഞു; പക്ഷേ, വീട്ടിലെത്തിയപ്പോൾ ഞാൻ പൊട്ടിക്ക രഞ്ഞുപോയി. ചെങ്കൊടിയിൽനിന്ന് സർവ്വ നേട്ടങ്ങളും കിട്ടിയിട്ടും ആളു കൾ പേടിച്ചു പിന്മാറുന്നതുകണ്ട് എനിക്ക് കഷ്ടം തോന്നി.

"വോട്ടെണ്ണൽ ദിവസം എണ്ണൽകേന്ദ്രത്തിലേക്ക് ഞാൻ പോകുന്ന തിൽ എന്റെ അമ്മയ്ക്ക് വല്ലാത്ത ഭയമായിരുന്നു; അവർ എന്നെ പിന്തി രിപ്പിക്കാൻ ശ്രമിച്ചു. പക്ഷേ, സ്ഥാനാർത്ഥിതന്നെ പേടിച്ചു പിന്മാറുകയാ

ണെങ്കിൽ മറ്റുള്ളവർ പോകുമെന്ന് പ്രതീക്ഷിക്കാനാവില്ല എന്ന് ഞാൻ വിശ്വസിച്ചു. അവിടെയും എന്റെ ഭർത്താവ് എന്റെ തീരുമാനത്തിനെ പിന്തുണച്ചു; അങ്ങനെ ഞാൻ വോട്ടെണ്ണൽ കേന്ദ്രത്തിലേക്ക് പോയി. സംഘർഷം നിറഞ്ഞ അന്തരീക്ഷമായിരുന്നു അവിടെ. അറിയപ്പെടുന്ന സാമൂഹ്യ വിരുദ്ധ സംഘങ്ങൾ ഉൾപ്പെടെ വലിയൊരു സംഘം തൃണമൂലുകാർ അവിടെ തടിച്ചുകൂടിയിരുന്നു. വോട്ടെണ്ണൽ ആരംഭിച്ചതോടെ തൃണമൂലുകാർ അട്ടഹസിക്കാനും കൂക്കിവിളിക്കാനും തുടങ്ങി; കാരണം സലിമിന്റെ 'സ്വാധീന'മേഖലകളിലെ എല്ലാ ബൂത്തുകളിലും അവർ മുന്നി ലായിരുന്നു. എന്നാൽ മറ്റു പഞ്ചായത്തുകളിൽ മെല്ലെ കാര്യങ്ങൾ മാറാൻ തുടങ്ങി. 961 വോട്ടിന്റെ ഭൂരിപക്ഷത്തിൽ ഞാൻ ജയിച്ചു. എനിക്കു വലിയ സന്തോഷമായി; എന്നാൽ കൈക്കുഞ്ഞായിരുന്ന എന്റെ മകളുടെ അടു ത്തെത്താനായി ഞാൻ വിജയാഹ്ലാദത്തിൽ പങ്കെടുക്കാതെ വീട്ടിലേക്ക് പോന്നു. ജനക്കൂട്ടം എന്റെ വീട്ടിലെത്തി. ടി എം സിയുടെ സ്ഥാനാർത്ഥിയെ മാത്രമല്ല അതിലുമുപരി ആ പ്രദേശത്തെ ഗുണ്ടാസംഘത്തെയും തങ്ങൾ പരാജയപ്പെടുത്തിയെന്ന് അവർ തിരിച്ചറിഞ്ഞു.

"ജില്ലാ പഞ്ചായത്ത് അംഗമെന്ന നിലയിൽ സമ്മിശ്രമായ അനുഭവ മാണ് എന്റേത്. പൊളിറ്റിക്കൽ സയൻസ് വിദ്യാർത്ഥി എന്ന നിലയിൽ ത്രിതലപഞ്ചായത്ത് സംവിധാനത്തിന്റെ പ്രവർത്തനത്തെക്കുറിച്ച് ഞാൻ പഠിച്ചിട്ടുണ്ടായിരുന്നു. എന്നാൽ ഞാൻ പ്രവർത്തിച്ച സ്ഥലത്ത് വലിയ ജനാധിപത്യമൊന്നുമുണ്ടായിരുന്നില്ല. 81 അംഗ ജില്ലാ പഞ്ചായത്തിൽ ഇട തുമുന്നണിക്ക് 26 അംഗങ്ങളുണ്ടായിരുന്നു. ടി എം സിയുടെ നിയന്ത്രണ ത്തിലായിരുന്നു ആ ജില്ലാ പഞ്ചായത്ത്. സംസാരിക്കാനോ ഞങ്ങളുടെ ജോലി ചെയ്യാൻ പോലുമോ ഉള്ള അവസരം അവർ ഞങ്ങൾക്കു തന്നി ല്ല. ചിലപ്പോഴെല്ലാം ഇത് വല്ലാത്ത ഇച്ഛാഭംഗമുണ്ടാക്കി; ഇടതുമുന്നണി സ്ഥാനാർത്ഥിയെ ജയിപ്പിച്ച പ്രദേശങ്ങളോട് ജില്ലാ പഞ്ചായത്ത് വിവേ ചനം കാണിച്ചതുമൂലം എന്റെ വോട്ടർമാരോട് പൂർണ്ണമായി നീതിപു ലർത്താനായില്ല.

"ഞങ്ങളുടെ പ്രദേശത്തെ ദിഹി കോളോഷ് ഗ്രാമപഞ്ചായത്ത് ടി എം സിക്കാർ പിടിച്ചെടുത്തു. 2013 ൽ 11 സീറ്റു നേടി ഞങ്ങൾ വിജയിച്ച താണ്; അവർക്കാകട്ടെ മൂന്നു സീറ്റേ ഉണ്ടായിരുന്നുള്ളൂ. പക്ഷേ ഗ്രാമപ ഞ്ചായത്തിലെ തിരഞ്ഞെടുപ്പിൽ അവർക്കായി വോട്ടുചെയ്യാൻ അവർ ചില അംഗങ്ങളെ ഭീഷണിപ്പെടുത്തുകയും വിരട്ടുകയും ചെയ്തു. അവിടെ ഗ്രാമ പ്രധാൻ സ്ഥാനം പട്ടികജാതിക്കാർക്കായി സംവരണം ചെയ്യപ്പെട്ടിരുന്നു. ഞങ്ങൾ ഒരു പട്ടികജാതി വനിതയെ ഗ്രാമപ്രധാനായി തിരഞ്ഞെടുത്തു. പട്ടികജാതിയിൽപ്പെട്ട ഞങ്ങളുടെ മറ്റൊരംഗത്തെ, അയാളുടെ വ്യക്തിപ രമായ മോഹത്തെ ടി എം സി മുതലാക്കി; അയാളെ ഗ്രാമപ്രധാൻ ആക്കാ മെന്ന് അവർ വാക്കുകൊടുത്തു. അയാൾ കൂറുമാറി. അതിനു മുമ്പ് ബംഗാ ളിൽ ഇത്തരം കൂറുമാറ്റത്തിന്റെ കഥകളൊന്നും ഞങ്ങൾ കേട്ടിട്ടേ ഉണ്ടാ യിരുന്നില്ല. എന്നാൽ ഇപ്പോൾ ഇവിടെ ടി എം സി ഇത്തരം നടപടികൾ

അവതരിപ്പിച്ചിരിക്കുകയാണ്; അങ്ങനെ അവർ ജനാധിപത്യപ്രക്രി യയെത്തന്നെ നശിപ്പിക്കുന്നു.

"അവർ ഭീകരത സൃഷ്ടിച്ചിട്ടും തിരഞ്ഞെടുപ്പുകളിൽ അവരെ പരാ ജയപ്പെടുത്തി; എന്നാൽ പഞ്ചായത്ത് ഭരണം എങ്ങനെയും പിടിച്ചെടു ക്കണമെന്ന താല്പര്യം കാരണം അവർ അക്രമങ്ങൾ അഴിച്ചുവിട്ടതി നൊപ്പം കൈക്കൂലികൊടുക്കാനും തുടങ്ങി. ഇത് നാണംകെട്ട ഏർപ്പാ ടല്ലേ? ലോകസഭാ തിരഞ്ഞെടുപ്പിന്റെ കാലമായപ്പോൾ വീണ്ടും ഭീകരത അഴിച്ചു വിടാൻ ആരംഭിച്ചു. സി പി ഐ (എം)നായി പ്രചാരണത്തിനിറ ങ്ങരുതെന്ന് അവർ ഞങ്ങളെ താക്കീത് ചെയ്തു. എന്നാൽ ഞങ്ങളതിനു വഴങ്ങിയില്ല. എന്റെ പ്രദേശത്ത് മുസ്ലീം സ്ത്രീകൾ ബുർക്ക ധരിച്ചാണ് വോട്ട് ചെയ്യാൻ എത്തിയിരുന്നത്. ആയതിനാൽ തൃണമൂലുകാർക്ക് അവരെ തിരിച്ചറിയാൻ കഴിഞ്ഞിരുന്നില്ല. ഞങ്ങളുടെ ബൂത്തുകളിൽ സി പി ഐ (എം)ന് നല്ല ഭൂരിപക്ഷം ലഭിച്ചു. ഫലപ്രഖ്യാപനം വന്ന ഉടൻതന്നെ അവർ ഞങ്ങളെ ആക്രമിക്കാനും തുടങ്ങി. എന്റെ ഭർത്താ വിന്റെ സഹോദരന്മാരിലൊരാളെ അവർ തല്ലിച്ചതച്ചു. മറ്റൊരാൾക്ക് ഒരു ചെറിയ കടയുണ്ടായിരുന്നു. ടി എം സിക്കാർ അതിനു തീയിട്ടു. ആ പ്രദേ ശത്ത് ഏറെ ആദരിക്കപ്പെട്ടിരുന്ന ആളായിരുന്നു എന്റെ അമ്മായിയച്ഛൻ. അദ്ദേഹത്തെ അവർ ഭീഷണിപ്പെടുത്തി. തൃണമൂലുകാരുടെ ഈ നികൃഷ്ട നടപടികൾ ജനങ്ങളെ രോഷാകുലരാക്കി; ഞങ്ങളോടുള്ള അനുഭാവം വർദ്ധിക്കുന്നതിന് ഇതിടയാക്കി.

"ആളുകൾ വ്യത്യാസം കണ്ടറിയുകയാണ്. ഇപ്പോൾ പഞ്ചായത്ത് സംവിധാനത്തിൽ അടിമുടി അഴിമതി പടർന്നുപിടിച്ചിരിക്കുകയാണ്. ടി എം സി അതിവേഗമാണ് ഉയർന്നുവന്നത്; അതുപോലെതന്നെ അവരുടെ പതനവും അതിവേഗമായിരിക്കും. ചെങ്കൊടിക്കു നേരെ വലിയൊരാക്ര മണം നടന്നു; പക്ഷേ നമുക്കൊരു ചരിത്രമുണ്ട്— ആർക്കും ചെങ്കൊ ടിയെ ഇല്ലാതാക്കാനാവില്ല. ചിലപ്പോൾ അതിന് കുറച്ച് സമയമെടുത്തേ ക്കാം; എന്നാലും നമുക്ക് ആ മാറ്റം കാണാനാവും. താൻ പലവട്ടം വെല്ലു വിളികൾ നേരിട്ടിരുന്നുവെന്നും അന്നെല്ലാം അതിനെ അതിജീവിച്ചിരുന്നു വെന്നും എന്റെ അമ്മായിയച്ഛൻ എന്നോട് പറഞ്ഞിരുന്നു. ചെങ്കൊടിയുടെ തത്ത്വങ്ങളിൽ അടിയുറച്ചു നില്ക്കുകയാണ് വെല്ലുവിളികൾക്കുള്ള ശരി യായ ഉത്തരം. അത് നമ്മുടെ വിജയം ഉറപ്പാക്കും."

"കുഴപ്പം പിടിച്ച സമയത്ത്..." മാനസി ഘോഷിന്റെ ധീരത

സ്ത്രീകൾ തിങ്ങിനിറഞ്ഞ ഹാളിന്റെ പിന്നിൽ അവൾ ഇരിക്കുന്നു. തൃണമൂൽ ഭരണത്തിൻ കീഴിൽ ലോക്സഭാ തിരഞ്ഞെടുപ്പിനോടനുബ ന്ധിച്ച് അഴിച്ചുവിടപ്പെട്ട ഭീകരതയുടെ പശ്ചാത്തലത്തിൽ ബംഗാളിലെ തങ്ങളുടെ അനുഭവങ്ങൾ പങ്കുവയ്ക്കാനാണ് അവർ ഇവിടെ കൂടിയിരി ക്കുന്നത്. സി പി ഐ (എം) അനുഭാവിയായ ഒരു സ്ത്രീയെ ഇരുമ്പു ദണ്ഡ് കൊണ്ട് അടിച്ചതെങ്ങനെ എന്നും പരാതി നല്കിയിട്ടും പൊലീസ്

സ്ഥലത്തെത്താൻ വിസമ്മതിച്ചുവെന്നും അവളുടെ മുന്നിലിരുന്ന സ്ത്രീ സംസാരിക്കുന്നു.

തുടർന്ന് അവളുടെ പേരു വിളിച്ചു. "മാനസിഘോഷ്, ഡയസിലേക്ക് വരിക." അല്പം ബുദ്ധിമുട്ടോടെ അവൾ മുന്നോട്ടുവന്ന് മൈക്കിൽ സംസാ രിച്ചുതുടങ്ങി. ഒരു ക്രിമിനൽ സംഘത്തെ ഉപയോഗിച്ച് ആ പ്രദേശത്ത് ആധിപത്യം ഉറപ്പിച്ചിട്ടുള്ള കുപ്രസിദ്ധനായ ഒരു ടി എം സി ഗുണ്ടാസംഘം നേതാവ് ആറബ്ദുൽ ഇസ്സാമിന്റെ ഭീകരവാഴ്ചയിൻ കീഴി ലുള്ള ഭാംഗോർ— രണ്ടിലെ ഏറ്റവും കുഴപ്പം പിടിച്ച പ്രദേശങ്ങളിലൊ ന്നിലാണ് മാനസി ജീവിക്കുന്നത്. ഭീകരതയെ ചെറുക്കുന്നതിൽ അവൾ പ്രകടമാക്കിയ അസാധാരണമായ ധീരധ്യുലമായൻ യോഗത്തിലേക്ക് അവൾ ക്ഷണിക്കപ്പെട്ടത്.

"ഇതേപോലെ സംസാരിക്കുന്നതിന് ഇതിനു മുമ്പൊരിക്കലും ഒരു യോഗത്തിലേക്ക് ഞാൻ ക്ഷണിക്കപ്പെട്ടിരുന്നില്ല; അതുകൊണ്ട് എന്തെ ങ്കിലും പിശകു പറ്റിയാൽ എന്നോട് പൊറുക്കുക. കഴിഞ്ഞ നിരവധി വർഷ ങ്ങളായി ഞാൻ എന്റെ വീട്ടുകാര്യങ്ങളും നോക്കി, എന്റെ മകനെ വളർത്തുന്നതിലും മുഴുകി കഴിയുകയായിരുന്നു. ഞാനും എന്റെ മകനും കഴിഞ്ഞ മൂന്നുവർഷമായി മിക്കവാറും തനിച്ച് താമസിക്കുകയാണ്. കാര ണം, സി പി ഐ (എം)ന്റെ മുഴുവൻ സമയപ്രവർത്തകനായ തന്റെ ഭർത്താവ് തുഷാർ ഘോഷ് ഞങ്ങളുടെ പ്രദേശത്തെ തൃണമൂലിന്റെ ആക്ര മണലക്ഷ്യമായിരുന്നതിനാൽ അദ്ദേഹത്തിന് വീട് വിട്ടുപോകേണ്ടതായി വന്നു.

"തിരഞ്ഞെടുപ്പ് പ്രചാരണത്തിനിടയിൽ ടി എം സിയുടെ 'ബൈക്ക് വാഹിനികൾ' ഞാൻ താമസിച്ചിരുന്ന പ്രദേശത്ത് ചുറ്റിക്കറങ്ങുക പതി വായിരുന്നു, വോട്ടുചെയ്യാൻ ആരും വീടിനുവെളിയിൽ വരരുതെന്ന് അവർ താക്കീതു ചെയ്തുകൊണ്ടിരുന്നു. എന്നാൽ തിരഞ്ഞെടുപ്പ് ദിവസം അതി രാവിലെ തന്നെ ബൂത്തിൽ എത്തിച്ചേരണമെന്ന് ഞങ്ങൾ പരിപാടിയിട്ടു; ഞങ്ങൾ ആലോചിച്ചുറപ്പിച്ച അതേ സമയത്തുതന്നെ നൂറോളം സ്ത്രീകൾ ബൂത്തിനു മുന്നിലെത്തി. ടി എം സി ക്കാർ ബൂത്ത് അക്രമി ക്കാൻ തുടങ്ങിയപ്പോൾ പോളിങ് ഏജന്റായി ഞാൻ ബൂത്തിനകത്ത് കട ന്നു. സ്ത്രീകൾക്ക് വോട്ടു ചെയ്യുന്നത് വല്ലാത്ത ബുദ്ധിമുട്ടായി. വോട്ടർമാരെ ഭീഷണിപ്പെടുത്തിക്കൊണ്ട് അവർ ഓരോ വരികളിലും കട ന്നുകയറി. വൈകുന്നേരമായപ്പോൾ ഞാൻ പുറത്തുവരുന്നതും കാത്ത് അവർ ബൂത്ത് വളഞ്ഞുനിന്നു. ഒരു വിധത്തിൽ വീട്ടിൽ എത്തിച്ചേരാൻ എനിക്കു സാധിച്ചു. പക്ഷേ, രാത്രി ഏകദേശം 10.30 മണി ആയപ്പോൾ അവർ ഞങ്ങളുടെ വീട് ആക്രമിച്ചു. അവരുടെ ഭീഷണി വകവയ്ക്കാതെ വോട്ടുചെയ്യാൻ വീട്ടിൽ നിന്നു പോയ മറ്റു പല സ്ത്രീകളും ആക്രമിക്ക പ്പെട്ടു. അവരിൽ ചിലർ അഭയം തേടി എന്റെ വീട്ടിലെത്തി. അവരിൽ ആരെയും ഞാൻ കൈ വെടിഞ്ഞില്ല. ഞങ്ങളുടെ വീട്ടിലേക്ക് തൃണമൂലു കാർ ബോംബെറിയാനാരംഭിച്ചു. അരമണിക്കൂറോളം അതു തുടർന്നു.

എനിക്ക് എന്നെക്കുറിച്ചല്ല, എന്റെ മകനെക്കുറിച്ചായിരുന്നു ഉൽക്കണ്ഠ. എന്നാൽ അവൻ നല്ല ധൈര്യമുള്ള കുട്ടിയാണ്. അവൻ എന്നോട് പറ ഞ്ഞു: "അമ്മേ... അവർ എന്തുവേണമെങ്കിലും ചെയ്തോട്ടെ; എന്നാലും നമ്മൾ രണ്ടാളും ഇവിടെത്തന്നെ താമസിക്കും.

"ഫലപ്രഖ്യാപനത്തിനുശേഷം, മെയ് 16 ന് ഉച്ചയ്ക്കു ശേഷം അവർ വീണ്ടുമെത്തി, ഞങ്ങളുടെ വീട് ആക്രമിച്ചു. ഞാൻ കുറച്ച് ഫലവൃക്ഷ ങ്ങൾ വളർത്തിയിരുന്നു. അതിൽ ഒരു മാവും ഉണ്ടായിരുന്നു. മുളംകമ്പു കൾകൊണ്ട് അവർ മാങ്ങ മുഴുവൻ അടിച്ചു വീഴ്ത്തി. വൃക്ഷങ്ങളും ചെടി കളുമാകെ അവർ നശിപ്പിച്ചു. പക്ഷേ, ഞങ്ങൾ രക്ഷപ്പെട്ടു. ഈ തെമ്മാ ടികൾക്ക് ഒരു തത്ത്വദീക്ഷയും ഇല്ലെന്നതുപോലെ തന്നെ അവർ പേടി ത്തൊണ്ടന്മാരുമാണ് എന്ന സത്യം ഞാനിവിടെ നിങ്ങളോട് പറയുകയാ ണ്. നാം ആളെ കൂട്ടി എതിരിടുകയാണെങ്കിൽ അവർ പിന്തിരിഞ്ഞോടും എന്നെനിക്കുറപ്പാണ്.

പിന്നീട് മാനസി കൂടുതൽ വിശദാംശങ്ങൾ അവതരിപ്പിച്ചു. "2011 ൽ ടി എം സി ഗവൺമെന്റ് രൂപീകരിക്കപ്പെട്ട നിമിഷം മുതൽതന്നെ ആക്ര മണം ആരംഭിച്ചു തുടങ്ങി. ആ പ്രദേശത്തെ ആളുകളുടെ പ്രധാന ഉപ ജീവനമാർഗ്ഗം കുളങ്ങളിലും മറ്റും വളർത്തുന്ന മത്സ്യങ്ങളുടെ വില്പന യാണ്. ഇടതുമുന്നണി ഗവൺമെന്റ് അധികാരമേറ്റതിനെത്തുടർന്ന് മുമ്പ് സ്വകാര്യവ്യക്തികൾ കൈവശപ്പെടുത്തിയിരുന്ന മത്സ്യം വളർത്തുന്ന കുള ങ്ങളും ജലാശയങ്ങളും ആ പ്രദേശത്തെ ഭൂരഹിതരായ ദരിദ്രർക്ക് നല്കാൻ തീരുമാനിച്ചു— പ്രധാനമായും ആദിവാസികൾക്കും പട്ടികജാ തിക്കാർക്കും മുസ്ലീങ്ങൾക്കുമാണ് ഇത് ലഭിച്ചത്. ഈ വിഭാഗങ്ങളുടെ സഹകരണസംഘം രൂപീകരിക്കുന്നതിനും ആ പ്രദേശത്തെ ദരിദ്രരെ സഹായിക്കുന്നതിനും എന്റെ ഭർത്താവ് തുഷാർ സജീവമായി ഇടപെട്ടി രുന്നു. തിരഞ്ഞെടുപ്പിൽ തൃണമൂൽ കോൺഗ്രസ് വിജയിച്ച തിനെത്തുടർന്ന് 2011 ഡിസംബർ 24ന് മത്സ്യകൃഷി നടത്തുന്ന ജലാശയ ങ്ങൾ എങ്ങനെ തിരിച്ചുപിടിക്കാം എന്ന് ചർച്ച ചെയ്യുന്നതിനായി, പിന്നീട് പഞ്ചായത്ത് സമിതി അദ്ധ്യക്ഷനായി മാറിയ ആറബ്ദുൽ ഇസ്ലാമിന്റെ നേതൃത്വത്തിൽ തൃണമൂലുകാർ ഒരു യോഗം ചേർന്നു.തുഷാറിനെ ആക്ര മണലക്ഷ്യമാക്കാൻ അവർ തീരുമാനിച്ചു; ജലാശയങ്ങളിലെ മത്സ്യകൃ ഷിയിൽനിന്ന് തുഷാർ അവിഹിതമായി പണമുണ്ടാക്കുന്നുവെന്ന വ്യാജ ആരോപണമുയർത്തി ജനങ്ങൾക്കിടയിൽ അദ്ദേഹത്തെ അപകീർത്തി പ്പെടുത്തണമെന്ന് അവർ തീരുമാനിച്ചു.

"തുഷാറിനെ അപകീർത്തിപ്പെടുത്താൻ അവർ ശ്രമിച്ചു; പക്ഷേ, അദ്ദേഹം ആ പ്രദേശത്ത് വളരെയേറെ ജനസമ്മതിയുള്ള ആളായിരു ന്നു. അദ്ദേഹത്തെക്കുറിച്ചു പറഞ്ഞുപരത്തിയ വൃത്തികെട്ട കാര്യങ്ങ ളൊന്നും ആ നാട്ടിലെ പാവപ്പെട്ട ആളുകൾ വിശ്വസിച്ചില്ല. അത് നടക്കാ തായതോടെ ടി എം സിക്കാർ അദ്ദേഹത്തെ ഭീഷണിപ്പെടുത്താൻ തുട ങ്ങി. ഒടുവിൽ ആ നാടുവിട്ടു പോകാൻ അവർ അദ്ദേഹത്തെ നിർബ്ബന്ധി

തനാക്കി. 80 ശതമാനത്തിലധികം മത്സ്യം വളർത്തുന്ന ജലാശയങ്ങളും കൈക്കലാക്കാൻ ഇതോടെ അവർക്ക് സാധിച്ചു. പഴയ ഭൂപ്രഭുക്കന്മാരുടെ മക്കളെല്ലാം ആറബ്ബുളിനു പിന്നിൽ അണിനിരന്നു. അവർ ജലാശയങ്ങൾ പിടിച്ചെടുത്ത് അവയിലെ മത്സ്യം മുഴുവൻ കൊള്ളയടിച്ചു. ഒട്ടേറെ ആളു കൾ ആട്ടിയോടിക്കപ്പെട്ടു; അനേകം പേരുടെ ഉപജീവനമാർഗ്ഗം നഷ്ടപ്പെ ട്ടു. ചിലരെല്ലാം കോടതിയെ സമീപിച്ചു; ഞങ്ങളുടെ ഉപജീനമാർഗ്ഗമായി രുന്ന ആ ജലാശയങ്ങൾ തിരിച്ചുകിട്ടുന്നതിനായി അവർ ഇപ്പോഴും കോട തികളിൽ പൊരുതുകയാണ്.

"എന്റെ വീട് ഉപേക്ഷിച്ചുപോവാൻ ഞാൻ വിസമ്മതിച്ചു. എന്റെ മകനോടൊപ്പം ഞാൻ [...] കുടിലിൽ ധൃഢമായി ... കിട്ടുന്ന ഓരോ അവസരത്തിലും അവർ എന്നെ ഉപദ്രവിച്ചു. എന്നാൽ 2013 ലെ പഞ്ചായത്ത് തിരഞ്ഞെടുപ്പിന് തൊട്ടുമുമ്പ് കാര്യങ്ങൾ ഒരു പത നത്തിലെത്തി. അവർ സംഘംചേർന്ന് വന്ന് അവരുടെ കൊടി എന്റെ വീടിനുമുകളിൽ കെട്ടി. ഞാൻ പുറത്തു വന്ന് അത് അഴിച്ചു മാറ്റി. അതെ നിക്ക് സഹിക്കാനാവുന്നതായിരുന്നില്ല. പിന്നീട് അന്നുതന്നെ വീണ്ടും അവ രിൽ ഒരു സംഘം മടങ്ങി വന്നു. അവർ മൂക്കറ്റം മദ്യപിച്ചിരുന്നു; ആ പ്ര ദേശത്തുള്ളവരുടെ ഭൂമി തട്ടിയെടുക്കാൻ ശ്രമിക്കുന്നവരുടെ എജന്റുമാ രായിരുന്നു അവരിൽ ഏറെപ്പേരും. എന്റെ വീട്ടുനടയിലെത്തിയ അവർ പറഞ്ഞു: "നീ ഞങ്ങളുടെ പതാക താഴ്ത്തിറക്കാൻ ധൈര്യം കാണിച്ചു വല്ലേ? നിന്നെ ഞങ്ങൾ വീട്ടിൽനിന്നു വലിച്ചിഴച്ച് പുറത്തുകൊണ്ടുവന്ന് ഒരു മുസ്ലീമിനെക്കൊണ്ട് ബലാത്സംഗം ചെയ്യിക്കും.

"ഈ വൃത്തികെട്ട ഭീഷണികേട്ട് ഞാൻ എത്രത്തോളം ഞെട്ടിപ്പോ യെന്ന് വിശദീകരിക്കാൻ എനിക്ക് വാക്കുകൾതന്നെ കിട്ടുന്നില്ല. മാത്ര മല്ല അതിന് ഒരു വർഗ്ഗീയ നിറം നല്കാനും അവർ മടിച്ചില്ല. എഫ് ഐ ആർ ഫയൽ ചെയ്യാനായി ഞാൻ നേരെ പൊലീസ് സ്റ്റേഷനിലേക്ക് പോയി. പൊലീസുകാർ എന്നെ കളിയാക്കാൻ തുടങ്ങി. അവർ ചോദിച്ചു, "ഓ നീ പരാതിപ്പെടാൻ വന്നതാണ് അല്ലേ! ആ ആളുകൾ ഏതു പക്ഷ ത്തുള്ളവരാ— ഇടതോ വലതോ?" ഇങ്ങനെ യാതൊരു പ്രസക്തിയുമി ല്ലാത്ത കുറെ അനാവശ്യചോദ്യങ്ങൾ. അവരിൽ ഒരാൾ ചോദിച്ചു: 'തന്റെ കാണാൻ കൊള്ളാവുന്ന പെണ്ണിനെ തുഷ്ടാർ വീടിനുപുറത്തുവിട്ടത് എന്തു കൊണ്ട്?' എന്നെ സഹായിക്കാൻ ഇവന്മാർ ഒന്നും ചെയ്യില്ല എന്ന് എനിക്ക് ബോദ്ധ്യമായി. ഇനി പുറകോട്ടു പോകുന്ന പ്രശ്നമേ ഇല്ലെന്നും കൂടു തൽ സജീവമായി ഉറച്ചു നില്ക്കുക തന്നെ എന്നും ഞാൻ തീരുമാനി ച്ചു. അങ്ങനെ ഞാൻ അടുത്തുള്ള ആദിവാസി ഊരിലേക്ക് പോകാനാ രംഭിച്ചു; അവിടത്തെ സ്ത്രീകളെ സംഘടിപ്പിച്ചു തുടങ്ങി. എന്നാൽ ഞങ്ങൾ കുഴപ്പക്കാരുടെ നടുവിൽത്തന്നെയാണ് കഴിഞ്ഞിരുന്നതെന്നതി നാൽ അത്ര അനായാസമായിരുന്നില്ല. ആളുകളാകെ ഭയന്നു കഴിയു കയായിരുന്നു. എന്നിട്ടും ഞാൻ തന്റെ ശ്രമത്തിൽനിന്നും പിന്നോട്ടു പോയില്ല. എനിക്ക് മറ്റൊരു വഴിയുമുണ്ടായിരുന്നില്ല.

"ഞങ്ങൾ വിവാഹം കഴിച്ചപ്പോൾ ചിന്തിച്ചത് രണ്ടുപേരും പാർട്ടി ക്കുവേണ്ടി പ്രവർത്തിക്കണമെന്നായിരുന്നു. പക്ഷേ, എന്റെ മകൻ പിറ ന്നശേഷം കുറെയേറെ സാമ്പത്തികപ്രയാസങ്ങൾ നേരിടേണ്ടതായി വന്ന തോടെയും, അത് സാദ്ധ്യമല്ലാതായി. എന്നാൽ ഇപ്പോൾ കാര്യങ്ങൾ ഒരു വട്ടം ചുറ്റിത്തിരിഞ്ഞുവന്നു. ഇപ്പോൾ പാർട്ടി ആക്രമിക്കപ്പെടുകയാണ്. ഇന്ന്, ഈ കുഴപ്പംപിടിച്ച നാളുകളിൽ ചെങ്കൊടിയെ സംരക്ഷിക്കേണ്ടത്, ഈ കുറ്റവാളികളുടെ ആക്രമണങ്ങളിൽനിന്നും അതിന്റെ മാനം കാക്കേ ണ്ടത് ഞങ്ങൾ ഓരോരുത്തരുടെയും ഉത്തരവാദിത്വമായി മാറിയിരിക്കു ന്നു.

"സാധാരണയായി നല്ല കാലത്താണ് ആളുകൾ പാർട്ടിയിൽ ചേരാനും പാർട്ടിക്കുവേണ്ടി പ്രവർത്തിക്കാനും വരുന്നത്. എന്നാൽ എന്റെ കാര്യം മറിച്ചായിരുന്നു. കഴിഞ്ഞ നിരവധി വർഷങ്ങൾ കൊണ്ട് കൈവ രിച്ച നേട്ടങ്ങളാകെ തട്ടിയെടുക്കപ്പെടുന്നത് കണ്ടപ്പോഴാണ് ചെങ്കൊടിക്കു വേണ്ടി പൊരുതാൻ ആവേശപൂർവ്വം ഞാൻ രംഗത്തുവന്നത് – ഈ പൈതൃകമാകെ അക്രമം കൊണ്ട് നശിപ്പിക്കാൻ എതിരാളികൾ നീക്കം നടത്തുന്നത് കണ്ടപ്പോഴാണ് ചെങ്കൊടിക്കു കീഴിൽ ഞാൻ ആവേശ പൂർവ്വം എത്തിയത്. രക്തസാക്ഷികളോട് മാത്രമല്ല, ഭാവിതലമുറകളോടും ഇങ്ങനെ ഉറച്ചുനില്ക്കാൻ കടപ്പെട്ടിരിക്കുന്നുവെന്ന് ഞാൻ വിശ്വസിച്ചു— ഈ കെട്ടകാലത്ത് അതിനെ നല്ല കാലമാക്കി മാറ്റാൻ ഒന്നിച്ചു നില്ക്ക ണമെന്ന് ഞാൻ ഉറച്ച തീരുമാനമെടുത്തു."

ഹൗറ
ബലാത്സംഗം രാഷ്ട്രീയമായ
കീഴ്പ്പെടുത്തലിനുള്ള ആയുധം

പശ്ചിമ ബംഗാളിലെ സ്ത്രീകൾ തപസ്പാലിന്റെ ഭീഷണിയെ വളരെ ഗൗരവത്തിലെടുത്തിരിക്കുകയാണ്. നാദിയയിൽനിന്നുള്ള തൃണ മൂൽ കോൺഗ്രസ് പാർലമെന്റ് മെമ്പറാണ് തപസ്പാൽ. ഒരു പൊതു പ്രസംഗത്തിൽ, "സി പി ഐ (എം)കാരായ സ്ത്രീകളെ ബലാത്സംഗം ചെയ്യാൻ" തന്റെ ആളുകളെ അയക്കുമെന്ന് അയാൾ ഭീഷണിപ്പെടുത്തു കയുണ്ടായി. ഇത് വെറും പൊള്ളയായ ഭീഷണിയല്ല. ഇൻഡോനേഷ്യ യിൽ 1960 കളുടെ മദ്ധ്യത്തിൽ കമ്മ്യൂണിസ്റ്റുകാരെയും അനുഭാവികളെയും നിഷ്ഠുരം കൊന്നൊടുക്കിയതു സംബന്ധിച്ച് *ആക്ട് ഓഫ് കില്ലിങ്* എന്ന ഞെട്ടിപ്പിക്കുന്ന ഡോക്കുമെന്ററി ഫിലിമിൽ കമ്യൂണിസ്റ്റുകാരോ കമ്മ്യൂ ണിസ്റ്റ് അനുഭാവികളോ ആയ സ്ത്രീകളെ ആക്രമിക്കുന്നതിലൂടെ കമ്മ്യൂ ണിസ്റ്റുകാർക്കു മേൽ അധികാരവും ആധിപത്യവും സ്ഥാപിക്കുന്നതി നുള്ള ഉപകരണമായി ബലാത്സംഗമോ ബലാത്സംഗ ഭീതിയോ മാറുന്ന തെങ്ങനെ എന്ന് കാണിക്കുന്നുണ്ട്.

ഇന്ന് പശ്ചിമബംഗാളിലെ പല പ്രദേശങ്ങളിലും സി പി ഐ (എം)ലെ വനിതാ പ്രവർത്തകരെ രാഷ്ട്രീയമായി കീഴ്പ്പെടുത്തുന്നതിനുള്ള ആയുധം എന്ന നിലയിൽ ബലാത്സംഗത്തെ പ്രയോഗിക്കുന്നുണ്ട്. 2011 ലെ നിയമസഭാ തിരഞ്ഞെടുപ്പും തുടർന്ന് തൃണമൂൽ കോൺഗ്രസ് (ടി എം സി) ഗവൺമെന്റ് രൂപീകരണവും മുതൽ സി പി ഐ (എം)വ നിതാ പ്രവർത്തകരും അനുഭാവികളും തൃണമൂൽ കോൺഗ്രസിന്റെ കിരാ തമായ ലൈംഗിക ആക്രമണങ്ങൾക്ക് ഇരയാകുന്നുണ്ട്.

ഭൂരിപക്ഷം കേസുകളിലും എഫ് ഐ ആർ ഫയൽ ചെയ്യുന്നത് ബോധപൂർവ്വം കാലതാമസം വരുത്തുന്നു; അഥവാ പ്രതികൾക്ക് ഗുണം ലഭിക്കത്തക്ക വിധം കൃത്രിമങ്ങൾ കാണിക്കുന്നു. കേസ് രജിസ്റ്റർ ചെയ്ത

സ്ഥലങ്ങളിൽ മിക്കവാറും എല്ലാ കുറ്റകൃത്യങ്ങളിലും പുരുഷന്മാർ ജാമ്യം നേടി പുറത്താണ്. സ്ത്രീകളായ രാഷ്ട്രീയ എതിരാളികളെ ലൈംഗിക മായി ആക്രമിക്കുന്നതിനുള്ള ലൈസൻസ് തങ്ങൾക്കുണ്ടെന്ന് കരുതാൻ അവരുടെ രാഷ്ട്രീയ നേതാക്കളുടെ പ്രോത്സാഹനം ലഭിച്ചിട്ടുള്ള പുരുഷ ന്മാർ പിന്നീട് ഈ ലൈസൻസ് തങ്ങളുടെ ഇഷ്ടാനുസരണം പ്രയോഗി ക്കാൻ തുടങ്ങുന്നു. ഇങ്ങനെ സൃഷ്ടിക്കപ്പെട്ട പരിതഃസ്ഥിതി സ്ത്രീകളെ യാകെ അക്രമണഭീഷണിയിൽ നിർത്തുന്നു. കഴിഞ്ഞ മൂന്നു വർഷത്തിനു ള്ളിൽ പശ്ചിമബംഗാൾ സ്ത്രീകൾക്കെതിരായ കുറ്റകൃത്യങ്ങൾ അതി വേഗം വർദ്ധിച്ചുവരുന്ന സംസ്ഥാനമെന്ന ലജ്ജാകരമായ പദവി കൈവ രിച്ചിരിക്കുന്നു. പാർക്ക് സ്ട്രീറ്റിലെ കൂട്ടബലാത്സംഗം, മാധ്യമഗ്രാമത്തിലെ കാംധുനിയിലെ ബലാത്സംഗം, തൃണമൂൽ കോൺഗ്രസ് ഓഫീസിലെ സ്ത്രീകൾ ബലാത്സംഗം ചെയ്യപ്പെട്ടത്, വിദ്യാർത്ഥി യൂണിയൻ ഓഫീ സിലെ വിദ്യാർത്ഥിനിയെ തൃണമൂലുമായി ബന്ധമുള്ള ആളുകൾ ബലാ ത്സംഗം ചെയ്തത്-- ഇവയെല്ലാംതന്നെ പശ്ചിമബംഗാളിൽ സ്ത്രീകൾക്കും പെൺകുട്ടികൾക്കും സുരക്ഷിതത്വം ഇല്ലാതായിരിക്കു ന്നുവെന്നതിന്റെ ദൃഷ്ടാന്തങ്ങളാണ്.

പശ്ചിമബംഗാളിൽ സി പി ഐ (എം)ന്റെ വനിതാ കേഡർമാർ വള രെയേറെ ബുദ്ധിമുട്ടു നിറഞ്ഞ സാഹചര്യത്തിലാണ് പ്രവർത്തിക്കുന്ന ത്. ലൈംഗിക ആക്രമണത്തെ അതിജീവിച്ച ഒരു സ്ത്രീ ബുദ്ധിമു ട്ടേറിയതും ഭീകരവുമായ നിരവധി ചോദ്യങ്ങൾ ഉയർത്തുന്നു— അവ ളുടെയോ അവളുടെ കുടുംബത്തിലെ പുരുഷന്മാരുടെയോ രാഷ്ട്രീയകാ രണമാണ് പ്രാഥമികമായും അവൾ ആക്രമിക്കപ്പെടുന്നത് എന്നറിയുമ്പോ ഴാണ് ഈ ചോദ്യങ്ങൾ പ്രസക്തമാകുന്നത്. ഈ ആക്രമണം അവളുടെ ദൃഢനിശ്ചയത്തെ ശക്തിപ്പെടുത്തുമോ ദുർബ്ബലമാകുമോ? അവൾക്ക് രാഷ്ട്രീയമില്ലാതിരിക്കുകയും അവളുടെ ഭർത്താവിന്റെ രാഷ്ട്രീയം കാരണം അവൾ ആക്രമിക്കപ്പെടുകയും ചെയ്യുമ്പോൾ അവളുടെ വികാരം എങ്ങ നെയായിരിക്കും? പിന്തുണയെയും ഐക്യദാർഢ്യത്തെയും സംബന്ധി ച്ചിടത്തോളം അവളുടെ പ്രതീക്ഷകളെ സംഘടന നിറവേറ്റുന്നുണ്ടോ?

തികഞ്ഞ ആത്മാഭിമാനത്തോടെയും ധീരതയോടെയും ഈ ചോദ്യ ങ്ങൾക്ക് ഉത്തരം കാണാൻ ശ്രമിക്കുന്ന ഇത്തരത്തിലുള്ള രണ്ടു സ്ത്രീക ളുടെ കഥയാണിത്; 2014 ജനുവരിയിലെ ഒരു കരാള രാത്രിയിൽ ടി എം സിക്കാരുടെ ലൈംഗിക ആക്രമണത്തെ നേരിട്ട രണ്ടു സ്ത്രീകളുടെ അനുഭവ വിവരണം.

അവർ മുറിയിലേക്ക് കടന്നുവന്നപ്പോൾ ഇരുവരും തമ്മിലുള്ള സാമ്യം കാരണം തിരിച്ചറിയാനാകുമായിരുന്നില്ല. 25 വയസ്സുള്ള പ്രീതിയാണ് രണ്ടുപേരിൽ കൂടുതൽ ചെറുപ്പം. പൊക്കം അല്പം കൂടുതൽ; സൗമ്യ ശീലം. 43 കാരിയായ സോനായുടെ മുഖത്തിന് നല്ല തിളക്കം; വേഗത യേറിയ ചുവടുവയ്പ്. അവർ സംസാരിക്കാൻ ആരംഭിച്ചപ്പോൾതന്നെ കരു ത്തരായ ഈ രണ്ട് സ്ത്രീകൾ തമ്മിലുള്ള സമാനതകൾ വ്യക്തമായി.

തങ്ങൾ അനുഭവിച്ച ഭീകരമായ ദുഃസ്വപ്നത്തെക്കുറിച്ച് അവർ ഒന്നിച്ചാണ് വിവരിച്ചത്– പരസ്പരം നോക്കിക്കൊണ്ട്, സംസാരിക്കാൻ പരസ്പരം സഹായിച്ചുകൊണ്ട്, സംസാരത്തിനിടെ ഇടയ്ക്കിടെ പൊട്ടി ഒഴുകിയ കണ്ണീരിൽ നിന്ന് മറ്റെയാൾ കരകയറുന്നതുവരെ താല്ക്കാലികമായി നിർത്തിക്കൊണ്ട്.

ഹൗറ ജില്ലയിലെ ആംത പൊലീസ് സ്റ്റേഷനു കീഴിലുള്ള മുക്തി ചൗക്കിൽ ഒരുമിച്ചാണ് ഈ രണ്ട് സ്ത്രീകളും അവരുടെ കുടുംബങ്ങളും കഴിഞ്ഞിരുന്നത്. പ്രീതി, അവളുടെ ഭർത്താവ്, അവരുടെ രണ്ടുവയസ്സു ള്ള മകൻ, രണ്ടുപേരുടെയും അച്ഛനമ്മമാർ എന്നിവരണഞ്ഞിയ ധൃടുപ്പധം സോനയും അവളുടെ ഭര്ധ്ധാവും 23 ഉം 21 ഉം വയസ്സുള്ള രണ്ടുപുത്ര ന്മാരും താമസിക്കുന്ന വീടിന്റെ ഒരു ഭാഗത്താണ് കഴിഞ്ഞിരുന്നത്. സോന യുടെ ഭർത്താവും പ്രീതയുടെ അമ്മായി അച്ഛനും സഹോദരങ്ങളാണ്. അവർക്ക് മൂന്നാമതൊരു സഹോദരൻ കൂടിയുള്ളത് പ്രത്യേകം താമസി ക്കുന്നു. ഈ സഹോദരന്മാർക്ക് ആകെ ചെറിയൊരു തുണ്ട് കൃഷിഭൂമി യാണുള്ളത്. തങ്ങളുടെ വരുമാനം വർദ്ധിപ്പിക്കാൻ അവർ കർഷകത്തൊ ഴിലാളികളായി പണിയെടുക്കുന്നുമുണ്ട്. മുക്തിചൗക്കിലെ മറ്റുതാമസ ക്കാരെ പോലെ ഈ സഹോദരന്മാരും അവരുടെ കുടുംബങ്ങളും സി പി ഐ (എം)ന്റെ ഉറച്ച അനുഭാവികളും പ്രവർത്തകരുമാണ്. പ്രീതി ഒഴികെ ആ കുടുംബത്തിലെ മറ്റെല്ലാപേരും പട്ടികജാതിക്കാരുമാണ്.

2013 മദ്ധ്യത്തിൽ നടന്ന പഞ്ചായത്ത് തിരഞ്ഞെടുപ്പിൽ മുക്തി ചൗക്കിൽ ആകെ പോൾ ചെയ്ത 1300 വോട്ടിൽ 900 വോട്ടും സി പി ഐ (എം) സ്ഥാനാർത്ഥിക്കായിരുന്നു ലഭിച്ചത്. ടി എം സി ക്കാരിൽ നിന്ന് ഉണ്ടായ ഭീഷണികളും താക്കീതുകളും വിരട്ടലുകളും അവഗണിച്ചായി രുന്നു ഇത്. മറ്റു പഞ്ചായത്തുകളിലെ തിരഞ്ഞെടുപ്പ് വിജയത്തിന്റെ ലഹ രിയിലും എന്നാൽ മുക്തിചൗക്കിൽ അവരുടെ സ്ഥാനാർത്ഥിയുടെ പരാ ജയം സൃഷ്ടിച്ച രോഷത്തിലും ടി എം സിക്കാർ ആ പഞ്ചായത്തിനെ തങ്ങളുടെ ആക്രമണലക്ഷ്യമാക്കി. എം ജി എൻ ആർ ഇ ജി എ സംബന്ധിച്ച കാര്യങ്ങളിൽ തീരുമാനമെടുക്കാനുള്ള അധികാരം പൂർണ്ണ മായും തങ്ങൾക്കായിരിക്കണം എന്ന് ടി എം സി നേതാക്കൾ ആവശ്യ പ്പെട്ടതോടെയാണ് ആദ്യത്തെ ഏറ്റുമുട്ടൽ ഉണ്ടായത്. മുൻപറഞ്ഞപോലെ ഗ്രാമപഞ്ചായത്തിൽ തീരുമാനങ്ങൾ എടുക്കുന്നതിനു പകരം എല്ലാ തൊഴിൽകാർഡുകളും അവർക്ക് കൈമാറണമെന്ന് അവരാവശ്യപ്പെട്ടു. അതിനെ ജനങ്ങൾ ചെറുത്തു. സി പി ഐ (എം) അനുഭാവികൾക്കെ തിരെ ടി എം സി പ്രവർത്തകർ നൂറോളം കള്ളക്കേസുകൾ ഫയൽ ചെയ്തു; നിരവധി ആളുകൾ അറസ്റ്റ് ചെയ്യപ്പെട്ടു. ഒട്ടേറെ പേർക്ക് ഗ്രാമം വിട്ട് പോകേണ്ടതായി വന്നു. ആ ഗ്രാമത്തിലെ കുടുംബങ്ങൾ ആ ശൈത്യ കാലത്ത് വിളവെടുക്കുന്നത് ബലം പ്രയോഗിച്ച് തടസ്സപ്പെടുത്തി.

പ്രതീയുടെയും സോനയുടെയും കുടുംബങ്ങളെയും ഇതു ബാധി ച്ചു. കുടുംബത്തിലെ പുരുഷന്മാർക്കെതിരെ കേസുണ്ടായി. പ്രീതിയുടെ

ഭർത്താവ് 15 ദിവസം ജയിലിൽ കിടന്നു. മറ്റു കുടുംബാംഗങ്ങൾക്കെതി രെയുള്ള ഭീഷണികൾ സാധാരണമായിരുന്നു. പ്രീതിയും സോനയും ഗ്രാമം വിട്ടുപോകാൻ തീരുമാനിച്ചു; തങ്ങൾ ജനിച്ചു വളർന്ന കുടുംബ ങ്ങളിലേക്ക് പോകാനാണ് അവർ ഇരുവരും തീരുമാനിച്ചത്. ജനുവരി അവസാനം അവർ തങ്ങളുടെ വീട്ടിൽ മടങ്ങിയെത്തി. ജനുവരി 28 ന് രാത്രി ഏകദേശം 11 മണിക്ക് വാതിലിൽ മുട്ട് കേട്ടു. ഒരു വലിയ സംഘം തൃണമൂലുകാർ വീട്ടിലേക്ക് ഇരച്ചുകയറി. ആ സ്ത്രീകൾ അതിക്രൂര മായി ആക്രമിക്കപ്പെട്ടു; കൂട്ടബലാത്സംഗത്തിനിരയായി. അവരുടെ കുറ്റം എന്തെന്നോ? സി പി ഐ (എം)നെ പിന്തുണച്ചത്.

അവരുടെ സ്വന്തം വാക്കുകളിൽ അവരുടെ അനുഭവം സ്വയം അവർ വിവരിക്കുന്നു. സോന ആദ്യം കാര്യങ്ങൾ വിവരിക്കുന്നു:

"എനിക്ക് ഓർമ്മവെച്ച കാലംമുതൽ ഞങ്ങളുടെ വീട്ടിൽ എപ്പോഴും ചെങ്കൊടി ഉണ്ടായിരുന്നു. എന്റെ അച്ഛനും സഹോദരന്മാരും കൊണ്ടുവ രുന്ന കൊടികൾ. ക്രമേണ ഞാനും പാർട്ടി പ്രവർത്തനത്തിൽ ഉൾപ്പെട്ടു തുടങ്ങി. 26 വർഷത്തിനു മുമ്പ് എന്നെ കല്യാണം കഴിച്ച് കൊണ്ടുവ ന്നതും ഒരു പാർട്ടി കുടുംബത്തിലേക്കായിരുന്നുവെന്നത് എനിക്ക് വലിയ സന്തോഷമായി. ഈ പാർട്ടിയാണ് ഞങ്ങൾക്ക് ഭൂമി തന്നത്; ആ ഭൂമിയി ലാണ് എന്റെ ഭർത്താവും ഞാനും പണിയെടുക്കുന്നത്. അദ്ദേഹം മറ്റുള്ളവരുടെ ഭൂമിയിലും പണിക്കു പോകും. ജീവിതം സുഖകരമായിരു ന്നില്ല, എങ്കിലും സമാധാനപൂർണ്ണമായിരുന്നു. ഞാൻ ആവശ്യങ്ങൾ പര മാവധി ചുരുക്കി പണം മിച്ചം പിടിച്ചു; അങ്ങനെ മക്കളെ രണ്ടുപേരെയും പഠിപ്പിക്കാൻ കഴിഞ്ഞു. മൂത്തമകൻ ഫിസിക്കൽ എഡ്യൂക്കേഷനിൽ ബി എഡ് പൂർത്തിയാക്കി.

പ്രീതി രാഷ്ട്രീയ പശ്ചാത്തലമില്ലാത്ത ഒരു കുടുംബത്തിൽ നിന്നാണ് വന്നത്; പക്ഷേ ആ കുടുംബവും പുരോഗമന ലിബറൽ ചിന്താഗതിയു ള്ളതായിരുന്നു; വിശാലമനസ്കരായിരുന്നു; കുടുംബാംഗങ്ങൾ. "ഞാൻ എക്കാലവും രാഷ്ട്രീയത്തിൽനിന്ന് അകന്ന് നിന്നിരുന്നു." അവൾ പറ യുന്നു: "ദരിദ്രരായിരുന്നു എന്റെ മാതാപിതാക്കൾ, പക്ഷേ, അവർ എന്നിൽ സ്വാതന്ത്ര്യബോധം വളർത്തി. എന്റെ അച്ഛൻ കർഷകത്തൊഴി ലാളി ആയിരുന്നു. അദ്ദേഹം മിഡിൽ സ്കൂൾവരെ പഠിച്ചു. അദ്ദേഹം കൃഷ്ണഭക്തനാണ്. കടുത്ത മതഭക്തനുമാണ്. നീതിയും ധാർമ്മിക മൂല്യ ങ്ങളും അദ്ദേഹം മുറുകെ പിടിക്കുന്നു. ഈ വിശ്വാസപ്രമാണങ്ങൾക്കനു സരിച്ചാണ് അദ്ദേഹം എന്നെ വളർത്തിയത്."

സ്കൂൾ വിദ്യാഭ്യാസ കാലത്താണ് പ്രീതി, പിന്നീട് തന്റെ ഭർത്താ വായ പുരുഷനെ കണ്ടുമുട്ടിയതും പ്രണയത്തിലായതും. "വിവാഹ ത്തിനും 9 വർഷം മുൻപ് മുതൽ എനിക്ക് അദ്ദേഹത്തെ അറിയാം." അവൾ പറഞ്ഞു. "ഞാൻ പൊതുവിഭാഗത്തിൽപ്പെട്ട ഒരു ജാതിയിലാണ് ജനിച്ചത്; അദ്ദേഹം പട്ടികജാതിയിലും. ഞങ്ങളുടെ സൗഹൃദത്തെ എന്റെ ബന്ധുക്കൾ ശക്തിയായി എതിർത്തു; എന്റെ അമ്മയ്ക്ക് അല്പവും ഇഷ്ട

മുണ്ടായിരുന്നില്ല; എന്നാൽ എന്റെ അച്ഛൻ എന്നെ അനുകൂലിച്ചു." പ്രീതിക്ക് തന്റെ പ്രണയവുമായി മുന്നോട്ടു പോകാൻ കരുത്തും ആത്മ വിശ്വാസവും നല്കിയത് അച്ഛന്റെ പിന്തുണയാണ്.

"ഞാൻ എന്റെ സ്വന്തം ശക്തി തിരിച്ചറിഞ്ഞു— അതെ, കരുത്തുള്ള ഒരു വ്യക്തിയായി ഞാൻ സ്വയം കണക്കാക്കി. പ്രണയത്തിനു വേണ്ടി സർവ്വതും ത്യജിക്കാൻ ഞാൻ തയ്യാറായി. ഞാൻ ബംഗാളിയിൽ എം എ പാസായി. പക്ഷേ അതുകൊണ്ടും ഞാൻ തൃപ്തിയായില്ല. തുടർന്ന് ഞാൻ കമ്പ്യൂട്ടർ കോഴ്സ് പൂർത്തിയാക്കി; അതിനുശേഷം ബ്യൂട്ടീഷ്യൻ കോഴ്സിനും ചേർന്നു. ഞങ്ങളുടെ വിവാഹത്തിന് കുടുംബങ്ങൾ എതിരാ രായാലും ന്യായമായി [illegible] സ്വന്തം കാലിൽ നിൽക്കാൻ കഴിയണമെന്ന് ഞാൻ ആഗ്രഹിച്ചു. ഒടുവിൽ 2010 ൽ ഞങ്ങൾ വിവാഹിതരായി. എനിക്ക് സന്തോഷമായി. ഭർത്താവിന്റെ കുടുംബത്തിൽ എത്തിയപ്പോഴാണ് എനിക്ക് മനസ്സിലായത് അവരെല്ലാം കടുത്ത രാഷ്ട്രീയ ബന്ധമുള്ളവരാ ണെന്ന്. എനിക്ക് അതൊരു പ്രശ്നമായിരുന്നില്ല; പോരെങ്കിൽ എന്റെ ഭർത്താവ് രാഷ്ട്രീയ പ്രവർത്തനത്തിനൊന്നും പോയിരുന്നതുമില്ല. ഞങ്ങൾ സമാധാനത്തോടെ ജീവിച്ചു; അദ്ദേഹം പാടത്ത് പണിയെടുക്കും: ഞാൻ പഠിത്തം തുടരുന്നതിനൊപ്പം കുറച്ചുപണം നേടുന്നതിനായി കുട്ടികൾക്ക് ട്യൂഷനെടുക്കുകയും ചെയ്തു."

ആ ദിവസങ്ങളിലേക്ക് തിരിഞ്ഞു നോക്കിക്കൊണ്ട്, പ്രീതി തുടർന്നു.

"എന്നെ സംബന്ധിച്ച് 2013 ൽ കാര്യങ്ങളാകെ കീഴ്മേൽ മറിഞ്ഞു. ഞാൻ സൂചിപ്പിച്ചതുപോലെ ഞാൻ ശക്തയാണ്, സ്വാതന്ത്ര്യബോധമു ള്ളവളുമാണ്. ഞാൻ അങ്ങനെയാകണം എന്നാണ് എന്റെ അച്ഛൻ ആഗ്ര ഹിച്ചിരുന്നത്. തിരഞ്ഞെടുപ്പുകാലത്ത് എപ്പോഴും ഞാൻ എനിക്കിഷ്ട മുള്ള സ്ഥാനാർത്ഥിക്ക് വോട്ടു ചെയ്തു; മറ്റുള്ളവരുടെ ഇഷ്ടം നോക്കി യല്ല ഞാൻ വോട്ടു ചെയ്തിരുന്നത്. എന്നാൽ പഞ്ചായത്ത് തിരഞ്ഞെടു പ്പായപ്പോൾ ഞങ്ങളെ ഭീഷണിപ്പെടുത്താനും ഞങ്ങൾ എന്തു ചെയ്യണ മെന്ന് ആജ്ഞാപിക്കാനും തുടങ്ങി. എനിക്ക് ഇതു തീരെ ഇഷ്ടപ്പെട്ടില്ല. പക്ഷേ, ഞാനാകെ ഭയന്നുപോയി. ഇവിടെ സി പി ഐ (എം) വിജയിച്ച തിനെ ത്തുടർന്ന് കാര്യങ്ങൾ കൈവിട്ട പോലെയായി; കാരണം അതോടെ തൃണമൂലുകാർക്ക് വട്ടിളകിയതുപോലെയാണ് തോന്നിയത്. ഒരിക്കലും ഒരുതെറ്റും ചെയ്തിട്ടില്ലാത്ത എന്റെ ഭർത്താവിനെ അടുത്തുള്ള ഒരു ഗ്രാമ ത്തിൽവച്ച് ഒരു സംഘം തൃണമൂൽ പ്രവർത്തകർ ബലം പ്രയോഗിച്ച് ഒരു ബസിൽനിന്ന് പിടിച്ചിറക്കി. മുക്തിചൗക്കിൽ ഉള്ള ആളായതാണത്രെ എന്റെ ഭർത്താവിന്റെ കുറ്റം. അതുകൊണ്ട് അദ്ദേഹം ശിക്ഷിക്കപ്പെടണം എന്നവർ വിധിച്ചു. എന്റെ പാവം ഭർത്താവിനെ അവർ തല്ലിച്ചതച്ചു; എന്നിട്ട് പൊലീസിൽ സ്റ്റേഷനിലേക്ക് കൊണ്ടുപോയി; അദ്ദേഹത്തിനെതിരെ കള്ളക്കേസെടുത്തു; ജയിലിലടച്ചു. ഒരാഴ്ചക്കാലം അദ്ദേഹം ജയിലിൽ കിടന്നു. ഞാനാകെ തകർന്നുപോയി. ഇതാദ്യമായിട്ടായിരുന്നു എനിക്ക് ഇത്തരമൊരനുഭവം ഉണ്ടായത്. അദ്ദേഹത്തെ മറ്റു നിരവധി ആളു

കൾക്കൊപ്പം മറ്റൊരു കള്ളക്കേസിൽക്കൂടി കുടുക്കുകയും ഞങ്ങളെ ഭീഷ
ണിപ്പെടുത്തുകയും ചെയ്തതിനെത്തുടർന്ന്, ഞാൻ എന്റെ കൈക്കു
ഞ്ഞായ മകളെയും കൊണ്ട് ആ ഗ്രാമം വിട്ട് എന്റെ അച്ഛന്റെ വീട്ടിലേക്കു
പോയി. ജനുവരി അവസാനം തിരികെ വന്നു."

ആ ഗ്രാമം ജീവിക്കാനാവാത്തവിധം അപകടം പിടിച്ച ഒരിടമായി
മാറി. സോന ഓർമ്മിക്കുന്നു:

"സ്ഥിതിഗതികൾ ആക്രമാസക്തമായി മാറി. ഞങ്ങളുടെ വീടുകൾ
ആക്രമിക്കപ്പെട്ടു. സി പി ഐ (എം)ന് വോട്ടു ചെയ്തതിന്റെ പേരിൽ
മുക്തിചൗക്കിലെ പല സ്ത്രീകളെയും ഭീഷണിപ്പെടുത്തുന്നതായി ഞാൻ
കേട്ടു.   പക്ഷേ, അതിക്രത്തോളം വഷളാകുമെന്ന്, എനിക്ക് എന്റെ വീട്
വിട്ട് പോകേണ്ടി വരുമെന്ന് ഞാൻ ഒരിക്കലും കരുതിയതല്ല. എന്റെ
മക്കളെ ഓർത്താണ് ഞാൻ ഭയന്നത്. 2013 അവസാനത്തെ ചില മാസ
ങ്ങൾ ഞങ്ങളെ സംബന്ധിച്ചിടത്തോളം വളരെയേറെ പ്രയാസം നിറഞ്ഞ
തായിരുന്നു." അവൾ തുടർന്നു. "എന്റെ ഭർത്താവിന് ഗ്രാമം വിട്ട് പോകേ
ണ്ടതായി വന്നു; ഞങ്ങളുടെ നിലനില്പിനായി മറ്റു സ്ഥലങ്ങളിൽ തൊഴി
ലന്വേഷിക്കേണ്ടതായി വന്നു. കൈയിൽ പണമെന്നും ഇല്ലാതായി. ഭക്ഷ
ണത്തിനായി എനിക്ക് എന്റെ അച്ഛന്റെ വീട്ടിലേക്ക് പോകേണ്ടതായി
വന്നു. ഞങ്ങളുടെ കുടുംബം വേർതിരിക്കപ്പെട്ടു; പക്ഷേ നിരന്തരം ഞാനു
മായി ബന്ധം സ്ഥാപിച്ചിരുന്ന പാർട്ടിയിൽ നിന്നാണ് എനിക്ക് പിടിച്ചു
നില്ക്കാനുള്ള ധൈര്യം ലഭിച്ചത്."

ഈ രണ്ടു സ്ത്രീകളും ജനുവരി അവസാനമാണ് വീട്ടിൽ മടങ്ങി
യെത്തിയത്. ജനുവരി 28 ന് രാത്രി ഏകദേശം 11 മണിക്ക് സോന തന്റെ
മുറിയിൽ തനിച്ചിരുന്ന് ടി വി കാണുകയായിരുന്നു. "പെട്ടെന്നാണ് ലൈറ്റു
കൾ കെടുത്തപ്പെട്ടത്." അവർ ഓർക്കുന്നു. "മുറിയിലുണ്ടായിരുന്ന
എമർജൻസി ലൈറ്റ് തെളിച്ചപ്പോഴേക്കും മുൻവശത്തെ വാതിലിൽ മുട്ടുന്ന
ശബ്ദം കേട്ടു; അതെന്താണെന്ന് വ്യക്തമാകും മുമ്പ് സ്റ്റെയർകേസിൽ
ആളുകൾ കയറി വരുന്ന ശബ്ദം കേട്ടുതുടങ്ങി. കുറെയധികം പേരുണ്ടാ
യിരുന്നു. അവർ എന്റെ മുറി തള്ളിത്തുറന്ന് കയറിയപ്പോൾ ഞാൻ അവ
രുടെ നിഴലുകൾ കണ്ടു; അവർ എന്റെ അടുത്തേക്ക് വന്നപ്പോൾ ഞാൻ
പേടിച്ച് നിലവിളിക്കാൻ തുടങ്ങി. അവർ ഇങ്ങനെ പറഞ്ഞത് ഞാനിന്നും
ഓർമ്മിക്കുന്നു; "ഇതാ അവന്റെ ഭാര്യ, അവൾ നമ്മളെ കാത്തിരിക്കുക
യാണ്. ഇനി അധികസമയം നീ കാത്തിരിക്കണ്ട." അവർ എന്റെ മേൽ
ചാടിവീണു; എന്നെ കടന്നു പിടിക്കുകയും എന്റെ തുണികൾ വലിച്ചഴി
ക്കുകയും ചെയ്തു. അവന്മാരെ ഓരോരുത്തരെയും എനിക്ക് നന്നായി
അറിയാം. എമർജൻസി ലാമ്പിന്റെ വെളിച്ചത്തിൽ എനിക്കവരുടെ മുഖം
കാണാമായിരുന്നു. ഞങ്ങളുടെ ഗ്രാമത്തിലുള്ള തൃണമൂലുകരായിരുന്നു
അവർ. എന്റെ നിലവിളി കേൾക്കാൻ അവിടെ ആരിരിക്കുന്നു? എന്നെ
അവർ പുറത്തേക്ക് വലിച്ചിഴച്ചുകൊണ്ടുപോയി; ചുരുങ്ങിയത് ആറോ
എട്ടോ പേർ എന്നെ ബലാത്സംഗം ചെയ്തു, ഇതിനിടയിൽ അവന്മാര്

എന്നെ തെറിവിളിക്കുന്നുമുണ്ടായിരുന്നു. കണ്ണിൽ ചോരയില്ലാത്ത ദുഷ്ടന്മാ രായിരുന്നു അവർ. കൈ അകത്തേക്കിട്ട് എന്റെ ഗർഭപാത്രത്തെ പുറ ത്തേക്കെടുക്കാൻ ആ ദുഷ്ടന്മാർ ശ്രമിച്ചു; എന്നെയാകെ നശിപ്പിക്കാനാ യിരുന്നു അവന്മാരുടെ ശ്രമം. ചോര ധാരധാരയായി ഒഴുകിക്കൊണ്ടിരു ന്നു; എന്റെ ബോധം നശിച്ചു. ഇന്നുപോലും അന്നനുഭവിച്ച വേദന ഞാൻ ഓർക്കുന്നു."

പ്രീതിയുടെ അനുഭവവും അല്പവും വ്യത്യസ്തമായിരുന്നില്ല. "ആ കരാളരാത്രിയിൽ ഞാൻ എന്റെ അമ്മായി അമ്മയുമായി കൊച്ചുവർത്ത മാനം പറഞ്ഞിരിക്കുകയായിരുന്നു." അവൾ പറയുന്നു, "എന്റെ കുഞ്ഞ് എന്റെ അടുത്തു കിടന്ന് ഉറങ്ങുകയായിരുന്നു. ലൈറ്റണഞ്ഞപ്പോൾ ഞാൻ സരസ്വതിപൂജ പൂർത്തിയാക്കിയതേ ഉണ്ടായിരുന്നുള്ളു. പിന്നീടാണ് ഞാനറിഞ്ഞത് അവർ മെയിൻ സ്വിച്ച് ഓഫ് ചെയ്തതാണെന്ന്. ഞാൻ എമർജൻസി ലാമ്പ് പ്രവർത്തിപ്പിച്ചു. ഞങ്ങൾ രണ്ടുപേരും പുറത്ത് കാല്പെരുമാറ്റം കേട്ടു. ഞാനാകെ ഭയന്നുപോയി. ഏതാനും നിമിഷ ങ്ങൾക്കകം ചെറിയമ്മായി അലറിക്കരയുന്നത് ഞാൻ കേട്ടു. പെട്ടെന്ന് എന്തുചെയ്യണമെന്ന് എനിക്ക് ഒരു പിടിയും കിട്ടിയില്ല. എന്റെ മകളെ കൈയിലെടുത്ത് എവിടെയെങ്കിലും ഒളിക്കാനായി എന്റെ ശ്രമം. നിമിഷ ങ്ങൾക്കകം അവന്മാർ വാതിലും ജനലും അടിച്ചു തകർക്കാൻ തുടങ്ങി. ജനൽ തകർക്കപ്പെട്ടു. ഗ്ലാസിന്റെ ചില്ലുകളും തടിക്ഷണങ്ങളും എന്റെ കണ്ണിനടുത്ത് തെറിച്ചു വീണു. സഹിക്കാനാവാത്ത വേദനയായിരുന്നു; ഇപ്പോഴും ആ മുറി നിങ്ങൾക്ക് കാണാം. ഒരു സംഘം ആളുകൾ അക ത്തേക്ക് പാഞ്ഞുവന്നു; അവന്മാർ എന്റെ മകളെ പിടിച്ചു വാങ്ങി തറയി ലെറിഞ്ഞു. കുട്ടി ഉറക്കെ കരയാൻതുടങ്ങി. അവളുടെ അടുത്തെത്താൻ ഞാൻ ശ്രമിച്ചു നോക്കി. പക്ഷേ അവന്മാർ എന്നെ പുറത്തേക്ക് വലിച്ചിഴ ച്ചുകൊണ്ടുപോയി; എന്നെ ബലാത്സംഗം ചെയ്തു; അവർ ഒരുപാട് പേർ ഉണ്ടായിരുന്നു. എന്തോ മൂർച്ചയുള്ള സാധനം കൊണ്ട്, ചിലപ്പോൾ ബ്ലേഡ് ആയിരിക്കാം, അവന്മാർ എന്നെ മുറിവേല്പിച്ചു. രക്തം ചീറ്റിയൊഴുകി. ഞാൻ മുഴുവൻ ശബ്ദവുമെടുത്തു അലറി വിളിക്കാൻ ശ്രമിച്ചു; അപ്പോൾ അവന്മാർ എന്റെ വായ പൊത്തിപ്പിടിച്ചു. പിന്നീട് എന്റെ അമ്മായിഅമ്മ പറഞ്ഞത് അവർ ഒരുവിധം ആ ബഹളത്തിനിടയിൽ ഇരുട്ടത്ത് പുറത്തു കടക്കുകയും പൊലീസുകാരെ സഹായം അഭ്യർത്ഥിച്ച് സമീപിക്കുകയും ചെയ്തു. പൊലീസ് അവരോട് ചോദിച്ചത്, 'നീ ഏതു പാർട്ടിക്കാരിയാണ്?' എന്നാണ്. അത് വിശ്വസിക്കാൻ നിങ്ങൾക്കാകുമോ? ആ ക്രിമിനലുകളെ കൈയോടെ പിടിക്കുന്നതിനുപകരം അവർ എന്റെ അമ്മായിഅമ്മയെ വിരട്ടി ഓടിക്കുകയാണ് ചെയ്തത്! ഈ ആളുകളുടെ രാഷ്ട്രീയം അപ്പോ ഴാണ് എനിക്കു പിടികിട്ടിയത്."

സോന പറയുന്നു: "ഇതെല്ലാം ചെയ്തിട്ട് അവന്മാർക്ക് എന്തു കിട്ടി? ശരിയാണ്, എന്റെ ആരോഗ്യം നശിപ്പിക്കാൻ ആ ദുഷ്ടന്മാർക്കു കഴിഞ്ഞു; എന്റെ മക്കളുടെ സ്വപ്നങ്ങൾ അവന്മാർ തകർത്തു. എന്റെ മൂത്തമകൻ

കൂടുതൽ പഠിക്കാൻ ആഗ്രഹിച്ചിരുന്നു; പക്ഷേ, അവനെ സഹായിക്കാൻ വേണ്ട പണം എന്റെ കൈയിൽ ഉണ്ടായിരുന്നില്ല; കാരണം ഇപ്പോൾപോലും ഞങ്ങളുടെ ഭൂമിയിൽ കൃഷിചെയ്യാനോ വിളവെടുക്കാനോ ഞങ്ങൾക്ക് കഴിയുന്നില്ല. എന്നാൽ എനിക്കറിയാം ഞാൻ ഒരു ഉപകരണം മാത്രമാണെന്ന്. ചെങ്കൊടിയെ തിരസ്കരിപ്പിക്കുന്നതിനായി ഗ്രാമത്തിലാകെ ഭീകരാന്തരീക്ഷം സൃഷ്ടിക്കലാണ് അവരുടെ ലക്ഷ്യം; അതിനായാണ് അവർ എന്നെ ബലാത്സംഗം ചെയ്തത്; ചെങ്കൊടിയെ കൈവെടിഞ്ഞില്ലെങ്കിൽ നിങ്ങൾക്കും ഇതുതന്നെ സംഭവിക്കും എന്ന് മറ്റു ള്ളവരെ ഓർമ്മിപ്പിക്കുകയാണ് ഇതിലൂടെ. എന്നിട്ട് എന്ത് സംഭവിച്ചു? തോറ്റത് അവന്മാർ തന്നെ."

ഇവിടെ സോന അല്പമൊന്നു നിർത്തി; തെളിഞ്ഞ പുഞ്ചിരിയോടെ, സ്ഥിരീകരണത്തിനായി പ്രീതിയുടെ നേർക്ക് നോക്കി. രണ്ടു സ്ത്രീകളും നിവർന്നിരിക്കുന്നതായി തോന്നി. അവൾ കൈവീശി മേശപ്പുറത്ത് ഇടി ച്ചുകൊണ്ട് തുടർന്നു.

"ജനുവരിയിൽ ഇതെല്ലാം സംഭവിച്ചിട്ടുപോലും, ഏതാനും മാസ ങ്ങൾക്കുശേഷം, ലോകസഭാ തിരഞ്ഞെടുപ്പിൽ ഗ്രാമം ഒന്നടങ്കം അവ രുടെ ഭീഷണിയെയും ഭീകരതയെയും അവഗണിച്ചുകൊണ്ട് സി പി ഐ (എം)നായി വോട്ടു ചെയ്തു. ഞാനും അതുതന്നെ ചെയ്തു. അവന്മാർ കേൾക്കത്തക്ക വിധം ഞാൻ ഉച്ചത്തിൽ വിളിച്ചുപറഞ്ഞു; "എന്റെ ചോര ചുവപ്പാണ്; അതിന്റെ നിറം ഒരിക്കലും മാറില്ല. അതേപോലെതന്നെ എന്റെ കൈയിലുള്ള കൊടിയുടെ നിറവും ചുവപ്പാണ്; അതിന്റെ നിറവും ഒരി ക്കലും മാറില്ല."

സോനയെപ്പോലെതന്നെ പ്രീതിയും. ഈ അക്രമങ്ങൾക്കെല്ലാം അവൾ വിധേയയായതിനു കാരണമായ തന്റെ തെരഞ്ഞെടുക്കലുകളി ലൊന്നും അല്പവും പശ്ചാത്തപിച്ചില്ല. "ഇതെല്ലാം നേരിടേണ്ടതായി വരു മെന്ന് ഞാനൊരിക്കലും സങ്കല്പിച്ചതുപോലുമില്ല." അവൾ പറയുന്നു. "പക്ഷേ ഇപ്പോൾ ഇതെല്ലാം സംഭവിച്ചു കഴിഞ്ഞു. ഇനി ഒരിക്കലും അവ ന്മാർക്കു മുന്നിൽ ഞാൻ തലകുനിക്കില്ല. ഞാനും എന്റെ ഭർത്താവും തമ്മിലുള്ള പ്രണയം കൂടുതൽ ശക്തമായി. പഠിത്തവും കോഴ്സുകളും പൂർത്തിയാക്കി കഴിഞ്ഞാൽ, എവിടെയായിരിക്കും താമസിക്കുന്നത് എന്ന അനിശ്ചിതത്വം നിലനില്ക്കുന്നതിനാൽ എനിക്കെന്തെങ്കിലും പണിയെ ടുക്കാനോ ട്യൂഷനെടുക്കാനോ പറ്റില്ലെന്നതിനാലാണ് എന്റെ ദുഃഖം, എന്നാൽ ഒരിക്കലും ഒരു നിമിഷംപോലും എനിക്ക് എന്റെ കല്യാണ ത്തെക്കുറിച്ചോ അങ്ങനെ ഞാനെത്തിച്ചേർന്ന കുടുംബത്തെക്കുറിച്ചോ ആലോചിച്ച് പശ്ചാത്തപിച്ചിട്ടില്ല. അവരൊന്നും ഒരു തെറ്റും ചെയ്തിട്ടില്ല. അതുകൊണ്ടാണ് നീതിക്കായി പൊരുതുന്നതിൽ എനിക്ക് അഭിമാനം തോന്നുന്നത്. ഈ വൃത്തികെട്ട മൃഗങ്ങൾ ശിക്ഷിക്കപ്പെടണം എന്നാണ് എന്റെ ആഗ്രഹം. എനിക്ക് മുമ്പത്തെപ്പോലെ ഇനിയും സമാധാനത്തോടെ ജീവിക്കണം."

സോനയെയും പ്രീതിയെയും ബലാത്സംഗം ചെയ്തവർ ഇപ്പോൾ ജയിലിലാണ്. അവർ ഇരയായ അതിക്രൂരമായ കൂട്ടബലാത്സംഗത്തിനെ തിരെ ജനരോഷമുയരുകയും രോഷാകുലമായ പ്രതിഷേധപ്രകടനങ്ങൾ നടക്കുകയും ചെയ്തതിനെത്തുടർന്നാണ് അറസ്റ്റ് നടന്നത്.

പ്രീതിയുടെ കൊച്ചുമകൾ മുറിയിൽ ഓടിക്കളിക്കുന്നു. പ്രീതി അവളെ പൊക്കിയെടുത്ത് പുഞ്ചിരിക്കുന്നു. അവർ ഞങ്ങളോട് വിടപ റഞ്ഞ് പുറത്തിറങ്ങിയപ്പോൾ സോന തിരിഞ്ഞുനോക്കി മുഷ്ടിചുരുട്ടി അഭി വാദ്യം ചെയ്തു, "ലാൽസലാം സഖാക്കളേ!"

കിഴക്കൻ മേദിനിപ്പൂർ
ഐ സി ഡി എസിലെ ധീരരായ സ്ത്രീതൊഴിലാളികൾ

പശ്ചിമ ബംഗാളിലെ ഐ സി ഡി എസ് സ്ത്രീ തൊഴിലാളികൾ സംസ്ഥാനത്തെ ജനാധിപത്യ അണിനിരത്തലുകളുടെ ഒരു പ്രധാന ഘടകമായിരുന്നു; ഇപ്പോഴും അങ്ങനെയാണ്. 2011 ൽ ടി എം സി ഗവൺമെന്റ് അധികാരത്തിൽ വന്നതോടെ അംഗൻവാടി വർക്കർമാരും നെൽകർഷകരും അവരുടെ യൂണിയനും ആക്രമണത്തിനിരയായതിന് ഒരു കാരണം നിരവധി പ്രദേശങ്ങളിൽ ഈ സ്ത്രീകളെ അവരുടെ ജോലി ചെയ്യാൻ അനുവദിച്ചില്ല. ചില പ്രദേശങ്ങളിൽ തൊഴിൽ നഷ്ടപ്പെടുത്തുമെന്ന് ഭീഷണിപ്പെടുത്തിയതു മൂലം അവർ ടി എം സിയുടെ ജാഥകളിലും പൊതുയോഗങ്ങളിലുമൊക്കെ പങ്കെടുക്കാൻ നിർബ്ബന്ധിതരായി.

കിഴക്കൻ മേദിനിപ്പൂർ ജില്ലയിൽനിന്നുള്ള അത്തരക്കാരായ രണ്ട് വനിത ഐ സി ഡി എസ് ജീവനക്കാരുടെ കഥയാണിത്.

എന്റെ ഗ്രാമം ഇനിയും ചെങ്കൊടി പാറിക്കും
അത് പിടിക്കാൻ ഞാനവിടെയുണ്ടാവും

ജി ജീവിക്കുന്നത് ഈസ്റ്റ് മിഡ്നാപൂർ വില്ലേജിലാണ്. അവർ ഒരു ഐ സി ഡി എസ് ജീവനക്കാരിയാണ്. സ്വന്തം ജോലി തിരിച്ചുകിട്ടുന്നതിനായി അവൾക്ക് മൂന്നുപ്രാവശ്യം കോടതിയിൽ പോകേണ്ടതായി വന്നു. ഇപ്പോൾ ടി എം സിയിൽ നിന്ന് എല്ലാത്തരത്തിലുമുള്ള ഭീഷണികളുമുണ്ടായിട്ടും അവർ അവരുടെ ഗ്രാമത്തിലെ ഐ സി ഡി എസ് കേന്ദ്രത്തിൽ തന്നെ ജോലി ചെയ്തുവരികയാണ്. ജിക്ക് 40 വയസ്സായി. അവിവാഹിതയാണ്. സഹോദരനും ഭാര്യക്കും അമ്മയ്ക്കുമൊപ്പം ജീവിക്കുന്നു. വണ്ണം കുറഞ്ഞ് വിളറിയ അവരിൽ നിന്ന് വരുന്നത് പക്ഷേ ദൃഢതയാർന്ന വാക്കുകളാണ്. അവർ അവരുടെ അനുഭവങ്ങൾ വിവരിക്കുന്നു:

"കഴിഞ്ഞ ഏതാനും വർഷങ്ങളിലേക്ക് പിന്തിരിഞ്ഞുനോക്കിയാൽ ഞാനേറെ മാറിയതായി എനിക്കറിയാം. എനിക്ക് നല്ല ഓർമ്മശക്തിയു ണ്ടായിരുന്നു; എന്നാൽ ഞാനിന്ന് ഏറെകാര്യങ്ങൾ മറന്നുപോയിരിക്കുന്നു. ഒരാൾ കരുതുന്നു അയാൾക്ക് ഏറെ ചീത്ത അനുഭവങ്ങളുണ്ടായിട്ടുണ്ടെ ന്ന്; എന്നാൽ പെട്ടെന്ന് ചിലത് നിങ്ങളെ ഓർമ്മപ്പെടുത്തുന്നു. അപ്പോൾ നിങ്ങൾ അതിൽ ഉറച്ചു നില്ക്കുന്നു. പുറകോട്ടു പോകുന്നതിനായി സ്വാഭാ വികമായ ശ്വാസമെടുക്കലിന് വേണ്ടി. മറ്റൊരു വഴി ഞാൻ മാറിയത് എനിക്ക് ഐക്യദാർഢ്യത്തിന്റെ വിലയറിയാവുന്നതുകൊണ്ടാണ്. അതൊരു ചെറിയ ആംഗ്യം മാത്രമാസിരിക്കും ഒരു മധുരപുഞ്ചിരിയോ ഒരു നന്ദിവാക്കോ ആകുക. അത് പക്ഷേ ഒരാൾക്ക് വലിയ കരുത്താണ് നല്കുക."

മനോഹരമായ തെളിഞ്ഞൊരു പുഞ്ചിരിയോടെ ജി തുടരുന്നു.

"എന്നാൽ ഞാൻ നിങ്ങളോട് പറയട്ടെ ഞാൻ മറക്കാത്തത് എന്റെ രാഷ്ട്രീയം മാത്രമാണ്. ഞാനൊരു കമ്യൂണിസ്റ്റാണ്. അവർ എന്നോടെ ന്തൊക്കെ ചെയ്താലും എത്ര അപഹസിച്ചാലും, ഞാൻ എത്രതന്നെ ഭയപ്പെട്ടാലും എന്റെ ഹൃദയത്തിലുള്ളത് അവർക്ക് മാറ്റാൻ കഴിയില്ല; ചെങ്കൊടിയോട് എനിക്കുള്ള സ്നേഹം."

ജിയുടെ അച്ഛൻ കൊല്ക്കത്തയിൽ ഒരു സൈക്കിൾ റിക്ഷാവലി ക്കാരനായിരുന്നു. കഴിയുമ്പോഴൊക്കെ അയാൾ വീട്ടിലേക്ക് പണമയച്ചു കൊടുത്തിരുന്നു. അവളുടെ അമ്മ ഒരു കർഷകത്തൊഴിലാളിയായിരു ന്നു. സ്വന്തമായി കുറച്ചു ഭൂമിയുള്ള സ്വന്തം വീട്ടിൽ നിന്ന് അവൾക്ക് സാമ്പത്തികസഹായം ലഭ്യമായിരുന്നു. ജിയുടെ അമ്മ വഴിയുള്ള അമ്മാ വന്റെ നല്ല പിന്തുണയാണ് കിട്ടിയിരുന്നത്. സ്കൂൾ പാഠപുസ്തകങ്ങൾ വാങ്ങാൻ പണം തികയാതെ വരുമ്പോൾ അദ്ദേഹമാണ് പിന്തുണ നല്കി യിരുന്നത്. സാമ്പത്തിക പ്രയാസംമൂലം ജിക്ക് ഒരുകാലത്ത് സ്കൂൾ വിട്ടു നില്ക്കേണ്ടതായി വന്നു. എന്നാൽ പിന്നീടവർ സ്കൂളിൽ ചേരുകയും 12-ാം ക്ലാസ് പൂർത്തീകരിക്കുകയും ചെയ്തു.

"എന്റെ അച്ഛൻ കൊല്ക്കത്തയിൽ നിന്ന് വരുമ്പോഴൊക്കെ അദ്ദേഹം കിസാൻ സഭാ യോഗങ്ങളിൽ പങ്കെടുത്തിരുന്നു. അദ്ദേഹവും അമ്മ വഴിയുള്ള അമ്മാവനുമാണ് സംഘടനയുമായി ബന്ധപ്പെട്ടിരുന്ന ത്. പിന്നീട് അമ്മാവൻ കർഷകസംഘത്തിന്റെ ലോക്കൽ സെക്രട്ടറിയാ യി. ഞാനും അവരോടൊപ്പം യോഗങ്ങൾക്ക് പോയിരുന്നു. അവർ ഭൂമിക്കു വേണ്ടി പോരാടി. തൊഴിലാളികളുടെയും പങ്കുപാട്ടക്കാരുടെയും അവ കാശങ്ങൾക്കു വേണ്ടിയും പോരാടി. അവർ നിരവധി സമരങ്ങളിൽ വിജ യിച്ചു.

"അങ്ങനെ ഞാൻ വളർന്നുവരുന്ന കാലത്ത് എനിക്ക് ചെങ്കൊടി ഏറെ പരിചിതമായിരുന്നു. എന്റെ കുട്ടിക്കാലത്ത് ഞാൻ ഏറ്റവും ഇഷ്ടപ്പെട്ടിരു ന്നത് കിസാൻസഭാപ്രവർത്തകരായ അമ്മാവന്മാർ എന്റെ വീട്ടിൽ വരു ന്നതായിരുന്നു. അവർ കൃത്യമായിത്തന്നെ ഞങ്ങളുടെ വീട്ടിൽ വരുമാ യിരുന്നു. കാരണം ഞങ്ങളുടെ അച്ഛൻ പുറത്താണെന്നും ഞങ്ങൾക്ക്

സഹായം വേണമെന്നും അവർക്കറിയാമായിരുന്നു. ഞങ്ങളുടെ പഠന കാര്യങ്ങളും ആരോഗ്യകാര്യങ്ങളുമൊക്കെ അവർ ചോദിച്ചറിയുമായിരുന്നു. എന്റെ അമ്മയ്ക്കും സുരക്ഷിതത്വമനുഭവപ്പെടുകയും അവർ ഞങ്ങളുടെ പ്രശ്നങ്ങളൊക്കെ അവരോട് സംസാരിക്കുകയും ചെയ്യുമായിരുന്നു.

"ഞാൻ ഒരേ സമയംതന്നെ പഠിക്കുകയും പണിയെടുക്കുകയും ചെയ്തു. ഞാൻ എന്റെ അമ്മയോടൊപ്പവും ഒപ്പം അച്ഛൻ നാട്ടിൽ വരുമ്പോൾ അച്ഛനോടൊപ്പവും ഒരു കർഷകത്തൊഴിലാളിയായാണ് ജോലി ചെയ്തത്. പണിയെടുക്കുന്നവരോട് എനിക്ക് നല്ല ആദരവുണ്ടായിരുന്നു. പാടത്ത് പണിയെടുക്കുന്ന അന്നത്തെ ദുരന്തനാളുകൾ എനിക്കിന്നും ഓർമ്മയുണ്ട്. ഇപ്പോഴും ആവശ്യമാണെങ്കിൽ ഞാൻ മറ്റൊരാളുടെ നിലത്ത് പണിക്കുപോകും. എന്നെ സംബന്ധിച്ചിടത്തോളം പദവി എന്നത് ആശ്രയിച്ചിരിക്കുന്നത് നിങ്ങളുടെ തൊഴിലിലോ ജോലിയിലോ അല്ല. അത് ആശ്രയിച്ചിരിക്കുന്നത് നിങ്ങൾ നിങ്ങളുടെ തൊഴിലിനോട് കാണിക്കുന്ന വിശ്വാസ്യതയിലും അന്തസ്സിലുമാണ്.

"ഈ അനുഭവങ്ങളെല്ലാം കാരണമാണ് 1990 ൽ ഞാൻ പാർട്ടിയിൽ ചേർന്നത്. പൊതുജനങ്ങൾക്കിടയിലെ പ്രവർത്തനമാണ് എനിക്കേറ്റവും താല്പര്യമുള്ളതെന്ന് എനിക്കറിയാമായിരുന്നു. അതിനാലാണ് വിവാഹം കഴിക്കേണ്ടതില്ലെന്ന് ഞാൻ തീരുമാനിച്ചത്. വിവാഹം ഒരു മൂർഖനെ ക്കൊണ്ട് എന്നെ കെട്ടിയിടുന്നതുപോലെ എന്നെ കീഴ്പ്പെടുത്തുമെന്ന് എനിക്ക് തോന്നി. പാരമ്പര്യം പിന്തുടരാൻ എന്റെ മാതാപിതാക്കൾ ഒരിക്കലും എന്നെ നിർബ്ബന്ധിച്ചിട്ടില്ല. അതുകൊണ്ടുതന്നെ യുവതികൾ വിവാഹിതരാവുന്നതുപോലെ വിവാഹിതയാവണമെന്ന് എന്നെ നിർബ്ബന്ധിച്ചിട്ടുമില്ല. ഞാൻ പാർട്ടിക്കുവേണ്ടി പ്രവർത്തിക്കുവാൻ തീരുമാനിച്ചു.

"1998 ൽ പാർട്ടി എന്നെ ജില്ലാ പരിഷത്ത് തിരഞ്ഞെടുപ്പിൽ സ്ഥാനാർത്ഥിയായി നിർത്തി. വലിയ ഭൂരിപക്ഷത്തോടെ ഞാൻ തെരഞ്ഞെടുക്കപ്പെട്ടു. ജനങ്ങൾക്കുവേണ്ടി പ്രവർത്തിക്കുന്നതിൽ ഞാൻ ആഹ്ലാദം കണ്ടെത്തി. 2003 ൽ ഐ സി ഡി എസിൽ ഒരു വർക്കറായി പ്രവർത്തിക്കുന്നതിന് എന്നെ തിരഞ്ഞെടുത്തു. സത്യത്തിൽ ഞാൻ സന്തോഷവതിയായിരുന്നു; എനിക്ക് എന്റെ ഗ്രാമത്തിലെ കുട്ടികളെ നോക്കി സംരക്ഷിക്കുവാൻ കഴിയുമല്ലോ? ഞാൻ നല്ല മനസാക്ഷിയോടെ പ്രവർത്തിച്ചിരുന്ന ഒരുവർക്കറായിരുന്നു. എനിക്ക് സുഖമില്ലെങ്കിൽപ്പോലും ഒരു ക്ലാസ് പോലും ഞാൻ വിട്ടുകളഞ്ഞില്ല. എന്റെ കുട്ടികളെ ബുദ്ധിമുട്ടിക്കാനാവുമായിരുന്നില്ല. എനിക്ക് വരുമാനമുള്ളതുകൊണ്ട് എന്റെ കുടുംബത്തെയും സഹായിക്കാനാവുമായിരുന്നു. ഞാൻ ഐ സി ഡി എസ് യൂണിയനിൽ ചേർന്നു. ഞങ്ങളുടെ ആവശ്യങ്ങൾ ഉന്നയിക്കുന്നതിൽ ഞാൻ ഏറെ സജീവമായിരുന്നു. എന്നാൽ എന്റെ ആദ്യ പരിഗണന എന്റെ ഗ്രാമത്തിലെ കുട്ടികൾതന്നെയായിരുന്നു.

"2008 ൽ നന്ദിഗ്രാം സംഭവഗതികൾ ഉണ്ടായതിന് ശേഷം ഞങ്ങളുടെ ജില്ലയിൽ പഞ്ചായത്ത് തിരഞ്ഞെടുപ്പു നടന്നു. പാർട്ടി എന്നെ പഞ്ചാ

യത്ത് സമിതിയിലേക്കുള്ള സ്ഥാനാർത്ഥിയായി നിർത്തുകയും ഞാൻ വീണ്ടും വിജയിക്കുകയുംചെയ്തു. ഒരു വർഷത്തിനുശേഷം 2009 ൽ നടന്ന ലോകസഭാ തിരഞ്ഞെടുപ്പിൽ എന്റെ പ്രദേശം ഉൾപ്പെട്ട ലോകസഭാ സീറ്റ് നമ്മുടെ പാർട്ടിക്ക് നഷ്ടപ്പെട്ടു. ഒരു രാത്രികൊണ്ടൊരു വലിയ മാറ്റമുണ്ടായി. നമ്മുടെ പാർട്ടി ഓഫീസ് ആക്രമിക്കപ്പെടുകയും നമ്മുടെ നേതാക്കളെ ലക്ഷ്യം വയ്ക്കുകയും ചെയ്തു. ആക്രമണത്തിൽ ഞാനും ഇരയാക്കപ്പെട്ടു.

ഒരു ദിവസം ഉച്ചതിരിഞ്ഞ സമയത്ത് ഞാൻ വീട്ടിലുണ്ടായിരുന്ന പ്പോൾ കുറച്ചകലെനിന്ന് ഒരു വലിയ ആരവം കേട്ടു. നമ്മുടെ പാർട്ടി നേതാക്കൾ എന്നെ വിളിച്ച് ഉടൻതന്നെ വീടുവിട്ടുനില്ക്കണമെന്ന് ആവശ്യപ്പെട്ടു. സി പി ഐ(എം) ന്റെ അറിയപ്പെടുന്നവരെല്ലാം ആക്രമി ക്കുന്നതിന് വേണ്ടി ഒരു ജനക്കൂട്ടം ഇറങ്ങിയിട്ടുണ്ടെന്നതായിരുന്നു കാര ണം. എന്റെ അമ്മാവനെയും ലക്ഷ്യം വെച്ചിട്ടുണ്ടെന്നും അദ്ദേഹവും ഗ്രാമംവിടാൻ നിർബ്ബന്ധിതനായെന്നും ഞാൻ അറിഞ്ഞു. ഞാൻ പുറ ത്തേക്കോടിയിറങ്ങിയപ്പോൾ എന്റെ വീടിനടുത്തുള്ള ഒരു വൃദ്ധ എന്നെ അകത്തേക്ക് വിളിച്ചു. അവരെന്നെ അവരുടെ വീടിന്റെ മേൽക്കൂരയിൽ രണ്ടുദിവസം ഒളിച്ചിരുത്തി.

"പെട്ടെന്നുതന്നെ ജനക്കൂട്ടം എന്റെ വീട്ടിലെത്തി എന്നെ കണ്ടെ ത്താനാവാതെ വന്നപ്പോൾ അവരെന്റെ കുടുംബത്തെ ഭീഷണിപ്പെടുത്തി. രണ്ടുദിവസങ്ങൾക്കുശേഷം അവരെന്നെ വീണ്ടും തെരയാനാരംഭിക്കു കയും ഞാൻ ഒളിവിലിരിക്കുന്ന വീട്ടിൽ വരികയും ചെയ്തു. അവർ ആ വൃദ്ധയോട് കയർക്കാൻ ആരംഭിച്ചു. അവരുടെ വീടാക്രമിക്കുമെന്ന് ഭയ പ്പെട്ടതിനാൽ ഞാൻ പുറത്തുവന്നു. ആ ജനക്കൂട്ടത്തിൽ ഭൂരിഭാഗവും ടി എം സിക്കാരായ പുരുഷന്മാരായിരുന്നു. എന്നാൽ ഏതാനും സ്ത്രീകളു മുണ്ടായിരുന്നു. അവരെന്നെ ഐ സി ഡി എസ് ഓഫീസിലേക്ക് വിളിച്ചു കൊണ്ടുപോവുകയും ഐ സി ഡി എസ് നല്കിയിട്ടുള്ളതെന്തെല്ലാമാ ണെന്ന് അവർക്ക് കാണിച്ചുകൊടുക്കാനുമാവശ്യപ്പെട്ടു. എന്നെ അവർ അങ്ങോട്ടുമിങ്ങോട്ടും തള്ളി. എന്നാൽ ഞാൻ കരഞ്ഞില്ല. ഞാൻ കളവു നടത്തിയതായി കാണിച്ച് ഗ്രാമത്തെ മുഴുവൻ എനിക്കെതിരായി തിരി ക്കാനായിരുന്നു അവരുടെ ശ്രമം. എന്നാൽ അവർ കലവറ പരിശോധിച്ച പ്പോൾ സാധനങ്ങളെല്ലാം അവിടെത്തന്നെയുണ്ടായിരുന്നു.

"കലവറയുടെ ഒരു മൂലയിൽ ഏതാനും ചെങ്കൊടികൾ ഉണ്ടായിരു ന്നു. ഒരു ജാഥയ്ക്കു ശേഷം അതവിടെവെച്ച കാര്യം ഞാൻ മറന്നുപോയി രുന്നു. അവർ കൊടിയെടുത്ത് കത്തിക്കാൻ തുടങ്ങി. ജനക്കൂട്ടത്തിൽ ഒരാൾ അത് ചെയ്യരുതെന്ന് പറഞ്ഞെങ്കിലും അവരതിന് ചെവികൊടു ക്കാതെ കൊടികൾ ഒന്നൊന്നായി അഗ്നിക്കിരയാക്കി. അപ്പോഴാണ് ഞാൻ കരയാനാരംഭിച്ചത്. ഞാൻ അവരോട് വാദിച്ചു നോക്കി. കൊടികത്തിക്ക രുതെന്ന് യാചനാപൂർവ്വം പറഞ്ഞുനോക്കി. അവർ എന്റെയൊരു ഭാഗ മാണ് കത്തിക്കുന്നതെന്നാണ് എനിക്ക് തോന്നിയത്.

"പിറ്റേ ദിവസം വൈകിട്ട് 6 മണിക്ക് ടി എം സി ഓഫീസിൽ ഹാജ രാവാൻ അവർ എന്നോട് ഉത്തരവിട്ടു. എനിക്ക് ഓടിരക്ഷപ്പെടാമായിരു ന്നു. അതിനർത്ഥം ഞാനെന്റെ ഗ്രാമവും ജോലിയും വിടുക എന്നതാ ണ്. എന്റെ സഖാക്കളുമായി ചർച്ച ചെയ്തതിന് ശേഷം ഞാൻ ഉറച്ചു നില്ക്കാൻ തീരുമാനിച്ചു. ഞാൻ ടി എം സി ഓഫീസിലെത്തിയപ്പോൾ അവർ എന്നെ അഞ്ഞൂറോളം ആളുകൾ കൂടിയിരിക്കുന്ന ഒരു വെളിമ്പ ദേശത്തേക്ക് കൂട്ടിക്കൊണ്ടുപോയി. അവരിൽ ഭൂരിഭാഗവും പുറമെ നിന്നു ള്ളവരായിരുന്നു. അതിലും സ്ത്രീകൾ ഉണ്ടായിരുന്നു. അവരെന്നെ ആ ആൾക്കൂട്ടത്തിന്റെ മദ്ധ്യത്തിൽ നിർത്തി ഈ ചോദ്യങ്ങൾ ചോദിക്കാൻ ആരംഭിച്ചു: ഇന്നയിന്ന നേതാക്കന്മാരൊക്കെ എവിടെയാണ്? എവിടെ യാണ് ബോംബും മറ്റായുധങ്ങളുമൊക്കെ ഒളിപ്പിച്ചിരിക്കുന്നത്? ആയുധ ങ്ങളും ബോംബുമില്ലെന്ന് ഞാൻ പറഞ്ഞപ്പോഴൊക്കെ ടി എം സിയുടെ വനിതാ നേതാവ് എന്നെ ഒരു വലിയ വടികൊണ്ട് അടിച്ചുകൊണ്ടിരു ന്നു. ഇത് രാത്രി മുഴുവൻ നടന്നു. എന്റെ തലയിലും കൈയിലും പുറ ത്തുമൊക്കെ നന്നായി തല്ലുകൊണ്ടു. പലപ്പോഴും എനിക്ക് ബോധം നഷ്ട പ്പെട്ടു. അപ്പോഴൊക്കെ വെള്ളം തളിച്ചു അവരെന്നെ ഉണർത്തി. "ഈ ചെമന്ന പിശാചിനെ തല്ലി ഒരു മരത്തിൽകെട്ടിയിടാൻ" അവർ പറയു ന്നത് പലപ്പോഴും ഞാൻ കേട്ടു.

"എനിക്കെന്റെ പാർട്ടി നേതാക്കൾ എവിടെയാണെന്ന് അറിയാമാ യിരുന്നു. എന്നാൽ ഞാൻ കരുതിയത് എന്തായാലും ഞാൻ മരിക്കാൻപോ വുകയാണ്; പിന്നെ ഞാനെന്റെ പാർട്ടി നേതാക്കളെ കൊലപ്പെടുത്തുന്ന തിനായി ഈ ക്രിമിനലുകൾക്ക് കാണിച്ചുകൊടുക്കുന്നത് എന്തിനാണ്? എന്നായിരുന്നു. അതിനാൽ ഞാൻ മൗനം പാലിച്ചു. എന്റെ ഗ്രാമം മുഴു വൻ ഭയചകിതരായി കഴിഞ്ഞിരുന്നു. അവരിൽ ചിലർ പൊലീസിന് ഫോൺ ചെയ്തെങ്കിലും പൊലീസ് വന്നില്ല. പ്രഭാതത്തിൽ ജനങ്ങൾ അവരുടെ വീട് വിട്ട് പുറത്തിറങ്ങാൻ തുടങ്ങിയതോടെ അവരെന്നെ വിട്ട യച്ചു.

"അടുത്ത ദിവസം അവരെന്റെ വീട്ടിൽ വന്ന് ഞാൻ പഞ്ചായത്ത് സമിതിയിൽ നിന്ന് രാജി വച്ചതായി ഒരു കത്തെഴുതിക്കൊടുക്കാൻ പറ ഞ്ഞു. ഏഴു പുരുഷന്മാരുടെ കാവലോടുകൂടി എന്നെ ബി ഡി ഒയുടെ അടുത്തുകൊണ്ടു പോയി കത്ത് കൊടുപ്പിച്ചു. ഓഫീസർക്ക് എന്നെ അറി യാമായിരുന്നു. എന്നെ നല്ലവണ്ണം മർദ്ദിച്ചതായും എനിക്ക് നേരാംവണ്ണം സംസാരിക്കാൻ കഴിയാത്തതും അദ്ദേഹത്തിന് കാണാമായിരുന്നു. എന്നാൽ അദ്ദേഹം കണ്ണടയ്ക്കുകയും കത്തെടുത്ത് എല്ലാവരോടും വേഗം പുറത്തുപോവാൻ ആവശ്യപ്പെടുകയും ചെയ്തു.

"ചെങ്കൊടി വീണ്ടും കൈയിലെടുത്താൽ കൊന്നുകളയുമെന്ന് അവ രെന്നെ ഭീഷണിപ്പെടുത്തി. എന്നാൽ എല്ലാ വൈകുന്നേരങ്ങളിലും ഞാനെന്റെ സഖാക്കളോട് സംസാരിച്ചു. അതെനിക്ക് ശക്തി പകർന്നു. എന്റെ കുടുംബവും എനിക്ക് ശക്തിപകർന്നു. ആരോഗ്യസ്ഥിതി മെച്ച

പ്പെട്ടപ്പോൾ ഞാൻ വീണ്ടും അംഗൻവാടിയിൽ ജോലിക്കു പോയി. കുട്ടി കളോടൊപ്പമിരിക്കുന്നതിൽ ഞാൻ സന്തോഷം കണ്ടെത്തി.

"ടി എം സിക്കാർ എന്നോട് അവരുടെ ജാഥകളിലും യോഗങ്ങളിലു മൊക്കെ പങ്കെടുക്കാൻ ആവശ്യപ്പെട്ടു. ഞാനൊരു രാഷ്ട്രീയകക്ഷിയിലും ചേരുകയില്ലെന്ന് ഞാനവരോട് പറഞ്ഞു. ഞാൻ നിരസിച്ചപ്പോൾ ഒരിക്കൽ കൂടെ എന്നെ ആക്രമണത്തിനിരയാക്കി. 2010 ഫെബ്രുവരി 10ന് അവർ ഒരിക്കൽ കൂടെ എന്റെ വീട്ടിൽ വന്ന് എന്നോട് ഗ്രാമം വിട്ടു പോകണ മെന്നും അല്ലെങ്കിൽ അവരുടെ ഓഫീസിൽ ചെല്ലണമെന്നും ആവശ്യ പ്പെട്ടു. ഈ സമയം അവരെന്നെ കൊല്ലുമെന്ന് എനിക്ക് വ്യക്തിയാമായിരു ന്നു. എന്റെ സഖാക്കളും എന്നോട് വിട്ടുപോകണമെന്ന് പറഞ്ഞു. അങ്ങനെ കനത്ത ഹൃദയഭാരത്തോടെ എന്റെ സഹോദരന്റെ സഹായ ത്തോടുകൂടി ഞാനവിടം വിട്ടു. നിരവധി മാസം ഞാനെന്റെ ഒരു ബന്ധു വിനോടൊപ്പം കൊൽക്കത്തയിൽ താമസിച്ചു.

"കുറച്ചു ദിവസങ്ങൾക്കുശേഷം അവരെന്റെ സഹോദരനെ പൊക്കി ക്കൊണ്ടുപോയി ബലംപ്രയോഗിച്ച് 'ഞാൻ സ്വമേധയാ ഗ്രാമംവിട്ടുപോ യതാണെന്ന്' ഒരു കത്തിൽ ഒപ്പിടുവിച്ചു. അവൻ കരഞ്ഞുകൊണ്ടെന്നോട് ഫോണിൽ പറഞ്ഞു. "ചേച്ചീ ഞാൻ ഒപ്പിട്ടു പോയി, ദയവു ചെയ്ത് എനിക്ക് മാപ്പു തരൂ, അല്ലെങ്കിൽ അവർ നമ്മുടെ വീട് കത്തിച്ചുകളയുമാ യിരുന്നു." എനിക്ക് മനസ്സിലായി. എന്നാൽ ഇതിനർത്ഥം ഞാനെന്റെ പോരാട്ടം അവസാനിപ്പിച്ചുവെന്നല്ല. ഞാൻ അത് സ്വീകരിക്കുകയായിരു ന്നെങ്കിൽ സ്വമേധയാ എന്റെ ഗ്രാമം വിട്ടുപോകുമായിരുന്നു. അതിനർത്ഥം ഒരു ഐ സി ഡി എസ് വർക്കർ എന്ന നിലയിലുള്ള എന്റെ ജോലി നഷ്ട പ്പെടുക എന്നാണ്. എനിക്ക് ഒരിക്കലും അത് അംഗീകരിക്കാനൊക്കില്ല.

"കൊൽക്കത്തയിൽ എന്റെ അമ്മാവൻ എന്നെ കാണാൻ വന്നു. ഒരു ദിവസം ഞാൻ താമസിക്കുന്ന പ്രദേശത്തു കൂടെ സി പി ഐ (എം) ന്റെ ഒരു ജാഥ പോകുന്നതിന്റെ ശബ്ദം ഞാൻ കേട്ടു. എന്തൊരു സന്തോഷ മാണെന്നോ എനിക്കനുഭവപ്പെട്ടത്. അത് വിവരിക്കാനാവില്ല. ഞാൻ പുറ ത്തേക്കുപോയി. ആ ജാഥയിൽ ചേർന്നു. ഞാൻ ഒരിക്കൽകൂടെ ചെങ്കൊടി പിടിച്ചു. എനിക്ക് അഭിമാനം തോന്നി. പതാകയെക്കുറിച്ച്, എന്നെക്കുറിച്ചു തന്നെ— എനിക്ക് സന്തോഷമായി."

കൊൽക്കത്തയിൽ അവർ താമസിക്കുന്ന വീടിനടുത്തുള്ള പാർട്ടി ഓഫീസിൽ അവർ പോകാൻ തുടങ്ങി. അതോടൊപ്പംതന്നെ തന്റെ ജോലി കിട്ടുന്നതിനായി അവർ കോടതിയോടപേക്ഷിച്ചു. അവസാനം 2011 ജനുവരിയിൽ ഹൈക്കോടതി അവർക്കനുകൂലമായി വിധി പ്രഖ്യാപിക്കു കയും അവൾ അവളുടെ ഗ്രാമത്തിലേക്ക് തിരിച്ചു പോവുകയും ചെയ്തു. ആയുധങ്ങളുമേന്തി ഗ്രാമം അവളെ വരവേറ്റു. ആ ഒരു വർഷക്കാലം ടി എം സിക്കാരിൽ നിന്ന് വലിയ ശല്യവും ഉപദ്രവവുമാണ് സഹിച്ചത്. നിര വധി സി പി ഐ (എം) നേതാക്കൾ തിരിച്ച് ഗ്രാമങ്ങളിലേക്കു ചെന്ന പ്പോൾ വലിയ ജാഥയായാണ് ജനം അവരെ വരവേറ്റത്. ജി യുടെ സ്വന്തം വാക്കുകളിൽ:

"ഞാൻ പുറത്തായിരുന്നപ്പോൾ ഗ്രാമം പീഡിപ്പിക്കപ്പെട്ടു. ഓരോ ദിവസവും ഓരോ വീട്ടിലെ രണ്ടാൾവീതം ടി എം സി ഓഫീസിൽ പോവു കയും അവർ ഏല്പിക്കുന്ന 'കാവൽജോലി' നിർവ്വഹിക്കുകയും ചെയ്യ ണമായിരുന്നു.സി പി ഐ (എം) അനുഭാവികളുടെ വീടുകളൊക്കെ അവർ പ്രത്യേകം ശ്രദ്ധിക്കുന്നുണ്ടായിരുന്നു. എന്റെ സഹോദരൻ പോലും പോകേണ്ടതായി വന്നു. അല്ലാത്ത പക്ഷം അവൻ 200 രൂപ പിഴ നല്കേണ്ടി വരുമായിരുന്നു. എല്ലാ കുടുംബങ്ങളും അവരുടെ യോഗങ്ങളിൽ നിർബ്ബ ന്ധമായും പങ്കെടുക്കണമായിരുന്നു. അല്ലെങ്കിൽ 50 രൂപ പിഴയൊടുക്ക ണം. ഞങ്ങളുടെ ഗ്രാമത്തിലില്ലാതിരുന്ന മദ്യപാനവും ലൈംഗികപീഡ നവും സാധാരണമായി. രാത്രി ഏഴു മണിക്കുശേഷം ഒരു പെൺകുട്ടിയും വീടിന് വെളിയിലിറങ്ങില്ല. അവർക്ക് സ്കൂളിൽപോകാൻ പോലും ഭയ മായിരുന്നു."

എന്നാൽ ജില്ലാ മജിസ്ട്രേറ്റ് ജോലിയിൽ ചേരുന്നതിന് ഉത്തരവ് നല്കാത്തതിനാൽ ജിക്ക് ഐ സി ഡി എസിൽ വീണ്ടും ജോലിക്ക് കയ റനായില്ല. അങ്ങനെ ചെയ്യുന്നതിന് അവൾക്ക് ഹൈക്കോടതിയിൽ രണ്ട് അപ്പീൽ കൂടെ കൊടുക്കേണ്ടതായി വന്നു. 2011 നിയമസഭാ തിരഞ്ഞെടു പ്പിന് ശേഷം പുതിയ ഭീഷണികൾ അവൾക്ക് നേരിടേണ്ടതായി വന്നു. ടി എം സിക്കാർ അവരോട് പറഞ്ഞു. "ആരെങ്കിലും സി പി ഐ (എം) ന് വേണ്ടി പ്രവർത്തിക്കാൻ തയ്യാറായാൽ ഞങ്ങൾ അവരുടെ തലകൊണ്ട് ഫുട്ബാൾകളിക്കും." 2014 ലെ ലോകസഭാ തിരഞ്ഞെടുപ്പിന് ശേഷം അവർ അവളോട് അവരുടെ പാർട്ടിയിൽ ചേരാൻ ആവശ്യപ്പെട്ടു. ഒരു പാർട്ടിയിലും ചേരുന്നില്ലെന്ന് അവൾ ആവർത്തിച്ചു പറഞ്ഞു. അവൾ ഐ സി ഡി എഡിൽ അവളുടെ ജോലി തുടർന്നു. ഭീകരാന്തരീക്ഷമുണ്ടാക്കി അവളുടെ ആത്മാർത്ഥയും അന്തസ്സും തകർക്കാൻ അവർ ഒരിക്കൽ കൂടെ ശ്രമിച്ചു. അവളോടൊപ്പം പണിയെടുക്കാൻ മറ്റുസ്ത്രീകൾ വരാ തായി അവൾ പറയുന്നു:

"എന്നെ തല്ലിയ സ്ത്രീകളോടടക്കം ഞാനൊരു വൈരാഗ്യവും കാണിച്ചില്ല. ഞാൻ തിരിച്ചു വന്നപ്പോൾ അവരെന്നെ രഹസ്യമായി കാണാൻ വന്നു. എന്നെ രക്ഷിക്കാൻ കഴിയാത്തതിലുള്ള ദുഃഖമാണവർ പറഞ്ഞത്. എല്ലാ സ്വയം സഹായഗ്രൂപ്പുകളും എന്റെ അടുത്തുവന്നു. അവർക്കറിയാമായിരുന്നു. ഞാൻ അവരെ സഹായിക്കുമെന്ന്. എന്ത് ചെയ്യുന്നതിനും ടി എം സിക്കാർ ഇവിടെ പണം ചോദിക്കുകയയാണ്. എന്നാൽ ഞാനവരുടെ കാര്യങ്ങൾ സൗജന്യമായി ചെയ്തുകൊടുക്കു മെന്ന് സ്ത്രീകൾക്കറിയാമായിരുന്നു.

"ഞങ്ങൾ പഞ്ചായത്ത് നടത്തിയിരുന്നപ്പോൾ ജനങ്ങൾക്ക് എൻ ആർ ഇ ജി എയ്ക്കുകീഴിൽ ഉറപ്പായും തൊഴിൽ നല്കിയിരുന്നു. എന്നാൽ ഇപ്പോൾ യാതൊരു പണിയുമില്ല. ഈ വർഷത്തെ വെള്ളപ്പൊക്കത്തിൽ വീടുകളൊക്കെ തകർന്നു. എന്നാൽ ഒരാളും സഹായത്തിന് വന്നില്ല. 2005 ൽ വെള്ളപ്പൊക്കമുണ്ടായപ്പോൾ ഞങ്ങൾ ജനങ്ങൾക്കുവേണ്ടി കഠിനാ

ദ്ധ്യാനം ചെയ്തിരുന്നു. ജനങ്ങൾ ഇതെല്ലാം ഓർക്കുന്നുണ്ട്.

"ഇതെല്ലാം സംഭവിച്ചിരുന്നില്ലെങ്കിൽ എനിക്ക് എന്റെ സഖാക്കളുടെ, സഹോദരന്റെ, നാത്തൂന്റെ, എനിക്കു ചുറ്റും ധീരമായി നിലയുറ പ്പിച്ചവരുടെ ഒന്നും വില മനസ്സിലാക്കാനാവുമായിരുന്നില്ല. അതെ ആ ദിനങ്ങളിൽ ഞാൻ ഏറെ സഹിച്ചിട്ടുണ്ട്. എന്നാൽ ഒരു ദരിദ്ര കുടുംബ ത്തിലെ സ്ത്രീയെന്ന നിലയിൽ ഇത്രയും അന്തസ്സ് എനിക്ക് ലഭിച്ചത് ഇടതു മുന്നണി കാരണമാണ്. ഒരു കർഷകത്തൊഴിലാളിക്കും ഇത്രയ ധികം അവസരങ്ങൾ ലഭിച്ചിട്ടുണ്ടാവില്ല.

"എനിക്കിപ്പോഴും എന്റെ ഗ്രാമത്തിൻ പാർട്ടിയും പരസ്യ മായി പ്രവർത്തിക്കാനായിട്ടില്ല. ഞാനിപ്പോഴും കൃത്യമായി എന്റെ സംഘ ടനയുമായി ബന്ധപ്പെടുകയും മറ്റുപ്രദേശങ്ങളിൽ നടക്കുന്ന പ്രകടനങ്ങ ളിലും യോഗങ്ങളിലുമൊക്കെ പങ്കെടുക്കുകയും ചെയ്യുന്നുണ്ട്. എന്നാൽ കാര്യങ്ങൾ മാറി വരികയാണ്. എനിക്കറിയാം ഒരിക്കൽ കൂടെ എന്റെ ഗ്രാമം ചെങ്കൊടി ഉയർത്തും. അത് പിടിക്കാൻ ഞാൻ ഉണ്ടാവുകയും ചെയ്യും."

ദീപാലി ഗിരി: ആത്മഹത്യയല്ല കൊലപാതകം

സുനിയ ഗ്രാമത്തിൽ 2014 ആഗസ്ത് 18 ന് രാവിലെ 48 വയസ്സുകാ രിയായ ഒരു സ്ത്രീ ഒരു കളിമൺ വീടിന്റെ മുകളിലെ നിലയുടെ ഉയരം കുറഞ്ഞ മേൽക്കൂരയിൽ തൂങ്ങി നില്ക്കുന്നതായി കാണപ്പെട്ടു. അവളുടെ കാലടികൾ നിലം തൊട്ടിരുന്നു. അവൾക്ക് ചുറ്റും മദ്യക്കുപ്പികളും പൊട്ടിയ അടുക്കള ഉപകരണങ്ങളും ചിതറിക്കിടന്നിരുന്നു. എന്നാൽ കിടക്കയുടെ ഒരു മൂലയിൽ വൃത്തിയായി പൊതിഞ്ഞ കടലാസുകളും ചാർട്ടുകളം, കുട്ടികളുടെ പേരുകൾ വയസ്സ്, ഉയരം, തൂക്കം ഒക്കെ എഴുതിയ ലിസ്റ്റുകളും ഉണ്ടായിരുന്നു.

കിഴക്കൻ മേദിനിപ്പൂർ ജില്ലയിലെ കാന്തി ഡിവിഷനിൽ പെട്ട സുനിയ ഗ്രാമത്തിലെ എല്ലാവരാലും സ്നേഹിക്കപ്പെടുകയും ബഹുമാനിക്കപ്പെ ടുകയും ചെയ്തിരുന്ന അംഗൻവാടിവർക്കർ ആയ ദീപാലി ഗിരി ആയി രുന്നു അത്. വൃത്തിയായി സൂക്ഷിച്ചുവച്ചിരുന്ന ആ കടലാസുകൾ അവ ളുടെ ജോലിക്കുള്ള ഉപകരണങ്ങളായിരുന്നു. ആഗസ്ത് 17 ന് രാത്രി ഒരു ടി എം സി സംഘം അവളെ ബലാത്സംഗം ചെയ്തതിന് ശേഷം കൊലപ്പെടുത്തുകയയിരുന്നു. വളരെ എളുപ്പമുള്ള ഒരു ലക്ഷ്യമായിരുന്നു അവൾ. ഭർത്താവിന്റെ പ്രായമായ മാതാപിതാക്കളെയും സംരക്ഷിച്ച് ഭർത്താവും മകനും വീട്ടിലേക്ക് വരുന്ന ദിനവും കാത്തിരിക്കുകയായി രുന്നു അവൾ. ടി എം സി ഗ്രാമത്തിൽ നടത്തിയ ആക്രമണത്തെതുടർന്ന് 2011 ൽ അവരുടെ ഭർത്താവിന് ഗ്രാമം വിട്ടു പോകേണ്ടതായി വന്നു. ഹയർസെക്കന്ററി പരീക്ഷയുടെ തലേന്ന് അവരുടെ മകൻ ദേബ് ജ്യോതിയെ ഭീഷണിപ്പെടുത്തിയതിനാൽ അവനും ഗ്രാമം വിടേണ്ടതായി

വന്നു. എന്തായിരുന്നു അവരുടെ കുറ്റം? ടി എം സിക്ക് കീഴടങ്ങാൻ തയ്യാ
റായില്ല.

അവളുടെ കൊലപാതകം നടന്ന് ഒരു മാസത്തിന് ശേഷം ദീപാലി
യുടെ ഭർത്താവ് ബ്യോമകേശ് അവളുടെ കഥ 19 കാരനായ മകൻ
ദേബ്ജ്യോതിയുടെയും അവളുടെ സഹോദരൻ അജയ് സമോയിയുടെയും
സാന്നിദ്ധ്യത്തിൽ പറഞ്ഞു. ബ്യോമകേശ് വണ്ണം കുറഞ്ഞ് വളഞ്ഞ ഒരു
മനുഷ്യനാണ്. അവന്റെ കണ്ണുകളിൽ ദുഃഖം തളം കെട്ടി നിന്നിരുന്നു.
മാനസിക സംഘർഷം മൂലം അവന്റെ ശരീരം വിറകൊണ്ടു. ഒരേ സമയം
അയാൾ കോപിഷ്ടനും ദുഖിതനും നിസ്സഹായനും സംഘർഷഭരിതനും
ഒപ്പം അഭിമാനിയുമായിരുന്നു. തന്റെ ഭാര്യക്ക് ഏറ്റവും ആവശ്യമായ സമ
യത്ത് അവിടെ ഇല്ലാതെ പോയല്ലോ എന്ന ചിന്ത ആ മനുഷ്യനെ വല്ലാതെ
വേട്ടയാടിയിരുന്നു.

ബ്യോമകേശിനെപ്പോലെതന്നെ ദീപാലിയും സുനിയക്കാരത്തി
തന്നെയായിരുന്നു. അവളും ജനിച്ചു വളർന്നത് ഈ ഗ്രാമത്തിൽ തന്നെ
യാണ്. അവളുടെ അച്ഛൻ ബിജൽ കൃഷ്ണസമായിക്ക് ആ ഗ്രാമത്തിൽ
കുറച്ചു സ്ഥലമുണ്ടായിരുന്നു. അധികമൊന്നുമില്ലെങ്കിലും കഴിഞ്ഞുകൂ
ടാം. സുനിയ ചരിത്രപരമായിത്തന്നെ ഒരു കമ്യൂണിസ്റ്റ് അനുകൂല ഗ്രാമ
മായിരുന്നു. 1948 ൽ കമ്യൂണിസ്റ്റ് പാർട്ടി നിരോധിക്കപ്പെടുകയും നേതാ
ക്കളൊക്കെ ഒളിവിൽ പോകേണ്ടിവരികയും ചെയ്തകാലത്ത് സുനിയ
ഗ്രാമത്തിൽ വച്ചാണ് നേതാക്കൾ ഒത്തുകൂടിയിരുന്നത്. അതൊരു ദരിദ്ര
ഗ്രാമമായിരുന്നു. നല്ലൊരു പങ്ക് തൊഴിലാളികളും അക്ഷരാർത്ഥത്തിൽ
തന്നെ ആ പ്രദേശത്തെ ഭൂപ്രഭുക്കളുടെ അടിമകളായിരുന്നു. നിരവധി
പോരാട്ടങ്ങളിലൂടെയാണ് ഈ സ്ഥിതി മാറിയത്.

1950 കളുടെ തുടക്കത്തിൽത്തന്നെ നദീതടത്തിലെ 129 ഏക്കർ ഭൂമി
കമ്യൂണിസ്റ്റ് പാർട്ടി പിടിച്ചെടുത്തു. വേനൽക്കാലത്ത് നദീജലം വറ്റു
മ്പോൾ ദരിദ്രരായ തൊഴിലാളികൾ ചെങ്കൊടിക്കുകീഴിൽ ഭൂമിയിൽ കൃ
ഷിയിറക്കുകയും അന്തസ്സായി ജീവിക്കുകയും ചെയ്തു. ഭൂമി അടിസ്ഥാ
നത്തിൽ നടത്തിയ അത്തരം മുൻകൈ പ്രവർത്തനങ്ങളിലൂടെയാണ്
പാർട്ടിക്ക് അവിടെ വേരോട്ടമുണ്ടായത്. 1977ൽ ആദ്യത്തെ ഇടതുമുന്നണി
മന്ത്രിസഭാ രൂപീകരണാനന്തരം ഗ്രാമത്തിലെ 440 ഭൂരഹിത കുടുംബ
ങ്ങൾക്ക് ആ ഭൂമി വിതരണംചെയ്തു. ബ്യോമകേശിന്റെ കുടുംബം
പങ്കുപാട്ടക്കാരായിരുന്നു. പുനർ വിതരണ പരിപാടിയുടെ ഭാഗമായി
അവർക്കും കുറച്ചു സ്ഥലം കിട്ടി. ഗ്രാമത്തിലെ മിക്കവരെയും പോലെ
അദ്ദേഹത്തിന്റെ അച്ഛനും ഒരു കമ്യൂണിസ്റ്റ് പാർട്ടി അനുഭാവിയായിരുന്നു.
വളരെ ചെറുപ്പത്തിൽ തന്നെ ബ്യോമകേശിനും അഞ്ചുസഹോദര
ങ്ങൾക്കും ചെങ്കൊടിയുമായി ബന്ധപ്പെടാൻ കഴിഞ്ഞു. പഠിത്തത്തിൽ
മിടുക്കനായിരുന്നെങ്കിലും വീട്ടിലെ സാമ്പത്തിക ബുദ്ധിമുട്ടു കാരണം
പഠിക്കുമ്പോൾത്തന്നെ അദ്ദേഹം കാർഷികത്തൊഴിലാളിയായി ജോലി
ചെയ്തു.

1989 ലാണ് കോൺടാൻ കോളേജിൽ നിന്ന് അദ്ദേഹം ഗ്രാജ്വേഷൻ പൂർത്തിയാക്കിയത്.

ബ്യോമകേശ് ഓർക്കുന്നു:

"1992 എന്നെ സംബന്ധിച്ചിടത്തോളം ഒരു പ്രധാന വർഷമാണ്. ഞാൻ ആ വർഷമാണ് പാർട്ടിയിൽ ചേർന്നത്. ആ വർഷം തന്നെയാണ് ഞാനും ദീപാലിയും തമ്മിലുള്ള വിവാഹം നടന്നത്. അത് ഒരു പ്രേമവി വാഹവും ഒപ്പം തന്നെ ആലോചിച്ചുറപ്പിച്ച ഒന്നുമായിരുന്നു. ദീപാലി സ്കൂളിലായിരുന്നപ്പോഴാണ് ഞാനവളെ ആദ്യമായി കാണുന്നത്. ഞങ്ങൾ അന്യോന്യം ഇഷ്ടപ്പെട്ടു. എന്തെന്നാൽ അവർ ആ ഗ്രാമവാസി തന്നെയായിരുന്നു. അതുകൊണ്ട് തമ്മിൽ കാണാൻ എളുപ്പമായിരുന്നു. അവൾ എന്റെ വീട്ടിൽ വരാറുണ്ടായിരുന്നു. എന്റെ ഗ്രാമത്തിലെ ദരിദ്ര രായ കുട്ടികൾക്ക് ഞാൻ എല്ലാ ഞായറാഴ്ചകളിലും സൗജന്യ ട്യൂഷൻ നല്കുകയും ഗ്രാമത്തിലെ സാമൂഹിക-സാംസ്കാരിക പ്രവർത്തനങ്ങൾ ഏറ്റെടുക്കുകയും ചെയ്തിരുന്നു. അവൾക്കും ഇതിലൊക്കെ താല്പര്യ മുണ്ടായിരുന്നതിനാലാണ് സംഗമങ്ങൾക്ക് സൗകര്യമുണ്ടായത്.

"അവളുടെ കുടുംബാംഗങ്ങളും പാർട്ടി അനുഭാവികളായിരുന്നു. അതുകൊണ്ട് ഞങ്ങൾ വിവാഹം കഴിക്കണമെന്നാവശ്യപ്പെട്ടപ്പോൾ രണ്ടു കുടുംബങ്ങൾക്കും എതിർപ്പൊന്നുമുണ്ടായിരുന്നില്ല. ഞാനോ ദീപാലിയോ ആചാരങ്ങളിലൊന്നും വിശ്വസിച്ചിരുന്നില്ല. ഞാൻ സ്ത്രീധന സമ്പ്രദായ ത്തിന് തീർത്തും എതിരായിരുന്നു. അവരുടെ മാതാപിതാക്കൾക്ക് സാധ നങ്ങൾ തരണമെന്നുണ്ടായിരുന്നെങ്കിലും ഞങ്ങളത് നിരസിച്ചു. ഒരു ദിവസം അവരുടെ സമ്മതത്തോടെ ഞാൻ ദീപാലിയെ നഗരത്തിലേക്ക് കൊണ്ടുപോയി. ഞങ്ങളവിടെ മൂന്നുദിവസം താമസിച്ചു. ഞങ്ങൾ തിരി ച്ചുവന്നപ്പോൾ എന്റെ ഭാര്യയായി അവളെന്റെ വീട്ടിലേക്ക് താമസം മാറ്റി. അത്ര ലളിതമായിരുന്നു. ഞാൻ കരുതുന്നത് നിങ്ങളത് ആചാരപരമ ല്ലെന്ന് പറയുമെന്നാണ്. എന്നാൽ ഞങ്ങൾക്ക് രണ്ടുപേർക്കും ഒരേപോ ലെയാണ് തോന്നിയത്. ഞങ്ങൾ അനുഷ്ഠാനങ്ങൾ ഇഷ്ടപ്പെട്ടിരുന്നില്ല. വിവാഹവുമായി ബന്ധപ്പെട്ട അനാവശ്യച്ചെലവുകളും ഇഷ്ടമായിരുന്നില്ല. ഞങ്ങൾക്ക് സന്തോഷമായിരുന്നു. അതാണ് പ്രധാനം."

"1998 ൽ ദീപാലി ഐ സി ഡി എസിൽ ഒരു ഹെൽപ്പറായി ചേർന്നു. അവൾ ഗ്രാമത്തിൽ നന്നായി അറിയപ്പെട്ടിരുന്നു. ജനങ്ങൾക്ക് അവളെ വിശ്വാസമായിരുന്നു. അവൾ കഠിനമായി ജോലി ചെയ്തു. ഞാൻ കൃഷി യിടത്തിലാണ് ജോലി ചെയ്തിരുന്നത്. എന്നാൽ എന്റെ മുഖ്യജോലി പാർട്ടിക്കു വേണ്ടിയും ഒപ്പം ഞങ്ങളുടെ ഗ്രാമത്തിന്റെ വികസനത്തിന് വേണ്ടിയും ആയിരുന്നു. ദീപാലിയും പാർട്ടിയിൽ ചേർന്നു. അവൾ മഹി ളാസമിതിയുടെ യോഗങ്ങൾക്ക് പോകാറുണ്ടായിരുന്നു. 2001 ൽ ഞാൻ പാർട്ടിയുടെ ലോക്കൽ കമ്മിറ്റി അംഗമായി. 2004 ൽ കോൺടാൻ ഹയർസെക്കന്ററി സ്കൂളിൽ ഞാനൊരു അർദ്ധ അദ്ധ്യാപകനായി.

"നന്ദിഗ്രാം സംഭവഗതികൾക്ക് ശേഷം ഞങ്ങളുടെ പ്രദേശത്ത് സംഭ

വങ്ങൾ ഏറെ സംഘർഷഭരിതമായി. 2008 ലെ പഞ്ചായത്ത് തിരഞ്ഞെടു പ്പിൽ സുനിയയിൽ ഞങ്ങൾ വിജയിച്ചെങ്കിലും ടി എം സി വളരെ ആക്ര മണോത്സുകമായിക്കൊണ്ടിരുന്നു. 2009 ലെ ലോകസഭ തിരഞ്ഞെടുപ്പിന് ശേഷം സ്ഥിതി കൂടുതൽ മോശമായി. ഞങ്ങൾ രാഷ്ട്രീയപ്രവർത്തനം തുടർന്നു. എന്നാൽ ടി എം സി ഞങ്ങളുടെ ഗ്രാമത്തെ ലക്ഷ്യം വയ്ക്കു കയും 2010 ആഗസ്തിൽ അവർ ഞങ്ങളുടെ ഗ്രാമത്തെ ആക്രമിക്കുകയും ചെയ്തു.

"അവർ ഞങ്ങളെ വളഞ്ഞുവക്കുകയും നിരന്തരമായി ബോംബാ ക്രമണവും വെടിവയ്പും നടത്തുകയും ചെയ്തു. ഞങ്ങൾ പ്രതിരോധി ച്ചുനിന്നു. ഞാനാണ് പ്രതിരോധത്തിന്റെ മുൻപന്തിയിൽ നിന്നത്. എന്ന തിനാൽ അവർ എന്നെയും എന്റെ സഹോദരന്മാരെയും ലക്ഷ്യംവച്ചു. ആ സമയത്ത് അവർക്ക് പിൻവാങ്ങേണ്ടതായി വന്നു. എന്നാൽ ഒരു മാസ ത്തിന് ശേഷം അവർ വീണ്ടും ഞങ്ങളെ ആക്രമിച്ചു. ഞങ്ങൾ പൊലീ സിനെ വിളിച്ചു. ഇടതുമുന്നണി ഭരണമായിരുന്നെങ്കിലും ജില്ലയിലെ ഒരു വിഭാഗം പൊലീസുകാർ ടി എം സിക്കു വേണ്ടിയാണ് പ്രവർത്തിച്ചിരു ന്നത്. നാലുമണിക്കൂർ സമയത്തോളം പൊലീസ് സ്ഥലത്തെത്തിയില്ല. അതൊരു മോശം സമയമായിരുന്നു. ആക്രമണം ഞങ്ങളുടെ ഗ്രാമത്തിൽ മാത്രമല്ല അയൽഗ്രാമങ്ങളിലും നടന്നിരുന്നു. മാലതി ഗുപായിത് എന്ന ഒരു വനിതാ സഖാവിനടക്കം ഞങ്ങളുടെ നിരവധി സഖാക്കൾക്ക് നല്ല വണ്ണം തല്ലുകിട്ടി. ഞങ്ങളുടെ സഖാക്കളിലൊരാളായ ഗൗതം തര്യക്ക് ഭീകരമായ മർദ്ദനമേറ്റു. ഇന്നും ആ പരിക്കു കാരണം അദ്ദേഹത്തിന് ശരിക്ക് നടക്കാനാവില്ല. അവർ അവന്റെ കൈയൊടിച്ചു. എന്നിട്ടത് മട ക്കി. കാലിലുംപാദത്തിലുമൊക്കെ ഇരുമ്പുകമ്പി കുത്തിക്കയെറ്റി. എന്നി ട്ടുമവൻ രക്ഷപ്പെട്ടു. ഇതേ സംഘംതന്നെയാണ് പിന്നീട് ദീപാലിയെ കൊലപ്പെടുത്തിയത്.

"ഞങ്ങൾ ഞങ്ങളുടെ ഗ്രാമത്തിൽത്തന്നെ തുടർന്നും താമസിച്ചു. 2011 ലെ നിയമസഭാ തിരഞ്ഞെടുപ്പിൽ ഭീകരതയുണ്ടായിട്ടുപോലും സുനി യയിൽ ഞങ്ങൾക്ക് ഭൂരിപക്ഷം കിട്ടി. ഇത് ടി എം സിക്ക് സഹിക്കാവുന്ന തിലുമപ്പുറമായിരുന്നു. 2011 നവംബറിൽ പൊലീസും ടി എം സിയും സംയുക്തമായി ഞങ്ങളെ ആക്രമിച്ചു. ഞങ്ങളിൽ നിരവധി പേർക്ക് അന്നു വീടുവിടേണ്ടതായി വന്നു. എന്റെ നാലു സഹോദരന്മാരും ദീപാലിയുടെ സഹോദരനുമൊക്കെ വിട്ടുനിന്നു.

"അവരെന്റെ വീടാക്രമിച്ചു ദീപാലിയെ ഭീഷണിപ്പെടുത്തി. ഭീകരത ശക്തിപ്പെടുന്നുവെന്നറിഞ്ഞിട്ടും അവൾ ഗ്രാമത്തിൽത്തന്നെ തുടർന്നും ജീവിച്ചു. ഞങ്ങളുടെ 95 സഖാക്കളുടെ പേരിൽ കള്ളക്കേസെടുത്തിരു ന്നു. കൊലപാതകക്കേസടക്കം അവർക്കെതിരെ എടുത്തിരുന്നു. എനി ക്കെതിരെ മാത്രം 15 കേസുണ്ട്. 2012 ൽ ഞാൻ പോലീസിന് പിടികൊടു ത്തു. ജാമ്യം കിട്ടുന്നതിന് മുമ്പ് 96 ദിവസം എനിക്ക് ജയിലിൽ കഴിയേ ണ്ടതായി വന്നു.

"ആ കാലം ദീപാലിക്ക് എത്രമാത്രം കഷ്ടതരമായിരുന്നുവെന്ന് ഞാൻ ഇന്നും ഓർക്കാറുണ്ട്. അവൾ ജയിലിൽ വന്ന് എന്നെ കാണുമായിരുന്നു. എന്നാൽ ഒരിക്കലും അവളെന്നെ എന്റെ രാഷ്ട്രീയപ്രവർത്തനത്തിന്റെ പേരിൽ കുറ്റപ്പെടുത്തിയില്ല. അവൾ പറഞ്ഞു: 'നാം രണ്ടുപേരും ഒരു പാർട്ടിക്കാരാണ്; നമ്മൾ കമ്യൂണിസ്റ്റുകാരാണ്; നിങ്ങൾ ജയിലിലായതിന് ഞാൻ കരയില്ല.' അവൾ ധീരയായ ഒരു വ്യക്തിയായിരുന്നു. അവൾ പ്രായമായ എന്റെ അച്ഛനമ്മമാരെ പരിരക്ഷിച്ചു. മകനെ ശ്രദ്ധിച്ചു. എല്ലാ ദിവസവും രാവിലെ ജോലിക്കു പോയി.

"ജാമ്യം കിട്ടിയിട്ടും എനിക്ക് വീട്ടിൽ പോകാൻ കഴിഞ്ഞില്ല, ഞാൻ ഗ്രാമത്തിൽ കറങ്ങുന്ന ദിവസം എന്നെ കൊലപ്പെടുത്തുമെന്നവർ പറഞ്ഞു. അവർ എന്താണോ ഉദ്ദേശിച്ചത് അതാണ് പറഞ്ഞത്. അവർ എന്റെ മകനെപ്പോലും വെറുതെ വിട്ടില്ല. 2012ൽ അവൻ ഹയർ സെക്കന്ററി പരീക്ഷ എഴുതേണ്ടതായിരുന്നു. 2011 ഡിസംബറിൽ, ഞാൻ ഗ്രാമം വിട്ടുമൂന്നാഴ്ച കഴിഞ്ഞപ്പോൾ അവന്റെ കൂട്ടുകാരിലൊരാളെ ടി എം സി ഗുണ്ടകൾ തടഞ്ഞുനിർത്തുകയും ക്രൂരമായി തല്ലി പരിക്കേല്പിക്കുകയും ചെയ്തു. എന്റെ മകനെപ്പോലും വെറുതെ വീടില്ലെന്ന ഒരു സന്ദേശമാണതിലൂടെ കൈമാറാനാണ് അവർ ശ്രമിച്ചത്. ദീപാലിക്ക് വലിയ ഉൽകണ്ഠയായിരുന്നു. അവൾക്ക് സ്വന്തം ജീവനിൽ വിലയില്ലായിരുന്നു. എന്നാൽ ദേബ്ജ്യോതിക് എന്തെങ്കിലും സംഭവിക്കുമോ എന്നവൾ ഭയപ്പെട്ടിരുന്നു. അവന് അവന്റെ അമ്മയോടൊപ്പം നില്ക്കണമെന്നുണ്ടായിരുന്നെങ്കിലും അവൾ അവനെ ദൂരത്തയച്ചു. ഗ്രാമം വിട്ടതുമൂലം അവന് പരീക്ഷ എഴുതാനായില്ല. ഒരു കുട്ടിയെ ശിക്ഷിക്കുന്നതിൽ അവന്റെ ജീവിതം തകർക്കുന്നതിൽ ഇത്രമാത്രം ക്രൂരതയാണവർക്കുള്ളത്.

"ദീപാലി അവളുടെ ദിനചര്യകൾ തുടർന്നുവന്നു. മൂന്ന് വർഷം മുമ്പ് അവളുടെ അമ്മയ്ക്ക് ഒരു ആഘാതമുണ്ടാവുകയും ഒരുവശം തളരുകയും ചെയ്തിരുന്നു. ഇടയ്ക്കിടെ അവൾ അവളുടെ മാതാപിതാക്കളെ കാണുന്നതിനായി അവരുടെ വീട്ടിൽ പോയിരുന്നു. എല്ലാ ദിവസവും ഉച്ചഭക്ഷണസമയത്ത് അവളുടെ അച്ഛൻ അവളെ കാണാനായി ഐ സി ഡി എസ് കേന്ദ്രത്തിൽ വരുമായിരുന്നു. അവളോട് വലിയ സ്നേഹമായിരുന്നു. എല്ലാ ദിവസവും രാത്രി 9 മണിക്ക് ഞാൻ അവളുമായി സംസാരിക്കുമായിരുന്നു. അവൾ അവളുടെ ആ ദിവസത്തെ അനുഭവങ്ങൾ, ചിന്തകൾ, ഭയം ഞങ്ങൾക്ക് വീണ്ടും ഒന്നിക്കാമെന്ന ആഗ്രഹം ഇതൊക്കെ പങ്കു വയ്ക്കുമായിരുന്നു. അവളുടെ വലിയ ഉൽക്കണ്ഠ മകനെക്കുറിച്ചായിരുന്നു. ദേബ് ജ്യോതി അവളെ ചന്തസ്ഥലത്ത് വന്ന് കാണാറുണ്ടായിരുന്നു. അവന് ശരിയായി ഭക്ഷണം കിട്ടുന്നുണ്ടോ എന്നൊക്കെ അവനെ സൂക്ഷ്മമായി നോക്കി അവൾ അന്വേഷിക്കുമായിരുന്നു. ആ രാത്രി അവൾ എന്നോട് പറഞ്ഞു. 'അവന് തിന്നാൻ കൂടുതൽ കൊടുക്കൂ; അവൻ വളരെ ക്ഷീണിച്ചിരിക്കുന്നു.'

ദീപാലിയുടെ മൃതശരീരവുമായി പോലീസ്
സ്റ്റേഷനുമുന്നിൽ പ്രതിഷേധിക്കുന്നു

"എന്നാൽ എന്റെ കുടുംബത്തിനു മേൽ ഏല്പിച്ച ആഘാതംകൊണ്ട് ടി എം സിക്കാർ തൃപ്തരായിരുന്നില്ല. എല്ലാ സി പി ഐ (എം) നേതാ ക്കളും ഫലത്തിൽ ഗ്രാമത്തിൽനിന്ന് പുറത്താക്കപ്പെട്ടതുകൊണ്ടും അവർക്ക് തൃപ്തിയായിരുന്നില്ല. അവർക്ക് എന്നെ തിരികെ കിട്ടണമായി രുന്നു; കൊലപ്പെടുത്താൻ."

ആഗസ്ത് 15 ന് രാത്രി എല്ലാം നഷ്ടപ്പെട്ട മട്ടിലൊരു ഫോൺ വിളി ദീപാലിയിൽ നിന്ന് ബ്യോമാംകേശിന് കിട്ടി. അവന്റെ ഇളയ സഹോദ രൻ ചാന്ദൻഗിരിയെ ടി എം സി ഗ്രൂപ്പുകാർ തട്ടിക്കൊണ്ടുപോയി ജാമ്യ വസ്തുവായി പിടിച്ചുവച്ചിരിക്കുന്നു എന്നറിയിക്കാനായിരുന്നു അത്. മുമ്പത്തെ ടി എം സി ആക്രമണത്തിന് ശേഷം ചന്ദൻ ഗിരിയും ഗ്രാമം വിട്ടു പോയിരുന്നു. എന്നാൽ ടി എം സിക്കാരുമായി അടുപ്പമുള്ള അവന്റെ ബന്ധുക്കൾ അവന്റെ തിരിച്ചുവരവിനായി വിലപേശൽ നടത്തി. ടി എം സി ക്കുള്ളിൽ രണ്ട് വിരുദ്ധ ഗ്രൂപ്പുകളുള്ളതായി അവർക്കറിയില്ലായിരു ന്നു. സി പി ഐ(എം) അനുഭാവികൾക്ക് തിരിച്ചുവരുന്നതിനായി അവ രുടെ കുടുംബങ്ങളുമായി വിലപേശി പണം പിടുങ്ങാനായിരുന്നു ഇരു കൂട്ടരും ശ്രമിച്ചിരുന്നത്. ഒരു ഗ്രൂപ്പിന്റെ സമ്മതത്തോടുകൂടി ചന്ദൻ ഗിരി തിരിച്ചുവന്നപ്പോൾ മറ്റൊരു ഗ്രൂപ്പ് അവനെ തട്ടിക്കൊണ്ടുപോയി. ബ്യോമകേശിനെ തിരിച്ചുകൊണ്ടുവന്നാൽ മാത്രമേ അവനെ വിട്ടയക്കൂ എന്നാണവർ പറഞ്ഞത്. ഈ വാർത്ത വന്നതിന് ശേഷം അവന്റെ മാതാ

തിപിതാക്കൾ ഭക്ഷണം തൊട്ടിട്ടില്ലെന്നാണവൾ പറഞ്ഞത്. അവൾക്ക് അവരെക്കുറിച്ച് ഉത്ക്കണ്ഠയുണ്ടായിരുന്നു.

അടുത്ത ദിവസം ടി എം സി നേതാക്കളെ കണ്ട് ഒരു ഒത്തുതീർപ്പിന് ശ്രമിക്കുന്നതിനായി ദീപാലി പഞ്ചായത്ത് ആപ്പീസിൽ പോയി. അവർ പറഞ്ഞത് അവൾ മൗനമായി കേട്ടിരുന്നു. ഇതിനിടയിൽ ചന്ദൻ ഗിരിക്കു വേണ്ടിയുള്ള അന്വേഷണം തുടരുന്നുണ്ടായിരുന്നു. അവന്റെ ബന്ധുക്കൾ ഒരിക്കൽകൂടെ ടി എം സിയുടെ ഗ്യാങ് നേതാക്കളെ കണ്ടു. ഈ സമയം അവർ പറഞ്ഞത് ഒന്നുകിൽ 15 ലക്ഷം രൂപ അല്ലെങ്കിൽ ബ്യോമകേ ശിനെ കൊണ്ടുവരൂ എന്നാണ്. കുടുംബക്കാർ കുറച്ച് സമയം പോരാടിച്ചു. അവർ ആഗസ്ത് 17 വരെ ഒരു ദിവസം തുടരെ കൊടുത്തു.

വികാരവിവശമായ ശബ്ദത്തിൽ ബ്യോമകേസ് തുടർന്നു.

"അതാണ്, ആഗസ്ത് 16ന് രാത്രി ഞാൻ അവളുമായി അവസാന മായി സംസാരിച്ചത്. അടുത്ത ദിവസം രാവിലെ അവർ ഞങ്ങളുടെ വീടാ ക്രമിച്ചതായി ഞാൻ കേട്ടു. ദീപാലി വീട്ടിലുണ്ടായിരുന്നു. അവരോട് അവർ പറഞ്ഞത് ഒന്നുകിൽ 12 ലക്ഷം രൂപ കൊടുക്കണം അല്ലെങ്കിൽ അവ ളുടെ ഭർത്താവിനെ ഗ്രാമത്തിൽ കൊണ്ടുവന്ന് കൊടുക്കണം എന്നായി രുന്നു. ഒരുവിധം അവളവിടെ നിന്ന് രക്ഷപ്പെട്ടു. അവൾ അടുത്ത ഗ്രാമ ത്തിൽ പോയി അവിടെ ഒളിച്ചിരുന്നു. ഉച്ചതിരിഞ്ഞ 4.30 ന് അവർ അവൾക്ക് വേണ്ടി വീടുവീടാന്തരമുള്ള തെരച്ചിൽ ആരംഭിച്ചു. അവർ അവളെ കണ്ടെത്തി വലിച്ചിഴച്ചു കൊണ്ടുപോയി. ജനങ്ങൾ ഇത് കണ്ട താണ്. അവളെ എടുത്തുകൊണ്ടു പോകുന്നത് അവൾ കണ്ടു. അവർ അവളെ തല്ലുകയും വസ്ത്രങ്ങൾ കീറിപ്പറിക്കുകയും ചെയ്തു. ഈ ഗ്യാങ്ങിന്റെ നേതാവിനെ അവൾക്കറിയാം, ദേബാഷിഷ് ലാലു ബുയാൻ."

ബ്യോമകേശ് ഇത് കേട്ടത് ഗ്രാമത്തിലെ ജനങ്ങളിൽനിന്നാണ്. സാക്ഷിയായി വരാൻ അവർക്ക് ഭയമാണ്. ദീപാലിയെ കൂട്ടബലാത്സംഗ ത്തിനിരയാക്കുകയും കൊലപ്പെടുത്തുകയും ചെയ്തു. അവളെ അവരുടെ വീട്ടിൽ കൊണ്ടുപോയി കെട്ടിത്തൂക്കി. അടുത്തദിവസം ടി എം സിക്കാർ ചന്ദൻ ഗിരിയെ പുറത്തുകൊണ്ടുവന്നു. അവനെ വീട്ടിൽ കൊണ്ടുപോ യി. ദീപാലി ആത്മഹത്യ ചെയ്തതാണെന്ന് ഒരു പ്രസ്താവനയിൽ ഒപ്പി ടാൻ നിർബ്ബന്ധിതനാക്കി.

ആഗസ്ത് 18 നാണ് ഭാര്യയുടെ മരണം ബ്യോമകേശിനെ അറിയി ച്ചത്. അയാൾ കാന്തി ആശുപത്രിയിൽ പോയി. അവളെ ഒരു വെളുത്ത വിരിയിൽ കിടത്തിയിരുന്നു. അയാൾ തലകുനിച്ച് അവിടെനിന്നു. അവ രുടെ മകൻ ഏങ്ങലടിച്ചു കരയുന്നുണ്ടായിരുന്നു. ബ്യോമകേശ് കൊടുത്ത പ്രഥമ വിവരറിപ്പോർട്ടിൽ പേരു പറയുന്ന ആരെയും അറസ്റ്റു ചെയ്യാൻ പൊലീസ് തയ്യാറായില്ല. ഇന്നുവരെ ആ കേസ് അവർ ഒരു ആത്മഹത്യ യായാണ് പരിഗണിക്കുന്നത്. പശ്ചിമബംഗാളിലെ മനുഷ്യാവകാശകമ്മീ ഷനുകളിലും ഹൈക്കോടതിയിലും കേസ് നല്കിയിട്ടുണ്ട്. ദിപാലി ഗിരി യുടെ ഭീകരമായ കൊലപാതകത്തിൽ അമർഷംകൊണ്ട ജനങ്ങൾ ബംഗാ ളിലെങ്ങും കടുത്ത പ്രതിഷേധം ഉയർത്തിക്കൊണ്ടുവന്നു.

ബ്യോമകേശ് കൈകൊണ്ട് തലതാങ്ങി കുമ്പിട്ടിരുന്നു. ദീപാലിയുടെ മകനും അവരുടെ സഹോദരനും വിദൂരതയിലേക്ക് നോക്കിയിരുന്നു. അവർക്ക് അയാളുടെ തീവ്രവേദനയ്ക്ക് സാക്ഷ്യം വഹിക്കാനാവുമായിരുന്നില്ല. അല്പസമയത്തിനകം ധൈര്യം വീണ്ടെടുത്ത് ബ്യോമാകേശ് വീണ്ടും പറഞ്ഞു.

"പാർട്ടി ഞങ്ങളെ സംരക്ഷിക്കുന്നുണ്ട്. അവർക്ക് ഞങ്ങളുടെ വേദന മനസിലാവും. എന്റെ മാതാപിതാക്കൾ വൃദ്ധരും രോഗാതുരരുമാണ്. 92 വയസ്സായ അച്ഛനും രോഗിയായ അമ്മയും മാത്രമാണിപ്പോൾ എന്റെ വീട്ടിൽ കഴിയുന്നത്. എന്റെ സഹോദരി ദിവസത്തിലൊരിക്കൽ വന്ന് അവർക്ക് ഭക്ഷണം പാകം ചെയ്തുകൊടുക്കും. ഞങ്ങളുടെ ഭൂമിയിൽ വിളവിറക്കാനാവുന്നില്ല. ദീപാലിയുടെ സഹോദരൻ പുറത്തായതിനാൽ ഇതേ പ്രശ്നങ്ങൾ തന്നെയാണ് ദീപാലിയുടെ കുടുംബവും അനുഭവിച്ചുവരുന്നത്. അവരുടെ മകൾക്ക് എന്താണ് സംഭവിച്ചതെന്ന് ദീപാലിയുടെ അമ്മയ്ക്കറിയില്ല. അവൾ സുഖമില്ലാതെ ആശുപത്രിയിലാണെന്നാണ് അവരോട് പറഞ്ഞിരിക്കുന്നത്. എന്റെ മകന്റെ വിദ്യാഭ്യാസത്തിൽ തടസ്സം നേരിട്ടു. എന്നാൽ അവർ എന്തൊക്കെ ചെയ്താലും ഞാൻ ടി എം സിക്കും അവരുടെ വെറുക്കപ്പെട്ട രാഷ്ട്രീയത്തിനും കീഴടങ്ങില്ല.

"ദീപാലിക്കു വേണ്ടി ഒരു ദിനം നീതി ലഭിക്കുമെന്നെനിക്കറിയാം. എനിക്കു വിശ്വാസമുണ്ട്. ഞാൻ പാർട്ടിയിലും അതിന്റെ സിദ്ധാന്തങ്ങളിലും വിശ്വസിക്കുന്നു. അതുകൊണ്ടാണെനിക്ക് നിലനില്ക്കാനാവുന്നത്. ദീപാലിയുടെ മരണം വൃഥാവിലാവില്ലെന്ന പ്രതീക്ഷയും വിശ്വാസവും എനിക്കുണ്ട്. ജനങ്ങൾ അവളെ ഓർക്കുകയും ഇന്ന് ബംഗാൾ ഭരിക്കുന്നവരുടെ യഥാർത്ഥ സ്വഭാവമെന്തെന്ന് മനസിലാക്കുകയും ചെയ്യും."

കിഴക്കൻ മേദിനിപ്പൂരിൽ 2014 ൽ നടന്ന ലോകസഭാ തിരഞ്ഞെടുപ്പിൽ 35 ശതമാനം ജനങ്ങൾ സി പി ഐ(എം) ന് വോട്ടു ചെയ്തു. കൊലപാതകത്തിന്റെയും ബലാത്സംഗത്തിന്റെയും ഒക്കെ ഭീകരതയെ അവഗണിച്ചുകൊണ്ടാണിത്. ഈയിടെ ഒക്ടോബർ മാസത്തിൽ കിസാൻ സഭയുടെ സംസ്ഥാനത്തിലെ ജനതയ്ക്ക് മേദിനിപ്പൂരിലും ഭീകരത ബാധിച്ച കോൺടായ് 2ലും എത്തിയപ്പോൾ ജനങ്ങളിൽ നിന്ന് സ്വമന സ്സാലെയുള്ള സ്വീകരണമാണ് ലഭ്യമായത്. നൂറുകണക്കിന് പേർ ജാഥയിൽ അണിനിരന്നു. തൊട്ടടുത്ത ദിവസംതന്നെ അവരെ ചിലർ ആക്രമിക്കുകയും അവർക്ക് വീടുവിട്ടു പോകേണ്ടതായും വന്നു. എന്നാൽ പശ്ചിമബംഗാളിൽ ഏറ്റവും കൂടുതൽ ഭീകരതയ്ക്കിടയായ പ്രദേശങ്ങളിൽ ഒന്നിൽ നിന്ന് ജാഥയ്ക്ക് കിട്ടിയ സ്വീകരണം ചെങ്കൊടിയുടെ പിന്തുണക്കുള്ള സൂചനയാണ്.

പ്രതിരോധം വളർന്നുവരികതന്നെയാണ്.

പടിഞ്ഞാറൻ മേദിനിപ്പൂർ
"ഞാനാകുന്നു സാൽകു സോറൻ"

രണ്ടായിരത്തി പതിനാല് സെപ്തംബർ 30. പാർട്ടി ആപ്പീസ് തുറ ന്നിരുന്നു. പൂജ ആഘോഷങ്ങളുടെ ഭാഗമായി ജത്ര പ്രദർശിപ്പിക്കുന്ന തിന്റെ ഒരുക്കങ്ങൾക്കായി നിരവധി ആളുകൾ അകത്തേക്കും പുറത്തേ ക്കുമൊക്കെ സഞ്ചരിച്ചുകൊണ്ടിരുന്നു. പാർട്ടിയുടെ ആപ്പീസിന്റെ ബോർഡ് പുറത്ത് തൂങ്ങിക്കിടന്നിരുന്നു. പൂജ ആഘോഷങ്ങളുടെ ഭാഗമായി പ്രസ രിച്ചുകൊണ്ടിരുന്ന വെളിച്ചത്തിൽ അരിവാൾ ചുറ്റിക— നക്ഷത്രാങ്കിതമായ ചെങ്കൊടി തിളങ്ങിക്കൊണ്ടിരുന്നു. പാർട്ടി ലോക്കൽ കമ്മിറ്റി സെക്രട്ടറി യായ സഖാവ് ബിനോയ് പാണ്ഡെയും സഖാവ് ഉത്തർ മഹാത്തെയും മറ്റും സാംസ്കാരിക പരിപാടിക്കുള്ള ഒരുക്കങ്ങളുടെ തിരക്കിലായിരുന്നു.

ഇതാണ് ചധരംപൂർ. പടിഞ്ഞാറൻ മേദിനിപ്പൂർ ജില്ലയിലെ ജർഗ്രാം സബ് ഡിവിഷനിലെ ബിൻപൂർബ്ലോക്കിൽ ഉള്ള പത്ത് പഞ്ചായത്തുക ളിൽ ഒന്നാണിത്. ഈ മേഖലയിലെ മറ്റൊരു ഗ്രാമപഞ്ചായത്താണ് ലാൽഗാർഹ്. തൃണമൂൽ കോൺഗ്രസുമായി സഖ്യം ചെയ്ത മാവോയി സ്റ്റുകളുടെ തലസ്ഥാനമായി സി പി ഐ (എം) നെതിരായി പ്രവർത്തി ക്കുന്ന ലാൽഗാർ. ധരംപൂരും മാവോയിസ്റ്റുകളുടെ ഒരു പ്രധാന കേന്ദ്ര മായാണ് കണക്കാക്കപ്പെടുന്നത്.

ടി എം സി മാവോയിസ്റ്റ് അവസരവാദരാഷ്ട്രീയ സഖ്യത്തിന്റെ ആസൂ ത്രിതമായ ആക്രമണങ്ങളുടെ നീക്കമായിരുന്നു 2008 നവംബർ 2ന് സൽബോനിയിൽ വച്ച് മാവോയിസ്റ്റുകൾ പശ്ചിമബംഗാൾ മുഖ്യമന്ത്രി യായ സഖാവ് ബുദ്ധദേവ് ഭട്ടാചാര്യക്കെതിരായി നടത്തിയ മാരകമായ ആക്രമണം. സൽബോനി ധരംപൂരിൽ നിന്ന് 60 കിലോമീറ്റർ അകലെ യാണെങ്കിലും അത് ഈ മേഖലയെ മാത്രമല്ല മൊത്തം ജില്ലയെയും ബാധിച്ചു. പൊലീസിന്റെ അതിക്രമങ്ങൾക്കും അടിച്ചമർത്തലിനുമെതി

രായ ഒരു മാവോയിസ്റ്റ് മുന്നണിയുടെ രൂപീകരണം അതിന്റെ മുഖ്യലക്ഷ്യ
മായ സി പി ഐ (എം) കാഡർമാരെയും അനുഭാവികളെയും ഇല്ലാതാ
ക്കുക എന്നലക്ഷ്യം മറച്ചുവയ്ക്കാനുള്ള ഒരു മറ മാത്രമായിരുന്നു.

എന്നിട്ടും, ടി എം സി നേതൃത്വത്തിലുള്ള സഖ്യവുമായി ഒത്തുപിടി
ച്ചിട്ടും 2009 മേയിൽ നടന്ന ലോകസഭാ തിരഞ്ഞെടുപ്പിൽ സദൽബൊനി
ആക്രമണത്തിന് ശേഷം സി പി ഐ (എം) സ്ഥാനാർത്ഥിയായ സ.
പുലിൻ ബാസ്കെ സാർഗ്രാം ലോകസഭാ സീറ്റ് വൻ ഭൂരിപക്ഷത്തോടെ
ജയിക്കുകയും ബിൻപൂർ ഒന്ന് നിയമസഭാ മണ്ഡലത്തിൽനിന്ന് നല്ല ഭൂരി
പക്ഷം നേടുകയും ചെയ്തു. ഇതൊരു നിർണ്ണായക നേട്ടമായിരുന്നു.
2006 മുതൽ നടന്ന നിയമസഭാ തിരഞ്ഞെടുപ്പുകളിലൊക്കെ ഈ സീറ്റിൽ
വിജയിച്ചിരുന്നത് ഝാർഖണ്ഡ് പാർട്ടിയായിരുന്നു. മാവോയിസ്റ്റുകളും ടി
എം സിയും ലക്ഷ്യം വച്ച മിക്കവാറും മേഖലകൾ വരുന്ന ഝർഗ്രാമിൽ
സി പി ഐ (എം) വിജയിച്ചതോടെ ആദിവാസി ഭൂരിപക്ഷ മേഖലക
ളിൽ പാർട്ടിയുടെ അടിത്തറ തകർന്നുവെന്ന അവകാശവാദത്തിന് തിരി
ച്ചടിയേറ്റു.

ഈ തിരഞ്ഞെടുപ്പു പരാജയത്തോടെ സി പി ഐ (എം)
കാഡർമാർക്കെതിരായ ടി എം സി— മാവോയിസ്റ്റ് സഖ്യത്തിന്റെ സായു
ധഭീകരത തീവ്രതരമാക്കി. 1.4 ലക്ഷം ജനങ്ങൾമാത്രം അധിവസിക്കുന്ന
ബിൻപൂർ ഒന്ന് സോണൽ കമ്മിറ്റി മേഖലയിൽ മാത്രം ലോകസഭാ തിര
ഞ്ഞെടുപ്പിന് ശേഷമുള്ള രണ്ടുവർഷത്തിനിടയിൽ 73 പാർട്ടി സഖാക്ക
ളാണ് കൊല ചെയ്യപ്പെട്ടത്. പ്രാദേശിക നേതാക്കളായ ബ്രാഞ്ച് സെക്ര
ട്ടറിമാരും ലോക്കൽ കമ്മിറ്റി അംഗങ്ങളുമായ ഏറ്റവും ഫലപ്രദമായ
പ്രവർത്തനം നടത്തുന്നവരെയാണവർ ലക്ഷ്യമിട്ടത്. ധരംപൂർ എന്ന
കൊച്ചു ഗ്രാമപഞ്ചായത്തിൽമാത്രം സി പി ഐ (എം) ന്റെ 32 നേതാക്ക
ളെയും പ്രവർത്തകരെയുമാണ് മാവോയിസ്റ്റുകൾ വകവരുത്തിയത്. അവ
രിലൊരാളാണ് സാൽകു സോറൻ.

43 കാരനായ സാൽകു സോറൻ ഒരു ആദിവാസി കർഷകനും
കർഷക ത്തൊഴിലാളിയുമായിരുന്നു. അയാൾ അമ്മയോടൊപ്പമാണ് താമ
സിച്ചിരുന്നത്. അയാളുടെ രണ്ടു സഹോദരന്മാരും കുടുംബവും ധരംപൂ
രിൽ ഏതാനും കിലോമീറ്റർ അകലെയുള്ള കന്യാകുമാരി ഗ്രാമത്തി
ലാണ് താമസിച്ചിരുന്നത്. ഇടതുമുന്നണി ഗവൺമെന്റിന്റെ ഭൂപരിഷ്കര
ണപരിപാടിയിൽനിന്ന് നേട്ടമുണ്ടാക്കിയ ഒന്നായിരുന്നു ആ ഗ്രാമം.
സാൽകു സോറന്റെ കുടുംബവും ഭൂപരിഷ്കാരണത്തിന്റെ ഒരു ഗുണ
ഭോക്താമായിരുന്നു.

എഴുപതുകളുടെ മദ്ധ്യത്തിൽ ഇവിടെ പാർട്ടിയും കിസാൻ സഭയും
നയിച്ച ഭൂരഹിത ആദിവാസികളുടെയും കർഷകത്തൊഴിലാളികളുടെയും
നിരവധി പോരാട്ടങ്ങൾ ഭൂപ്രഭുക്കൾക്കെതിരായി നടന്നിട്ടുണ്ട്. 1977 ൽ
ഇടതു മുന്നണി സർക്കാർ രൂപീകരണവും തുടർന്ന് അതിന്റെ ഭൂപരി

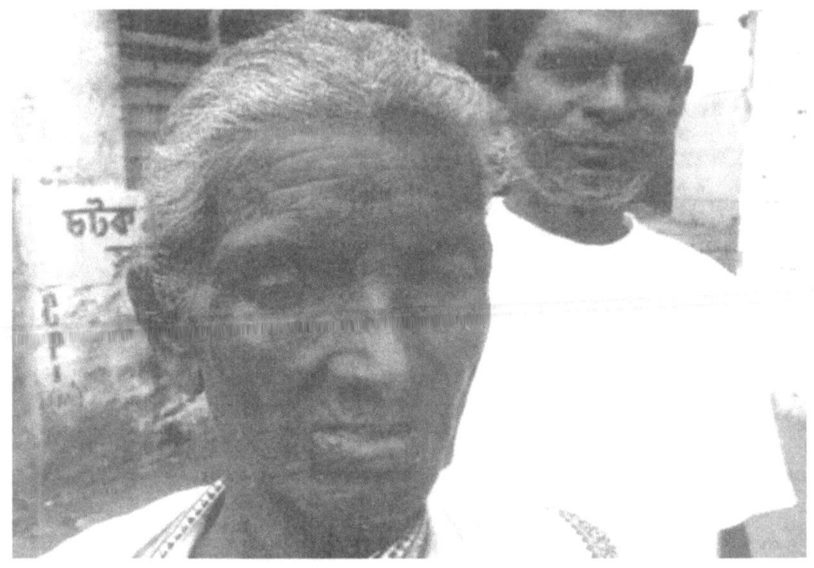

സൽകുവിന്റെ അമ്മ ചിറ്റമണിയും സഹോദര വഫഗുവും

ഷ്കരണനയവും മൂലം ഭൂപ്രഭുക്കൾ അനധികൃതമായി കൈവശം വച്ചി
രുന്ന 17000 ഹെക്ടർ മിച്ചഭൂമി ധ്ർഗ്രാം, ബിൻപൂർ, സൽബൊനി മേഘ
ലയിൽ പിടിച്ചെടുത്തു. ഇടതുമുന്നണി ഈ ഭൂമി വിതരണം ചെയ്തതി
ലൂടെ 90 ശതമാനം വരുന്ന ആദിവാസികൾക്കും മറ്റു ഭൂരഹിതർക്കും
കൃഷി സ്ഥലവും പാർപ്പിടവും ലഭ്യമായി.

സാൽകു സോരന്റെ അച്ഛൻ ബോകുൽ സോറൻ ഭൂമിക്കു വേണ്ടി
യുള്ള ഈ സമരത്തിൽ പങ്കാളിയായിരുന്നു. അദ്ദേഹമാണ് ഈ ഗ്രാമ
ത്തിലും സ്വന്തം വീട്ടിലും ചെങ്കൊടി പരിചയപ്പെടുത്തിയത്. അദ്ദേഹം
ചെറുപ്പത്തിൽത്തന്നെ മരിച്ചുപോയെങ്കിലും അദ്ദേഹത്തിന്റെ സമര പങ്കാ
ളിത്തം രണ്ടാമത്തെ മകനായ സാൽകുവിനെ സ്വാധീനിക്കുകയും 25-ാം
വയസ്സിൽത്തന്നെ പാർട്ടിയിൽ അംഗമാവുകയും ചെയ്തു. തൊട്ടടുത്ത ഗ്രാമ
ത്തിൽ നിന്ന് ഒരു യുവതിയെ വിവാഹം ചെയ്തുവെങ്കിലും അത് പരാജ
യപ്പെട്ടതിനെത്തുടർന്ന് ഇപ്പോൾ ഒറ്റയ്ക്ക് താമസിച്ചുവരികയാണ്.
സാൽകു തന്റെ കൂടുതൽ സമയവും ചെലവഴിക്കുന്നത് ആദിവാസി മേഘ
ലയിലും ധരംപൂർ പാർട്ടി ഓഫീസിലുമാണ്. ഗവൺമെന്റ് പദ്ധതികൾക്ക്
കീഴിൽ തന്റെ ഗ്രാമത്തിലുള്ള ഭവനരഹിതർക്ക് വീട് കിട്ടാൻ സഹായി
ക്കുന്നത് അദ്ദേഹമാണ്. ഗ്രാമത്തിലെ ജലക്ഷാമം തീർക്കുന്നതിനുള്ള
പ്രവർത്തനം നടത്തിയതും അദ്ദേഹമാണ്. അദ്ദേഹം പാർട്ടി പ്രവർത്തന
ത്തിൽ മുഴുകിയപ്പോൾ രണ്ടു സഹോദരന്മാർ, മൂത്തയാളായ ഫഗുവും
ഇളയ ആളായ കർമുവും 7 ബീഘ വരുന്ന അവരുടെ കൃഷിസ്ഥലം
നോക്കിനടത്തി.

ബക്കൻ സെന്നിന്റെ മരണാനന്തരം അദ്ദേഹത്തിന്റെ വിധവയും സാൽകുവിന്റെ അമ്മയുമായ ചിന്താമണിയാണ് വീട് നോക്കിനടത്തുന്നത്. ഇടതുമുന്നണി ഭരണത്തിന് മുമ്പത്തെ വറുതിക്കാലം അവർ കണ്ടിട്ടുണ്ട്. മൊത്തം കുടുംബവും ദിവസങ്ങളിൽ ഒന്നു നേരമാണ് ഭക്ഷണം കഴിച്ചിരുന്നത്. വേവിച്ച ധാന്യമോ ഒരു കപ്പ് കഞ്ഞിയോ ആണ് മൂന്ന് ആൺമക്കൾക്കും മൂന്ന് പെൺമക്കൾക്കും അവർ നല്കിയിരുന്നത്. ഇപ്പോൾ 3 പെൺമക്കളെയും വിവാഹം ചെയ്ത് അയക്കുകയയും ആൺമക്കൾ വീടുനോക്കുകയും ചെയ്തു തുടങ്ങിയപ്പോൾ 75 വയസ്സുകാരിയായ ചിന്താമണി കരുതിയത് അവരുടെ ജീവിതത്തിന്റെ കഠിനമായ ദിനങ്ങൾ അവസാനിച്ചുവെന്നാണ്.

2009 ജൂൺ 7 ന് ഗ്രാമം മുഴുവൻ ആദിവാസികളുടെ ഉത്സവം ആഘോഷിക്കുകയായിരുന്നു. സാൽകുവാണ് അത് സംഘടിപ്പിക്കുന്നതിന്റെ നേതൃത്വത്തിൽ പ്രവർത്തിച്ചിരുന്നത്. മൊത്തം കുടുംബാംഗങ്ങളും സഹോദരന്മാരും ഭാര്യമാരും മക്കളും സഹോദരിമാരും ഭർത്താക്കന്മാരും മക്കളു മൊക്കെ ഗ്രാമത്തിൽ എത്തിയിരുന്നു. ഹരിയ എന്ന പ്രാദേശികമദ്യം വ്യാപകമായിത്തന്നെ വിളമ്പിയിരുന്നു.

അടുത്ത ദിവസം ജൂൺ 6ന് ഉച്ചതിരിഞ്ഞു കർമു വീട്ടിലേക്കു ഭക്ഷണം കഴിക്കുന്നതിനായി വന്നു. ചിന്താമണിയും വീട്ടിൽ ഉണ്ടായിരുന്നു. ആ സമയം യാതൊരു മുന്നറിയിപ്പുമില്ലാതെ ഒരു കൂട്ടം മാവോയിസ്റ്റുകൾ സാൽകുവിനെ അന്വേഷിച്ച് വീട്ടിലേക്ക് അതിക്രമിച്ചു കയറി. അവർ അപരിചിതരായിരുന്നതിനാൽ കർമുവാണ് സാൽകു എന്നവർ കരുതി. താൻ സാൽകുവല്ലെന്ന് പറഞ്ഞ് എതിർത്തപ്പോൾ അവർ കർമു വിനെ ബന്ദിയാക്കി. നീ ഞങ്ങളെ സാൽകുവിന്റെ അടുത്തേക്ക് കൊണ്ടു പോകണം അല്ലെങ്കിൽ നിന്നെ കൊല്ലും എന്നായി ഭീഷണി. അവർ തോക്കിൻ മുനയിൽ നിർത്തി അവനെ പുറത്തേക്ക് വലിച്ചിഴച്ചു. സാൽകു വിനെ അന്വേഷിച്ച് മാവോയിസ്റ്റുകൾ ഗ്രാമത്തിലെത്തിയിരിക്കുന്നു എന്ന വാർത്ത ഗ്രാമത്തിലാകെ കാട്ടുതീ പോലെ പടർന്നു. കുറച്ചുസമയം മുമ്പുവരെ ഉയർന്ന ആഹ്ലാദഘോഷശബ്ദങ്ങൾ കെട്ടടങ്ങുകയും ഭയ ത്തിൽനിന്നും ഭീകരതയിൽനിന്നും ഉയർന്ന നിശ്ശബ്ദത എങ്ങും പരക്കു കയുംചെയ്തു. ഈ വാർത്ത കേട്ടപ്പോൾ സാൽകു സുരക്ഷിതമായ അക ലത്തിലായിരുന്നു. അയാൾ ഉടൻതന്നെ തിരിച്ചുവരികയും സ്വന്തം സഹോ ദരനെ സംരക്ഷിക്കുന്നതിനായി സ്വയം സമർപ്പിക്കുകയും ചെയ്തു.

തന്റെ വയസ്സിനേക്കാൾ പ്രായം തോന്നിക്കുന്ന ചിന്താമണി ക്ഷീണി തമായ ശബ്ദത്തിൽ ഓർത്തെടുക്കുന്നു:

"അവർ വരുമ്പോൾ ഞാൻ വീട്ടിലുണ്ടായിരുന്നു. കർമു ഊണുകഴി ക്കുകയായിരുന്നു. ഒരു കൂട്ടം ആളുകൾ വീടിനകത്ത് കയറിവരുന്നത്. ഞാൻ കണ്ടു. എന്താണ് സംഭവിക്കുന്നതെന്ന് എനിക്ക് മനസ്സിലായില്ല. പിന്നീട് ഞാൻ അറിഞ്ഞത് അവർ കർമുവിനെ വലിച്ചിഴച്ചുകൊണ്ടു പോകു

നതായാണ്. അവനോട് സാൽകുവിനെപ്പറ്റി അന്വേഷിക്കുന്നത് ഞാൻ കേട്ടു. തീവ്രമായ ഉൽക്കണ്ഠയും ഭയവും എന്റെ ഹൃദയത്തിൽ ഉറഞ്ഞു കൂടി. എനിക്ക് മനസ്സിലായി എന്റെ ഒരു മകൻ നഷ്ടമായി, പക്ഷേ, ആരെ യാണവർ കൊല്ലുക എന്നറിയില്ലയിരുന്നു."

ആഘോഷങ്ങളൊക്കെ ഇടയ്ക്കു വച്ച് നിലച്ചുപോയി. എല്ലാവരും പിരിഞ്ഞുപോയി. സാൽകുവിന്റെ കുടുംബാംഗങ്ങളെല്ലാം വീട്ടിലേക്കെ ത്തിച്ചേർന്നു. കർമു തിരിച്ചുവരികയും സാൽകു സ്വയം പിടികൊടുത്ത തായി പറയുകയും ചെയ്തു. സാൽകുവിന്റെ മൂത്ത സഹോദരനായ ഫഗു പറയുന്നു:

"കർമു തീർത്തും തകർന്നുപോയിരുന്നു. അവൻ പറയുന്നു. സാൽകുവിന് വേണമെങ്കിൽ രക്ഷപ്പെടാമായിരുന്നു. എന്നാൽ അവർ മുന്നോട്ടുവ ന്നു പറഞ്ഞു: "ഞാനാണ് സാൽകു. എന്റെ സഹോദരനെ വിട്ടയക്കൂ." എനിക്ക് ഭയമായി. സാൽകുവിനെ വിട്ടയക്കാൻ ഞാൻ അവ രോട് യാചിച്ചു എന്നാൽ അവർ അവനെ പിടിച്ചുകൊണ്ടുപോയി. കുറേ നേരം കഴിഞ്ഞ് ഒരു അയൽക്കാരൻ വീട്ടിൽ വന്നു. റോഡിൽ ഒരു ശവശ രീരം കിടക്കുന്നുണ്ട്. കണ്ടാൽ സാൽകുവാണെന്ന് തോന്നും. ഞാനും സഹോദരൻ കർമുവും മറ്റു രണ്ടുപേരും കൂടെ ഗ്രാമത്തിന് പുറത്തേക്ക് അവനെയും അന്വേഷിച്ചുപോയി. ഞാൻ കൊണ്ടുപോയിരുന്ന ടോർച്ചിന്റെ വെളിച്ചത്തിൽ ഞാൻ എന്റെ സഹോദരന്റെ മൃതശരീരം കണ്ടു. അവൻ രക്തത്തിൽ കുളിച്ചിരുന്നു. അവന്റെ കഴുത്ത് മുറിച്ചിരുന്നു. ഞങ്ങൾ പാർട്ടി സഖാക്കളുമായി ബന്ധപ്പെട്ടു. അവർ വന്ന് മൃതശരീരം പോസ്റ്റ്മോർട്ട ത്തിനായി കൊണ്ടുപോയി. അടുത്ത ദിവസം പോസ്റ്റ് മോർട്ടം പൂർത്തി യായതിന് ശേഷം ഞങ്ങൾ സാൽകുവിന്റെ ശരീരവുമായി പാർട്ടി ഓഫീസ് വഴിവന്നു. അപ്പോൾ ഞങ്ങൾക്കു മനസ്സിലായി എല്ലാം മാറിയി രിക്കുന്നു. മാവോയിസ്റ്റുകൾ പിടിച്ചെടുത്തിരിക്കുന്നു."

ധരംപൂർ വളഞ്ഞുവയ്ക്കപ്പെട്ടിരിക്കുകയാണ്. അവിടെ പാർട്ടി ഓഫീ സിൽ സമീപം നിരന്തരമായി വെടിവയ്പും ബോംബു പൊട്ടിക്കലും നട ന്നുകൊണ്ടിരിക്കുന്നു. റോഡുകൾ തടഞ്ഞുവച്ചിരിക്കുകയാണ്. സാൽകു വിന്റെ വിലാപയാത്ര ആക്രമിക്കപ്പെട്ടു. ഭീകരമായ ആ കാഴ്ചയെക്കു റിച്ച് ഫഗു പൊട്ടിത്തെറിച്ചു.

"ഞങ്ങൾക്ക് സുരക്ഷിതമായ ഒരു വഴി പോലും തന്നില്ല. ഓഫീസി നടുത്തെത്തിയപ്പോൾതന്നെ ഞങ്ങൾ ആക്രമിക്കപ്പെട്ടു. ഓഫീസിന് പുറത്ത് സാൽകുവിന്റെ മൃതശരീരം ഉപേക്ഷിക്കുകയല്ലാതെ ഞങ്ങൾക്ക് മറ്റൊരു മാർഗ്ഗവുമുണ്ടായിരുന്നില്ല. ഒരു വിധം ഞങ്ങൾക്കെതിരായി നടന്ന വെടിവയ്പിൽ നിന്ന് ഞങ്ങൾ രക്ഷപ്പെട്ടു. ചുറ്റുപാടുമുള്ള പ്രദേശങ്ങ ളിൽത്തന്നെ തക്കംകിട്ടിയാൽ സഹോദരന്റെ മൃതദേഹവുമെടുത്തു കൊണ്ടു പോകുന്നതിനായി ഞങ്ങൾ കാത്തിരുന്നെങ്കിലും ഫലമുണ്ടായില്ല. നിഷ്ഫ ലമായ കാത്തിരുപ്പിന് ശേഷം കണ്ണീരോടെ ഞങ്ങൾക്ക് അവനെ വിട്ടു പോരേണ്ടതായി വന്നു.

"അന്തിമമായി സ്വന്തം മകനെ ഒരു നോക്കുകാണുവാൻ പോലും എന്റെ അമ്മയെ അവർ അനുവദിച്ചില്ല. ഞങ്ങൾ തകർന്നു തരിപ്പണമായി. സാൽകു രോഗം വന്നു മരിച്ചിരുന്നെങ്കിൽ ഞങ്ങൾക്ക് അവന്റെ അന്ത്യം അനിവാര്യമാണെന്ന് കരുതാമായിരുന്നു. എന്നാൽ ഇത് അങ്ങനെയല്ല. ദയാലുവായ എന്റെ സഹോദരൻ എന്ത് തെറ്റാണ് ചെയ്തത്. അവൻ ജനങ്ങൾക്ക് വേണ്ടി പ്രവർത്തിച്ചു. അവൻ ചെങ്കൊടി സ്വന്തം ഹൃദയത്തോട് ചേർത്തുപിടിച്ചു. അത് മാത്രമാണ് അവൻ ചെയ്തകുറ്റം.

"അഞ്ചു ദിവസത്തോളം മാവോയിസ്റ്റുകൾ ആ പ്രദേശമാകെ വളഞ്ഞുവച്ചു. സാൽകുവിന്റെ മൃതശരീരം അവർ ഒരു ട്രോഫി പോലെയാണ് കൈകാര്യം ചെയ്തത്. ഒരാളെയും അതിനടുത്തുപോകാൻ അനുവനദിച്ചില്ല. അവരുടെ ക്രൂരതയുടെ ഒരു പൊതുപ്രദർശനവും ഒപ്പം അവരെ എതിർക്കുന്നവരെ കാത്തിരിക്കുന്ന വിധി ഇതായിരിക്കുമെന്ന് കാണിക്കലുമായിരുന്നു നടന്നത്. 2009 ജൂൺ 11 നും 14 നും ഇടയിൽ ധരംപൂർ പ്രദേശത്ത് 11 സഖാക്കൾ കൂടെ കൊലചെയ്യപ്പെട്ടു. സാൽകുവിന്റെ മൃത ശരീരം കണ്ടെത്താനായില്ല. മാവോയിസ്റ്റുകൾ അതെവിടെയോ നശിപ്പിച്ചു."

ചിന്താമണി വിലപിക്കുന്നു. "ആ ദിനങ്ങൾ എന്റെ മനസ്സിൽ നിന്നൊഴിവാക്കാനാണ് ഞാൻ ശ്രമിക്കുന്നത്. അല്ലെങ്കിൽ എനിക്ക് ഭ്രാന്ത് പിടിക്കും. ഞാനിപ്പോൾ വൃദ്ധയും അവശയുമാണ്. എനിക്ക് കുറഞ്ഞ ശക്തി മാത്രമേയുള്ളൂ. 2011 ൽ എനിക്ക് എന്റെ മകന്റെ ഓർമ്മക്കായി എന്തെങ്കിലും ചെയ്യണമെന്ന് തോന്നി. അതിനാൽ നടക്കുന്ന തിരഞ്ഞെടുപ്പിൽ പാർട്ടി സ്ഥാനാർത്ഥിക്കു വേണ്ടിയുള്ള പ്രകടനങ്ങളിലും യോഗങ്ങളിലുമൊക്കെ ചെങ്കൊടിയുമേന്തി ഞാൻ പങ്കെടുത്തു. എന്നാൽ എനിക്കിപ്പോൾ ചുറ്റി നടക്കാനാവില്ല." ഫഗു കൂട്ടിച്ചേർക്കുന്നു." സാൽകു ചെങ്കൊടിക്കു വേണ്ടിയാണ് മരിച്ചത്; ഞങ്ങൾ അത് കൈവെടിയില്ല."

2011 ലെ നിയമസഭാ തിരഞ്ഞെടുപ്പിൽ സി പി ഐ (എം) ക്കാർക്കെതിരായി നടത്തിയ അതിക്രമങ്ങളുടെ ഫലം കൊയ്തു. അവരുടെ സഖ്യം ജില്ലയിലെ ഭൂരിപക്ഷം സീറ്റുകളിലും 'വിജയിച്ചു,' സീറ്റ് 'പിടിച്ചെടുത്തു' എന്ന് പറയുകയാവും കൂടുതൽ ശരി. പശ്ചിമമേദിനിപ്പൂർ ജില്ലയിൽ 152 സഖാക്കളാണ് രക്തസാക്ഷികളായത്. അതിൽ 37 പേർ സാൽകു സോറനെപ്പോലുള്ള ആദിവാസികളായിരുന്നു.

2013 ഓടെ ടി എം സി– മാവോയിസ്റ്റ് സഖ്യത്തിന്റെ സ്വഭാവത്തിൽ മാറ്റം വന്നു. മാവോയിസ്റ്റു കൊലപാതകസ്ക്വാഡുകളിൽപ്പെട്ട നേതാക്കളും അംഗങ്ങളുമൊക്കെ 'മുഖ്യധാരയിൽ' വരിക എന്നതിനൊരു പുതിയ നിർവ്വചനം നല്കിക്കൊണ്ട് ടി എം സിയിൽ ചേർന്നു. ഒരു ബൂർഷ്വാ പാർട്ടിയുടെ സായുധ ഗാങ്ങുകളായി കമ്യൂണിസ്റ്റുകാരെ ഇല്ലാതാക്കുന്നതിനായി പ്രവർത്തിക്കുകയും പിന്നീട് ഭരണനേട്ടം കൊയ്യുന്നതിനായി ആ പാർട്ടിയിൽ ചേരുകയും ചെയ്യലാണ് നടന്നത്. 2012 ലെ പഞ്ചായത്ത് തിരഞ്ഞെടുപ്പിൽ ടി എം സിയിൽ ചേർന്ന മാവോയിസ്റ്റു

കൾക്കൊക്കെ തിരഞ്ഞെടുപ്പിൽ മത്സരിക്കുന്നതിനും വിജയിക്കുന്നതിനും കഴിഞ്ഞു. ഇതും പോരാഞ്ഞ് അവരുടെ പേരിലുള്ള കേസുകളൊക്കെ പിൻവലിക്കുകയും ചെയ്തു. 2008 ൽ ബുദ്ധദേവ് ഭട്ടാചാര്യയെ ആക്രമിച്ച മാവോയിസ്റ്റ് നേതാക്കൾക്ക് ഒളിവിടം നല്കിയെന്നതിന് കുറ്റം ചാർത്തപ്പെട്ടവരാണ് ലാൽഗാർഹ്. ഇപ്പോഴത്തെ ജില്ലാപഞ്ചായത്ത് അംഗമായ ഖമാനന്ദ മഹാതോ. കൊലപാതകങ്ങളിൽ പങ്കാളിയായതായി അറിയപ്പെടുന്ന മാവോയിസ്റ്റ് നേതാവിന്റെ ഭാര്യയാണ്. ഇപ്പോഴത്തെ ബിൻപൂരിലെ അംഗമായ തുളി റാണിമഹാതോ. മറുവശത്താവട്ടെ ധരംപൂരിലെ സി പി ഐ (എം)ന്റെ 20 പ്രാദേശിക നേതാക്കൾ അറസ്റ്റ് ചെയ്യപ്പെട്ട് ജയിലിൽ കഴിയുന്ന വരികയാണ്.

തകർക്കപ്പെട്ടിരുന്ന ആപ്പീസ് ഇന്ന് നിരവധി പ്രവർത്തനങ്ങളുടെ കേന്ദ്രമായി മാറിയിരിക്കുന്നു. 2009 ൽ ഒരു ഭാഗം കത്തിച്ചിട്ടുമുണ്ടായിരുന്നു. ഒരു ഫോട്ടോഗ്രാഫറുടെ ക്യാമറ ആപ്പീസിന്റെ ജനാലകളിലൂടെ ജ്വാലകൾ ഉയർന്നുവരുന്നത്. പിടിച്ചെടുത്തിട്ടുണ്ട്. മറ്റൊന്നിൽ സാൽകുവിന്റെ ശരീരം പുറത്തു കിടക്കുന്ന ഒരു കട്ടിലിൽ കിടത്തിയിരിക്കുന്നതിന്റെ ഭയാനകമായ ചിത്രവുമുണ്ട്. രണ്ടുവർഷത്തിലേറെക്കാലം ആപ്പീസ് അടഞ്ഞുകിടക്കുകയായിരുന്നു. ഇപ്പോൾ ഈ പ്രദേശം മുഴുവൻ മാവോയിസ്റ്റ്– ടി എം സി സഖ്യത്തിന്റെ നിയന്ത്രണത്തിൻകീഴിലാണ്.

അതുകൊണ്ടുതന്നെ ആപ്പീസിന് ചുറ്റുമുള്ള ഇന്നത്തെ സ്ഥിതിഗതിയിലെ മാറ്റം ഒരു നിസ്സാര സംഭവമല്ല. ഏറെ ദുഷ്കരമായ പരിതഃസ്ഥിതിയിലെ തൊട്ടടുത്തുനിന്നുള്ള ഗ്രാമങ്ങളിൽനിന്നടക്കം സംഭാവന വാങ്ങി ഓഫീസ് പുതുക്കിപ്പണിതു. ഈ പ്രദേശത്ത് ഏറ്റവും താഴെതലത്തിൽ പ്രവർത്തിക്കുന്ന സഖാക്കളുടെ ധീരതയുടെയും ഇച്ഛാശക്തിയുടെയും ഒരു പ്രതീകമാണത്. സാവധാനത്തിലാണെങ്കിലും തീർച്ചയായും അവർ ഏതാനും വർഷങ്ങളായി ദുർബലമായ ജനങ്ങളുമായുള്ള ബന്ധം പുനഃസ്ഥാപിക്കും. ഏതാനും ആഴ്ചകൾക്കു മുമ്പ് പാർട്ടി ലോക്കൽ കമ്മിറ്റി ഒരു രക്തദാനക്യാമ്പ് സംഘടിപ്പിക്കുകയും അതിൽ 40 പേർ അവരുടെ രക്തം ദാനം ചെയ്യുകയും ചെയ്തു. സാൽകുവിന്റെ ഗ്രാമത്തി നടുത്തുള്ള ഒരു ഗ്രാമത്തിൽ ചെങ്കൊടി എം എൻ ആർ ഇ ജി എ തൊഴിലാളികളെ അഴിമതിമൂലം അവർക്ക് കൂലികൊടുക്കാതെ വരുന്നതിനെതിരായി സംഘടിപ്പിച്ചുകൊണ്ടിരിക്കുകയാണ്. ടി എം സി നയിക്കുന്ന ചില ഗ്രാമപഞ്ചായത്തുകൾ വെള്ളം നല്കുന്നതിനായി പണം വാങ്ങുന്നുണ്ടെങ്കിലും ജലവിതരണം നടക്കുന്നില്ല. ജനം പ്രതിഷേധിക്കുന്നുണ്ട്. ജനകീയ പ്രസ്ഥാനങ്ങളിലൂടെ ഒരിക്കൽ കൂടെ പാർട്ടി സ്ഥാപിക്കപ്പെടുകയാണ്.

എന്നാൽ ഉത്തർ മഹാത്തേ പറയുന്നു: "സാധാരണ പ്രവർത്തനങ്ങളിലേക്ക് പാർട്ടി എത്തിച്ചേരുക എന്നത് എളുപ്പമല്ല. ജനങ്ങൾ നമ്മുടെ ജാഥയിൽ അണിനിരക്കാൻ വരുന്നതോടെ തന്നെ ഭീഷണികളും മറ്റു

ഭയപ്പെടുത്തലുകളും ആരംഭിക്കുന്നു. എന്നാൽ എന്ത് വില കൊടുക്കേണ്ടി വന്നാലും നമ്മൾ പ്രവർത്തിക്കുക തന്നെ ചെയ്യും." അദ്ദേഹത്തിന്റെ ഈ പ്രതിജ്ഞയിൽ പ്രതിഫലിക്കുന്നത് 2008 ജൂണിൽ ആ ഭീകരദിനത്തിൽ ധീരനായ സാൽകു സൊറൻ തന്റെ കൊലയാളികളോട് പറഞ്ഞ ആ വാക്കുകളാണ്: "ഞാനാണ് സാൽകു."

സാൽകു സൊറൻ സിന്ദാബാദ്!

പശ്ചിമബംഗാളിലെ വിദ്യാർത്ഥികൾ
ജനാധിപത്യാവകാശങ്ങൾക്ക് വേണ്ടി പോരാടുന്നു

അനീതിക്കും ഏകാധിപത്യ വാഴ്ചയ്ക്കുമെതിരായ ആവേശകര മായ വിദ്യാർത്ഥി പ്രതിരോധത്തിന്റെ ഒരു പാരമ്പര്യം ബംഗാളിനുണ്ട്. ക്രിമിനൽവല്ക്കരിക്കപ്പെട്ട രാഷ്ട്രീയത്തിന്റെയും ജനാധിപത്യ വിരുദ്ധ പ്രവർത്തനങ്ങളുടെയും ആധിപത്യംമൂലം ഇന്നത്തെ തൃണമൂൽ കോൺഗ്രസ് ഭരണത്തിൻ കീഴിൽ വിദ്യാഭ്യാസ സ്ഥാപനങ്ങൾക്ക് ഗുരു തരവും ദോഷകരവുമായ പ്രത്യാഘാതങ്ങൾ ഉണ്ടായിരിക്കുന്നു.

2013 ന്റെ തുടക്കത്തിൽ അപ്രതീക്ഷിതമായ ഒരു നിലപാടിലൂടെ ടി എം സി ഗവൺമെന്റ് ഏകപക്ഷീയമായി വിദ്യാർത്ഥി യൂണിയൻ തിര ഞ്ഞെടുപ്പുകൾ നിർത്തിവച്ചു. ഇത് സംസ്ഥാനമെമ്പാടും വ്യാപകമായ പ്രതിഷേധമുയർത്തുകയും അതിൽ എസ് എഫ് ഐ വളരെ നിർണ്ണായ കമായ ഒരുപങ്ക് നിർവ്വഹിക്കുകയും ചെയ്തു. 2013 ഏപ്രിൽ 2 ന് ക്യാമ്പ സിൽ ജനാധിപത്യം പുനഃസ്ഥാപിക്കുന്നതിന് വേണ്ടി നടത്തിയ പോരാ ട്ടത്തിലാണ് 23 വയസ്സ് മാത്രം പ്രായമുള്ള ഒരു വിദ്യാർത്ഥിയായ സുധീപ്തോ ഗുപ്ത ഒരു രക്തസാക്ഷിയായത്. ഈ രക്തസാക്ഷിത്വത്തെ 'ഒരു കൊച്ചു കാര്യ'മായി തള്ളിക്കളഞ്ഞുകൊണ്ട് മാപ്പർഹിക്കാത്ത ഒരു പ്രസ്താവനയാണ് ബംഗാൾ മുഖ്യമന്ത്രിയുടെ ഭാഗത്തു നിന്നുണ്ടായത്. പ്രിയങ്കരനായ ഈ വിദ്യാർത്ഥി നേതാവിന്റെ ക്രൂരമായ കസ്റ്റഡി കൊല പാതകത്തിനും മുഖ്യമന്ത്രിയുടെ കഠോരമായ ഈ പ്രതികരണത്തിനു മെതിരെ പശ്ചിമ ബംഗാളിലൊന്നടങ്കം ശക്തമായ രോഷവും പ്രതിഷേ ധവും ഉയർന്നുവന്നു. സുധീപ്തോയ്ക്ക് നിരവധി സുഹൃത്തുക്കളും സഖാ ക്കളുമുണ്ടായിരുന്നു. ഇവിടെ അവരിൽ ചിലർ അദ്ദേഹത്തോടൊപ്പമുണ്ടാ യിരുന്നു. അവരുടെ അനുഭവവും അദ്ദേഹത്തിന്റെ വിധി നിർണ്ണായക മായ അവസാന ദിനങ്ങളും ഓർത്തെടുക്കുന്നു.

ഒരു വർഷത്തിന് ശേഷം വിദ്യാർത്ഥി യൂണിയൻ തിരഞ്ഞെടുപ്പു കൾ നിരോധിക്കുന്ന തീരുമാനം പിൻവലിക്കുവാൻ ഗവൺമെന്റ് നിർബ്ബ ന്ധിതമായി. തങ്ങളുടെ യൂണിയനും പ്രതിനിധിക്കും വോട്ടുചെയ്യാനുള്ള വിദ്യാർത്ഥികളുടെ അവകാശം അന്ന് സാങ്കേതികമായി അംഗീകരിച്ചെ ങ്കിലും ഫലത്തിൽ ടി എം സി ഭരണത്തെ എതിർക്കുന്നവർക്ക് അവ രുടെ നാമനിർദ്ദേശപത്രിക സമർപ്പിക്കൽ പോലും അസാദ്ധ്യമായ സ്ഥിതി യാണ്. അവർക്ക് തിരഞ്ഞെടുപ്പിൽ പ്രചാരണം നടത്താനുള്ള അവകാശം മാത്രമേയുള്ളൂ. 360 ഓളം വരുന്ന വിദ്യാർത്ഥി സ്ഥാനാർത്ഥികളോ പ്രചാ രകരോ മർദ്ദനത്തിനിരയായവുകയും അതിൽ 60 പേർക്കെങ്കിലും ഗുരുതര മായ പരിക്കേല്ക്കുകയും ചെയ്തു. നൂറുകണക്കിന് പേർക്ക് അവരുടെ നാമനിർദ്ദേശ പത്രിക പിൻവലിക്കേണ്ടതായി വന്നു. ചില കോളേജുക ളിൽ നാമനിർദ്ദേശ പത്രിക കിട്ടുക എന്നതുപോലും ഒരു വെല്ലുവിളിയാ യിരുന്നു. സന്തോഷ് സഹാനി വെല്ലുവിളികളെ നേരിട്ടുകൊണ്ട് നാമനിർദ്ദേ ശപത്രിക ലഭിച്ച ഒരു വിദ്യാർത്ഥിയായിരുന്നു. ടി എം സി ഭരിക്കുന്ന ബംഗാളിൽ ഒരു അടിസ്ഥാന ജനാധിപത്യാവകാശത്തിന് നേരെ നടക്കുന്ന ആക്രമണത്തിന്റെയും അതിനെതിരായ പ്രതിരോധത്തിന്റെയും അനുഭവമാണ് സന്തോഷ് സഹാനിയുടേത്.

സാമൂഹ്യ വിരുദ്ധശക്തികൾ ക്യാമ്പസുകളിൽ കടന്നു കയറുകയും ഭരണകക്ഷിയുമായുള്ള രാഷ്ട്രീയ ബന്ധത്തിലൂടെ അവിടെ അഭിഗമ്യത നേടിയെടുക്കുകയും ചെയ്തതിനാൽ നിരവധി വിദ്യാഭ്യാസ സ്ഥാപന ങ്ങളിൽ തിരഞ്ഞെടുപ്പ് ഒരു പ്രഹസനം മാത്രമായി മാറി. നിരവധി വിദ്യാർത്ഥിനികൾ ലൈംഗികാതിക്രമങ്ങൾക്ക് ഇരയാക്കപ്പെട്ടു. 2013 ഒക്ടോബറിൽ ബർദ്ദാൻ ജില്ലയിലെ രൂപ് നാരായണൻ പൂർ പോളിടെ ക്നിക് കോളേജിൽ ഒരു വിദ്യാർത്ഥിനി വിദ്യാർത്ഥി യൂണിയൻ ആപ്പീ സിൽ വച്ച് കൂട്ടബലാത്സംഗത്തിനിരയാക്കപ്പെട്ടു. ഇത് ഒരു തിരഞ്ഞെടുപ്പും നടക്കാത്ത ഒരു സ്ഥാപനമായിരുന്നു. ഇവിടെ ടി എം സി യൂണിയൻ 'പിടിച്ചെടുക്കുക'യാണുണ്ടായത്. ഇരയായ കുട്ടിയുടെ പിതാവ് പറഞ്ഞത് ഔദ്യോഗികമായി ഒരു പരാതി കൊടുക്കാതിരിക്കുന്നതിന് വേണ്ടി ടി എം സി നേതാക്കൾ തനിക്കുമേൽ സമ്മർദ്ദം ചെലുത്തുന്നുണ്ടെന്നാണ്. എഫ് ഐ ആറിൽ പേരു വന്ന മൂന്നുപേരിലൊരാൾ വിദ്യാർത്ഥിയൂണിന്റെ ജന റൽ സെക്രട്ടറിയാണ്. അതേ വർഷം ആഗസ്തിൽ ടി എം സി വിദ്യാർത്ഥി നേതാക്കൾക്ക് പണം കൊടുത്തിട്ടും സീറ്റ് കിട്ടാതെ വന്നതിനാൽ ബെ ലിയാഘട്ടയിൽ ഒരു പെൺകുട്ടി ആത്മഹത്യ ചെയ്തത് വ്യക്തമാക്കു ന്നത് അഡ്മിഷൻ പ്രക്രിയയിൽ വർദ്ധിച്ചുവരുന്ന അഴിമതിയാണ്. 2013ൽ ജൂലൈയിൽ -രബീന്ദ്ര ഭാരതി സർവ്വകലാശാലയിൽ ഒരു എം എ വിദ്യാർത്ഥിയെ മുറിക്കകത്ത് പൂട്ടിയിട്ട് മർദ്ദിച്ചു. കാമ്പസിനകത്ത് പ്രവർത്തിക്കുന്ന ടി എം സി ഗ്രൂപ്പുകളിൽ ഒന്നിൽപ്പെട്ട ഏഴുപേരാണ് അറസ്റ്റു ചെയ്യപ്പെട്ടത്. ടി എം സി ഗ്രൂപ്പുകൾ തമ്മിൽ അടിക്കടിയുണ്ടാ കുന്ന ഏറ്റുമുട്ടലുകൾ സാധാരണ വിദ്യാർത്ഥികളുടെ ജീവിതം നരക

തുല്യമാക്കിയിരിക്കുന്നു.

ജാദവ്പൂർ സർവ്വകലാശാല വൈസ് ചാൻസിലർ കാമ്പസിനക ത്തേക്ക് പൊലീസിനെ വിളിക്കുകയും സമാധാനപരമായി നടന്നുവന്ന വിദ്യാർത്ഥി പ്രക്ഷോഭത്തിനെതിരായി ലാത്തിച്ചാർജ്ജ് നടത്തിക്കുകയും ചെയ്തതിനെതിരായി അദ്ധ്യാപകവിദ്യാർത്ഥി സംയുക്ത പ്രസ്ഥാന ത്തിന്റെ നേതൃത്വത്തിൽ ടി എം സി പിന്തുണയ്ക്കുന്ന വൈസ് ചാൻസ ലർക്കെതിരായി നടന്ന ഫെറണ്ടത്തിൽ അദ്ദേഹത്തെ പുറത്താക്കണമെന്ന അഭിപ്രായത്തിന് വൻ ജനപിന്തുണ ലഭിച്ചു. ഇതാണ് പശ്ചിമബംഗാളിന്റെ ജനാധിപത്യ ബോധം. ഇത് നശിപ്പിക്കാനാണ് ടി എം സി ഗവൺമെന്റ് ശ്രമിച്ചുകൊണ്ടിരിക്കുന്നത്.

എസ് എഫ് ഐ നിർണ്ണായകഘടകമായി നിന്നുകൊണ്ട് ജനാധി പത്യ വിദ്യാർത്ഥി പ്രസ്ഥാനത്തിന്റെ നേതൃത്വത്തിൽ വളർന്നുവരുന്ന പ്രതിരോധമാണ് സുധീപ്തോ ഗുപ്തയെ കൊലചെയ്തവരോടുള്ള പശ്ചി മബംഗാളിലെ വിദ്യാർത്ഥികളുടെ ഉത്തരം.

സുധീപ്തോ ഗുപ്ത: പ്രതിരോധത്തിന്റെ ഒരു പ്രതീകം

ഇരുണ്ട നാളുകളിൽ
ഗാനാലാപനങ്ങളുണ്ടാവുമോ?
ഉണ്ടാവും, ഗാനാലാപനങ്ങളുണ്ടാവും
ഇരുണ്ട കാലത്തെക്കുറിച്ചാവും അത്.

-ബർതോൾഡ് ബ്രെഹ്ത്

അന്നും അവർ വൈകിയാണെത്തിയത്. കൊല്ക്കത്തയിലെ എസ് എഫ് ഐ യുടെ ജില്ലാ പ്രസിഡന്റ് ശ്രീജീപ് അവരോടു പറഞ്ഞു.

"സുധീപ്തോ എവിടെയായിരുന്നു നീ? പതിവു പോലെ നീ വൈകി യാണെത്തിയത്. ഇത് സഹിക്കാനാവില്ല. പ്രസംഗങ്ങൾ ആരംഭിച്ചുകഴി ഞ്ഞു." ആ സംഭാഷണം ഓർത്തുകൊണ്ട് ശ്രീജീപ് പറഞ്ഞു: "തന്റെ സ്വാഭാവികമായ നിരുപദ്രവ രീതിയിൽ സുധീപ്തോ അതിന് മറുപടി പറഞ്ഞു. "ഞാൻ വൈകി, പക്ഷേ ഞാൻ വൈകിയതിന്റെ കാരണം കേട്ടാൽ നിനക്ക് സന്തോഷമാവും. ഞാൻ എന്നോടൊപ്പം ഒരു വലിയ വിഭാഗം വിദ്യാർത്ഥികളെയും കൊണ്ടുവന്നിട്ടുണ്ട്. ഞാൻ അവരെയെല്ലാം നിന്റെ അടുത്തു കൊണ്ടുവരാം. നീ അവരെ എണ്ണിനോക്കൂ. എന്നിട്ട് വൈകിയതിന് എന്നെ കുറ്റപ്പെടുത്തിക്കോളൂ."

സുധീപ്തോയോട് സ്നേഹം തോന്നുന്ന പ്രത്യേകതകളിലൊന്ന് അതായിരുന്നു; ആ നർമ്മബോധം. പെട്ടെന്ന് പൊട്ടിച്ചിരിക്കുകയും തമാ ശകൾ പൊട്ടിക്കുകയും ചെയ്യുന്ന അവന്റെ മുഖത്ത് എപ്പോഴും ഒരു പുഞ്ചി രിയുണ്ടാവുമായിരുന്നു. അവൻ കൊല്ലപ്പെട്ടതിന്റെ തലേദിവസം തന്റെ സുഹൃത്തായ തീർത്ഥയെ അവൻ ഏപ്രിൽ ഫൂളാക്കിയിരുന്നു. അവൻ തീർത്ഥയുടെ കൈയിൽ 20 ന്റെ ഒരു കീറ നോട്ടുകൊടുത്തു. "എല്ലാ വർക്കും ഓരോ കൂൾഡ്രിങ്സ് വാങ്ങിത്തായോ" എന്നു പറഞ്ഞു. കോപാ

കുലനായ തീർത്ഥ വെറുംകൈയുമായി കടയിൽ നിന്നിറങ്ങി വരുന്നത് കാണുന്നതിലായിരുന്നു സുധീപ്തോയുടെ സന്തോഷം.

അന്ന്, അവൻ വിദ്യാർത്ഥി പ്രകടനത്തിൽ പങ്കെടുക്കുമ്പോൾ അവൻ തീർത്തും ഉത്സാഹവാനായിരുന്നു. കാമ്പസുകളിൽ നടക്കുന്ന കാര്യങ്ങൾ അവനെ കോപാകുലനായിരുന്നു. പ്രകടനത്തിന്റെ ഭാഗമാകുന്നതിൽ അവന് അഭിമാനമുണ്ടായിരുന്നു. ആ വൻ പ്രകടനത്തിന്റെ മദ്ധ്യഭാഗത്താ യിരുന്ന സുധീപ്തോയുടെ സുഹൃത്തായ രജക്, ആ പ്രകടനത്തിന്റെ മുൻനിരയിൽ ഒരുവലിയ എസ് എഫ് ഐ കൊടിയും പിടിച്ച് നീങ്ങുന്ന സുധീപ്തോയെ കണ്ടിരുന്നു. യുവാക്കളുടെ തലക്കു മീതെ ആ കൊടി ഉയരത്തിൽ വിദ്യാർത്ഥികളുടെ മുദ്രാവാക്യങ്ങൾക്കും പടപ്പാട്ടുകൾക്കും മീതെ ഒഴുകി നീങ്ങി. രജക് പ്രകടനത്തിലൂടെ സുദീപ് തോയുടെ അടു ത്തേക്ക് ഓടി. "സുധീപ്തോ എന്നെ ആ കൊടി പിടിക്കാൻ അനുവദി ക്കൂ." സാധാരണ വഴങ്ങുകയും അനുസരിക്കുകയും ചെയ്യുന്ന സുധീപ് തോ കൊടി വിട്ടുകൊടുക്കാൻ തയ്യാറായില്ല. "ഇല്ല, രജക് ഇന്ന് ഞാനിത് പിടിക്കാൻ പോവുകയാണ്." എന്നിട്ട് ഒന്ന് കണ്ണുചിമ്മി പുഞ്ചിരിച്ചുകൊണ്ട് തമാശ പറഞ്ഞു. "ആദ്യം ഈ കൊടി പിടിക്കാനുള്ള അവകാശം ഉണ്ടാക്ക്."

ആ കൊടി പിടിക്കാൻ ആർക്കും ഉള്ളതിലേറെ അവകാശം സുധീപ്തോ നേടിയെടുത്തിരുന്നു. ഇടതുപക്ഷം രൂക്ഷമായ ആക്രമ ണത്തെ നേരിട്ടുകൊണ്ടിരുന്ന സമയത്താണ് അവൻ വിദ്യാർത്ഥി പ്രസ്ഥാ നത്തിൽ ചേർന്നത്. കൊൽക്കത്തയിലെ ടോളിഗഞ്ചിലെ നേതാജി നഗ റിലെ ഒരു വിദ്യാർത്ഥിയെന്ന നിലയിൽ 2009-10 ൽ വിദ്യാർത്ഥി യൂണി യൻ ജനറൽ സെക്രട്ടറി സ്ഥാനത്തേക്ക് മത്സരിച്ച അവൻ ബഹുഭൂരി പക്ഷത്തോടെ തിരഞ്ഞെടുക്കപ്പെട്ടിരുന്നു. എസ് എഫ് ഐ യെ എതിർക്കു ന്നവരടക്കമുള്ള അവന്റെ സഹപാഠികൾക്ക് അവൻ ഒരു മാതൃകാ ജന റൽ സെക്രട്ടറിയാണെന്ന കാര്യത്തിൽ ഏകാഭിപ്രായമായിരുന്നു. എളു പ്പത്തിൽ അവനെ സമീപിക്കാമെന്നതും വിദ്യാർത്ഥികളുമായി ഇടപെടാ നുള്ള അവന്റെ കഴിവും അവരുടെ പ്രശ്നങ്ങൾ പരിഹരിക്കാനുള്ള കഴി വുമാണ് ഈ അഭിപ്രായത്തിന് കാരണം.

ബെഹാലയിൽ താമസിക്കുന്ന തീർത്ഥ പറയുന്നത് മുമ്പത്തെ കൊല്ലം പൂജ അവധിക്കാലത്ത് അവന് സുധീപ്തോയിൽ നിന്ന് കിട്ടിയ ഒരു ഫോൺ വിളിയെക്കുറിച്ചാണ്. "ഞാൻ നിന്റെ പ്രദേശത്ത് വരുന്നു ണ്ട്. നിന്റെ പ്രദേശത്ത് താമസിക്കുന്ന എന്റെ കോളേജിലെ വിദ്യാർത്ഥി കളെ എനിക്ക് കാണണം. നീ എന്റെ കൂടെ വരണം. നമ്മുടെ സംഘ ടനയായ എസ് എഫ് ഐ കോളേജിൽ അവരുടെ മക്കളെ നോക്കി സംര ക്ഷിക്കുമെന്ന് എനിക്ക് അവരുടെ രക്ഷിതാക്കൾക്ക് ഉറപ്പു കൊടുക്കണം." ആ വർഷം കോളേജിൽ തിരഞ്ഞെടുപ്പുകളൊന്നും നടന്നിരുന്നില്ല. കാമ്പ സിൽ കടക്കുന്നതിൽനിന്ന് മിക്കവാറും എസ് എഫ് ഐ പ്രവർത്തകരും നിരോധനം നേരിട്ടിരുന്നു. വിദ്യാർത്ഥികളെ മർദ്ദിച്ചതിന്റെ നിരവധി കേ

സുകളുണ്ടായിരുന്നു. 2011 ൽ ഒരു സ്ഥാനാർത്ഥിയല്ലാതിരുന്നിട്ടും സുധീപ്തോയാണ് തിരഞ്ഞെടുപ്പ് പ്രചാരണം നയിച്ചത്. നിരവധി കേസുകൾ അവനെതിരെ എടുത്തിരുന്നു. അതിനായി അവന് കോടതിയിൽ ഹാജരാവേണ്ടതുണ്ടായിരുന്നു. എന്നാൽ ഇതെല്ലാം വിദ്യാർത്ഥികളെ സമീപിക്കാൻ പുതിയതും നൂതനവുമായ മാർഗ്ഗങ്ങൾ തേടാൻ അവനെ പ്രാപ്തമാക്കുകയാണുണ്ടായത്. ബെഹാലയിൽ നിരവധി വീടുകളിൽ തീർത്ഥ അവനോടൊപ്പം പോയി. വിദ്യാർത്ഥികളിൽനിന്നും രക്ഷിതാക്കളിൽ നിന്നും ഊഷ്മളമായ സ്വീകരണമാണവന് ലഭിച്ചത്. ഒരു വിദ്യാർത്ഥിക്ക് അഡ്മിഷൻ തെറ്റായവിധം നിഷേധിക്കപ്പെട്ടപ്പോൾ സുധീപ്തോ അവനെ കണ്ടെത്താനായി അവന്റെ മേൽവിലാസം തപ്പിയെടുക്കുകയും ആവശ്യമായ നിയമനടപടി സ്വീകരിച്ച് അവന് അർഹതപ്പെട്ട അഡ്മിഷൻ നേടിക്കൊടുക്കുകയും ചെയ്തു.

കോളേജുകളിൽ നേരിട്ടുള്ള പ്രവേശനം നിരോധിക്കപ്പെട്ടതോടെ വിദ്യാർത്ഥികൾ നിരന്തരം ഒത്തുചേരുന്ന ചായക്കടകളിൽ സുദീപ്തോ സന്ദർശനം നടത്താനാരംഭിച്ചു. അവൻ അവരെ അവിടെവെച്ച് സന്ധിക്കുകയും എസ് എഫ് ഐ യിൽ അംഗമാക്കുകയും ചെയ്തു. ഇപ്പോൾ എസ് എഫ് ഐ ഓഫീസിൽ അന്ന് സുധീപ്തോ പിറകിൽ ഇട്ടിരുന്ന രക്തം പുരണ്ട ബാഗ് സൂക്ഷിച്ചിട്ടുണ്ട്. അതിൽ കണ്ട പേപ്പറുകളിൽ ചിലതിൽ പുതിയ അംഗങ്ങളായി അവൻ ചേർത്തവരുടെ പേരും മേൽവിലാസവുമൊക്കെയാണുണ്ടായിരുന്നത്. അംഗത്വ പ്രചാരണ സമയത്തെ ഒറ്റ സമയ ബന്ധംവയ്ക്കൽ മാത്രമല്ല അവൻ ചെയ്തിരുന്നത്. അവൻ വ്യക്തി പരമായിത്തന്നെ അവരുടെയൊക്കെ വിശദാംശങ്ങൾ സൂക്ഷിക്കുകയും അടിക്കടി അവരെ ബന്ധപ്പെട്ടുകൊണ്ടിരിക്കുകയും ചെയ്യുമായിരുന്നു.

വിദ്യാർത്ഥികൾക്കിടയിൽ പ്രവർത്തിക്കുന്നതിനുള്ള ശേഷിക്കു സമാനമായിത്തന്നെ അവൻ പഠനത്തിലും മിടുക്കുകാണിച്ചിരുന്നു. തന്റെ എല്ലാ ക്ലാസുകളിലും ഹാജരാവുന്ന ഒരു വിദ്യാർത്ഥി നേതാവായിരുന്നു അവൻ. ഇന്നത്തെ വിദ്യാർത്ഥികളിൽ ഒരാളോട് പഠിപ്പിക്കണമെന്നാവശ്യപ്പെട്ടാൽ അതിന് യോഗ്യൻ സുധീപ്തോ മാത്രമാണെന്ന് അദ്ധ്യാപകർ പറയുമായിരുന്നു. വായനയിലും എഴുത്തിലുമുള്ള സുധീപ് തോയുടെ താല്പര്യം തിരിച്ചറിഞ്ഞ എസ് എഫ് ഐ നേതൃത്വം അവനെ ഛത്രസംഗ്രാമിന്റെ പത്രാധിപസമിതിയിൽ ഉൾപ്പെടുത്തി. എസ് എഫ് ഐ എല്ലാ പൂജയ്ക്കും ഒരു പ്രത്യേക പതിപ്പ് ഇറക്കുമായിരുന്നു. 2012 ൽ സുധീപ്തോ പ്രൂഫ് റീഡിങ്ങിനായി രജക്കിനെയും തീർത്ഥയെയും കൂടെ കൂട്ടി. അതിനാൽ നഗരത്തിലെ ചെറുപ്പക്കാരെല്ലാം ആഘോഷത്തിലേർപ്പെട്ടിരുന്ന മഹാലയഹാളിൽ ഈ മൂന്നു ചെറുപ്പക്കാരും രാത്രിമുഴുവൻ നിയോപ്രിന്റ് പ്രസിൽ നിന്ന് എസ് എഫ് ഐ ഓഫീസിലേക്കും തിരിച്ചു പ്രൂഫ് നോക്കാനുള്ള കടലാസുകൾ കൊണ്ടുവരികയും അത് തിരുത്തി തിരിച്ചെത്തിക്കുകയും ചെയ്യുന്ന പണിയിലായിരുന്നു. തന്റെ കടമ നിർവ്വഹിക്കുന്നതിൽ സുധീപ്തോ വളരെ കർക്കശക്കാരനായിരു

സുധീപ്തോ

നെന്ന് രജക് ഓർക്കുന്നു. "അവൻ ആ മനോഭാവത്തി ലായിക്കഴിഞ്ഞാൽ ഒരാളും തമാശപോലും പറയാറില്ലാ യിരുന്നു."

സുധീപ്തോയുടെ സം ഘാടന ശേഷിയും പ്രതിബ ദ്ധതയും കൊണ്ടാണ് 2012 ആഗസ്തിൽ അലിപൂർദ്വ റിൽ നടന്ന എസ് എഫ് ഐ സംസ്ഥാന സമ്മേളനത്തിൽ വച്ച് അവനെ സംസ്ഥാന കമ്മിറ്റിയിലേക്ക് തിരഞ്ഞെടു ത്ത്. മുമ്പ് നടന്ന കൊല്ക്കത്ത സംസ്ഥാന സമ്മേളനത്തിൽ അവൻ

അതിന്റെ ജോയിന്റ് സെക്രട്ടറിയായി തിരഞ്ഞെടുക്കപ്പെട്ടിരുന്നു. പശ്ചിമ ബംഗാളിലെ എസ് എഫ് ഐ യുടെ സംസ്ഥാന സെക്രട്ടറിയായ ദേബ് ജ്യോതി പറയുന്നത് സംഘടനയ്ക്ക് ഏറെ സംഭാവനകൾ ചെയ്യാൻ കഴി വുള്ള ഭാവി വാഗ്ദാനമായിരുന്നു സുധീപ്തോ എന്നാണ്. അവൻ പൊളി ടെക്നിക്— ഐടി ഐ സബ് കമ്മിറ്റിയുടെ കൺവീനർ കൂടെയായിരു ന്നു. നിരവധി ചുമതലകൾ അവനെ കമ്മിറ്റി ഏല്പിച്ചിരുന്നു. കുറഞ്ഞ സമയം കൊണ്ടുതന്നെ അംഗീകരിക്കപ്പെടുന്ന ഒരു നേതാവായി അവൻ വളർന്നു. ദേബ് ജ്യോതി പറയുന്നു: "സുധീപ്തോ പാടുന്നത് ഇഷ്ടമായി രുന്നു. പാടുന്നതിൽ എന്റെ പങ്കാളിയായിരുന്നു അവൻ. അവന് രവീന്ദ്ര സംഗീതവും വിപ്ലവഗാനങ്ങളും ഇഷ്ടമായിരുന്നു. അവന് നിരവധി കഴി വുകൾ ഉണ്ടായിരുന്നു. ആ ചെറിയ പ്രായത്തിൽ തന്നെ ഒരു നേതാ വായി അവൻ അംഗീകരിക്കപ്പെട്ടുകഴിഞ്ഞിരുന്നു. നമുക്കെല്ലാം പഠി ക്കേണ്ട നിരവധി ഗുണഗണങ്ങൾ അവനുണ്ടായിരുന്നു."

ഒരു രാഷ്ട്രീയ ചർച്ചയ്ക്ക് അവൻ ഏത് സമയവും സന്നദ്ധനായിരു ന്നു. രാത്രി എസ് എഫ് ഐ സോണൽ കമ്മിറ്റി ആപ്പീസിൽ നിന്ന് വീട്ടി ലേക്ക് തിരിച്ചു പോകുന്ന വഴി ജാദവ്പൂർ സർവ്വകലാശാല കാമ്പസിന ടുത്തുള്ള 'അദ്ദ' എന്ന അവനിഷ്ടപ്പെട്ട സ്ഥലത്ത് അവൻ ഇറങ്ങുമായിരു ന്നു. തിരിച്ച് വീട്ടിലേക്കുള്ള ട്രയിൻ കയറുന്നതിന് മുമ്പ് മിക്കവാറും രാത്രി കളിൽ അവൻ സ്ഥിരമായി ഒത്തുചേരാറുള്ള ആറോ ഏഴോ പേരിൽ ഒരാളായിരുന്നു ജാദവ്പൂരിലെ ഒരു വിദ്യാർത്ഥിയായ രജക്. അവന്റെ യുവത്വത്തിന്റെ അവസാന മാസത്തിൽ ലെനിന്റെ *ഭരണകൂടവും വിപ്ല വവും* എന്ന ഗ്രന്ഥത്തെക്കുറിച്ച് അവർ ചർച്ച ചെയ്യാനാരംഭിച്ചു. ഒരു ഞായ റാഴ്ച രാത്രിയാണ് ജാദവ്പൂർ മൈതാനത്തു വച്ച് ആ ചർച്ചയാരംഭിച്ച

ത്. അടുത്ത ദിവസം രാത്രിയിലെ സമാഗമസമയത്ത് രജക് സുധീപ്തോക്ക് ലെനിന്റെ പുസ്തകത്തിന്റെ ഒരു പ്രതി നല്കി. അവൻ ഓർക്കുന്നു:

"സുദീപ്തോ തീർത്തും ഒരു രാത്രി പറക്കുന്ന പക്ഷിയായിരുന്നു. അവൻ രാത്രി തന്റെ സുഹൃത്തുക്കളെ ഫോണിൽ വിളിച്ച് ദീർഘസമയം ചർച്ചയിൽ ഏർപ്പെടുമായിരുന്നു. പുസ്തകത്തിന്റെ എത്ര പേജുകൾ വായിച്ചു തീർത്തെന്ന് അവനെന്നോട് പറയുമായിരുന്നു. മരിക്കുന്നതിന്റെ തലേന്ന് അവനെന്നോട് പറഞ്ഞു: 'എനിക്കിനി പത്ത് പേജുകൾ മാത്രമേ വായിക്കാനുള്ളൂ.' അതിനു ശേഷം നമുക്ക് ചർച്ചയാവാം! ഞാനവനോടു പറഞ്ഞു. 'വിവാക്ഷായ്യാമല്ലോ ലെനിൻ ആ പുസ്തകം പൂർത്തീകരിച്ചിട്ടില്ല. യഥാർത്ഥത്തിൽ ലെനിൻ ഉദ്ദേശിച്ചത് ഏഴ് അദ്ധ്യായങ്ങൾ വേണമെന്നായിരുന്നു. എന്നാൽ അവസാനത്തേത് എഴുതാനായില്ല. നീയും ആ പാത സ്വീകരിക്കില്ലെന്ന് ഞാൻ പ്രതീക്ഷിക്കുന്നു; പൂർത്തീകരിക്കാതെ വിടുമെന്ന്. ഞാൻ ആ സംഭാഷണത്തിലേക്ക് തിരിഞ്ഞു നോക്കുമ്പോൾ ആ തമാശയ്ക്ക് മറ്റൊരു അർത്ഥം വന്നുചേർന്നതായി ഞാൻ കാണുന്നു. യഥാർത്ഥത്തിൽ അവനതിന്റെ വായന പൂർത്തീകരിച്ചിരുന്നില്ല..."

എന്നാലത് രാഷ്ട്രീയവും പ്രവർത്തനവും മാത്രമായിരുന്നില്ല. ഈ പുറന്തോടിനകത്ത് അമ്മയുടെ മരണം ഉണ്ടാക്കിയ ദുഃഖം താങ്ങാനാവാത്ത ഒരു ഹൃദയം കൂടെയുണ്ടായിരുന്നു. 2012 ഫെബ്രുവരിയിലാണ് അവന് അവന്റെ അമ്മയെ നഷ്ടമായത്. അമ്മയുടെ നഷ്ടമുണ്ടാക്കിയ ദുഃഖം അവൻ അപൂർവ്വം ചിലരോട് മാത്രമേ പങ്കുവച്ചിരുന്നുള്ളൂ. അതിലൊന്നായിരുന്നു അവന്റെ സുഹൃത്തായ ഡോണ. അവന്റെ രാഷ്ട്രീയപ്രവർത്തനത്തിന് അവനെ സഹായിച്ചിരുന്നത് അവന്റെ അമ്മയായിരുന്നു. അവന്റെ രക്ഷിതാക്കളിരുവരും ഇടതുപക്ഷ അനുഭാവികളായിരുന്നു. എന്നാൽ അവന്റെ പ്രവർത്തനത്തിൽ അമ്മക്ക് വലിയ അഭിമാനമായിരുന്നു. അവർ അവനെ പ്രോത്സാഹിപ്പിച്ചു. ഐല കൊടുങ്കാറ്റ് ആഞ്ഞു വീശി നഷ്ടം വിതച്ചപ്പോൾ സുധീപ്തോ ഒരു സംഘടന രൂപീകരിച്ച് ജനങ്ങളിൽ നിന്ന് ദുരിതാശ്വാസം സ്വീകരിച്ച് ഇരയായവരുടെ വീടുവീടാന്തരം കയറി അത് വിതരണം നടത്തി. അവന്റെ അമ്മ അതിന് അവനെ സഹായിച്ചു. സാമ്പത്തികപ്രശ്നപരിഹാരത്തിനായി സുധീപ്തോ കുട്ടികൾക്ക് ട്യൂഷനെടുത്ത് പണം സമ്പാദിച്ചിരുന്നു. എന്നാൽ ദരിദ്രവിദ്യാർത്ഥികൾക്ക് സൗജന്യമായാണ് ട്യൂഷൻ നല്കിയിരുന്നത്. ഡോണയും അവന്റെ സുഹൃത്തുക്കളും പറയുന്നത് അവന് പണത്തിന് വലിയ ബുദ്ധിമുട്ടായിരുന്നെങ്കിലും ആരോടും പരാതി പറയാറില്ലെന്നാണ്.

അമ്മയുടെ മരണാനന്തരം അവൻ കടുത്ത ഏകാന്തതയിലായിരുന്നു. ദുഃഖം മറക്കാനായി അവൻ കൂടുതൽ നേരം സംഘടനാ പ്രവർത്തനത്തിൽ ഏർപ്പെട്ടുവെന്നാണ് ഡോണ പറയുന്നത്. അതുകൊണ്ടുതന്നെ കൊല്ലപ്പെടുന്നതിന് ഒരാഴ്ച മുമ്പ് മാർച്ച് 25ന് തനിക്ക് ജീവിതത്തിൽ

'ഇഷ്ടപ്പെട്ട ഒരാളു'ണ്ടെന്ന് പറഞ്ഞപ്പോൾ സുഹൃത്തുക്കൾക്കെല്ലാം ഏറെ സന്തോഷം തോന്നി. ഏപ്രിൽ 2 ന് നടക്കുന്ന പ്രകടനം ആസൂത്രണം ചെയ്യുന്നതിനായി ജാദവ്പൂരിൽ എസ് എഫ് ഐ കൺവൻഷൻ നടന്ന പ്പോഴായിരുന്നു അത്. രജക്കിന് സുധീപ്തോയിൽ നിന്ന് ഒരു എസ് എം എസ് കിട്ടി. "നീയെന്റെ അടുത്തിരിക്കുന്നത് ആരെന്ന് നോക്കുന്നത്, അപ്പോൾ നിനക്കറിയാം എനിക്ക് 'ഇഷ്ടപ്പെട്ട ഒരാൾ' ആരെന്ന്." ആ അവ സാനത്തെ ആഴ്ച അവൻ സന്തോഷവാനായിരുന്നു.

ഏപ്രിൽ 2 ന് അറസ്റ്റുവരിക്കാൻ തയ്യാറാണെന്ന് അവൻ വാഗ്ദാനം ചെയ്തപ്പോൾ അവന്റെ സുഹൃത്തുക്കളും സഖാക്കളുമെല്ലാം അവനൊ പ്പമുണ്ടായിരുന്നു. അവന്റെ പ്രിയപ്പെട്ട പതാക മറ്റൊരു വിദ്യാർത്ഥിക്ക് കൈമാറുന്നത് അവർ കണ്ടു; കാരണം അവൻ കയറിയ വണ്ടിയിൽ അത് പിടിച്ചിരിക്കാൻ ഇടമില്ലായിരുന്നു. "ഈ പതാക സംരക്ഷിക്കണം." അവൻ പറയുന്നത് അവർ കേട്ടു. ഡ്രോണയും അതേ ബസിൽ തന്നെയുണ്ടായിരു ന്നു. ഔദ്യോഗിക ഗാർഡുകൾ ധിക്കാരം കാണിക്കുന്നത് അവൾ കണ്ടു. ഒരാൾ പെൺകുട്ടികളെ പിടിച്ചുതള്ളുകയായിരുന്നു. അവിടെ ഒരു പ്രതി ഷേധമുണ്ടായി. അടുത്തതായി അവൻ കാണുന്നത് അവരുടെ തള്ളലേറ്റ് അവൾ ബസിന് പുറത്തു വീണു കിടക്കുന്നതാണ്. അവൾ നിലവിളിയും അട്ടഹാസങ്ങളും കേട്ടു. സുധീപ്തോയും ചലനരഹിതനായി നിലത്തു വീണു കിടന്നിരുന്നു. അവന്റെ തല തകർന്നിരുന്നു. ഡ്രോണ ഇതിനൊരു ദൃക്സാക്ഷിയായിരുന്നു.

വിദ്യാർത്ഥികൾ ഗതാഗതം സ്തംഭിപ്പിക്കുന്നതുവരെ പൊലീസ് അവനെ ആശുപത്രിയിൽ കൊണ്ടുപോകാൻ തയ്യാറായില്ല. കടന്നുപോയ ഒരു സ്വകാര്യകാറിലാണവനെ ആശുപത്രിയിൽ എത്തിച്ചത്. ആശുപ ത്രിയിൽ തറയിലാണ് അവനെ കിടത്തിയിരുന്നത്. ഉടൻ തന്നെ അവനെ ഐസിയുവിലെത്തിച്ചിരുന്നെങ്കിൽ ആ വിലപ്പെട്ട ജീവിതം നഷ്ടമാകുമാ യിരുന്നില്ല. സുധീപ്തോ അന്തരിച്ചു. അമർഷത്തിലും ആഘാതത്തിലും ബംഗാൾ മുങ്ങിപ്പോയി. ആയിരങ്ങൾ അവന്റെ ശവസംസ്കാരത്തിൽ പങ്കെടുത്തു. നിരവധി കോളേജ് കാമ്പസുകളിൽ ആയിരങ്ങൾ അവന് ആദരാഞ്ജലി അർപ്പിച്ചു. അതൊരു കസ്റ്റഡിമരണമായിട്ടുപോലും ടി എം സി ഗവൺമെന്റ് ഒരു കേസെടുക്കാൻ സമ്മതിച്ചില്ല. അതൊരു അപകട മാണെന്നായിരുന്നു അവരുടെ വാദം. ഇപ്പോൾ കേസ് കോടതിയിലാണ്. എന്നാൽ ഗവൺമെന്റ് സ്വയം പ്രതിരോധത്തിൽ ഉറച്ചു നില്ക്കുകയാണ്.

ബംഗാളിലെ സ്കൂളുകളിലും കോളേജുകളിലും കാമ്പസുകളിലും തുടരുന്ന പോരാട്ടത്തിന്റെ പ്രതീകമാണ് സുധീപ്തോ. അവനെപ്പോലെ നിരവധി യുവാക്കൾ ഭീകരതയെ വെല്ലുവിളിക്കുകയും ഗവൺമെന്റിൽ നിന്ന് ഉത്തരം തേടുകയും ജനാധിപത്യവും വിദ്യാർത്ഥികളുടെ അവകാ ശങ്ങളും തിരിച്ചുകിട്ടുന്നതിനായി പോരാടുകയും ചെയ്യുന്നുണ്ട്. അങ്ങനെ വളർന്നുവരുന്ന പ്രതിരോധസമരങ്ങളിലാണ് സുധീപ്തോ ജീവിക്കുന്നത്.

"സന്തോഷ് സഹാനി: വെള്ളവും ഭക്ഷണവും പോലെ തന്നെ പ്രധാനമാണ് കൊടിയും; എനിക്ക് അതില്ലാതെ ജീവിക്കാനാവില്ല."

22 വയസ്സുകാരനായ സന്തോഷ് സഹാനി സിലിഗുരിയിലെ സൂര്യ സെൻ കോളേജിലെ ഒരു വിദ്യാർത്ഥിയായിരുന്നു. സുധീപ്തോ കൊല്ല പ്പെട്ട പ്രകടനം നടന്ന ദിവസം അവൻ കൊൽക്കത്തയിലായിരുന്നു. സുദീപ് തോയോടൊപ്പം അവനും ആ ബസിൽ ഉണ്ടായിരുന്നു. ബസ് നിർത്തി വിദ്യാർത്ഥികളോട് ഇറങ്ങാൻ ആവശ്യപ്പെട്ടിരുന്ന ഹോം ഗാർഡു കളോടും പൊലീസിനോടും സുധീപ്തോ തർക്കിക്കുന്നത് അവൻ കണ്ടി രുന്നു, പിന്നീട് സുധീപ്തോ നിലത്തുവീണു കിടക്കുന്നതും സഖാക്കൾ അവനെ എടുത്തുകൊണ്ടുപോകുന്നതുമാണ് കണ്ടത്.

സന്തോഷ് ഓർക്കുന്നു: "എല്ലാവർക്കും ആഘാതമേറ്റതുപോലെയാ യി. ചിലർ കരഞ്ഞു; ചിലർ മുദ്രാവാക്യം വിളിച്ചു. എന്നോടൊപ്പമുണ്ടാ യിരുന്ന സിലിഗുരി വിദ്യാർത്ഥികളുടെ സംഘത്തെ എനിക്ക് കണ്ടെത്താ നായില്ല. എല്ലായിടത്തും പൊലീസായിരുന്നു. ഞാൻ നടക്കാനാരംഭിച്ചു. എനിക്ക് കൊല്ക്കത്തയിൽ വഴി അറിയില്ലായിരുന്നു. വഴി ചോദിച്ചാണ് നടന്നത്. സ്റ്റേഷനിലെത്താൻ ഞാൻ നാലഞ്ച് മണിക്കൂറെടുത്തു. എന്റെ മനസ്സിലൂടെ ഒരു കൂട്ടം കാഴ്ചകൾ കടന്നുപൊയ്ക്കൊണ്ടിരുന്നു: സുധീപ് തോ മുദ്രാവാക്യം വിളിക്കുന്നത്, സുധീപ്തോയുടെ കൈകളിൽ ഒരു വലിയ കൊടിയുണ്ടായിരുന്നത്, രക്തത്തിൽ കുളിച്ച് നിലത്തുവീ ണുകിടക്കു ന്നു അവൻ, ഒച്ചവയ് ക്കുകയും കരയുകയുമൊക്കെ ചെയ്യുന്ന നിരവധി ചെറുപ്പക്കാർ. ഒരുവിധം ട്രെയിനിൽ കയറി ഞാൻ വീട്ടിലെത്തി. അതൊക്കെ ഇപ്പോഴുമെന്റെ മനസ്സിൽ മായാതെ കിടപ്പുണ്ട്.

സന്തോഷ് സഹാനി

"സിലിഗുരിയിൽ തിരിച്ചെ ത്തിയ ഞാൻ സുദീപ്തോക്കു വേണ്ടി നടന്നുകൊണ്ടിരുന്ന പ്രതിഷേധ പ്രകടനങ്ങളിലും ജാഥകളിലുമൊക്കെ പങ്കാളിയാ യി. തൃണമൂൽ കോൺഗ്രസിനെ തിരെ എനിക്ക് കടുത്ത രോഷം തോന്നി. ഞാനൊരു പാവപ്പെട്ട കുടുംബത്തിൽനിന്നാണ് വരുന്ന ത്. തെരുവിൽ പച്ചക്കറി വില്ക്കു ന്നയാളാണെന്റെ അച്ഛൻ. ഞാനും

ചിലപ്പോഴദ്ദേഹത്തെ സഹായിക്കാറുണ്ട്. ഞാനൊരു തൊഴിലാളിയും ഒരു വിദ്യാർത്ഥിയുമാണ്. എനിക്ക് ദാരിദ്ര്യത്തിന്റെ മുഖമെന്തെന്ന് ശരിക്കറിയാം. എന്റേതുപോലെ ദരിദ്രമായ ഒരു കുടുംബത്തിൽ നിന്നു വന്നയാളെ കോളേജിൽ ചേരാൻ പ്രാപ്തമാക്കിയത് ഇടതുപക്ഷ മുന്നണിയാണ്. എന്നാൽ ഇന്ന് ടി എം സി ചെയ്യുന്നത് മാപ്പുനല്കാനാവാത്തതാണ്. ഞങ്ങൾ നേടിയതെല്ലാം നശിപ്പിക്കാനാണ് ഇന്നവർ ശ്രമിക്കുന്നത്."

2013 ഏപ്രിൽ 9 ന് ടി എം സി ഭരിക്കുന്ന മുനിസിപ്പാലിറ്റിയിൽ നടക്കുന്ന കൊടിയ അഴിമതിക്കെതിരായി സിലിഗുരിയിൽ ഇടതുമുന്നണി ഒരു വലിയ പ്രതിഷേധ പ്രകടനം നടത്തി. കോർപ്പറേഷൻ അവകാശ പ്പെടുന്നത് ട്രിഫല തെരുവു വിളക്കുകൾക്കും സി സി ടി വി ക്യാമറകൾ സ്ഥാപിക്കുന്നതിനുമായി 200 കോടി രൂപ ചെലവഴിച്ചതായാണ്. എന്നാൽ ഇത് വലിയൊരു തട്ടിപ്പാണെന്ന് പിന്നീട് വ്യക്തമായി. അതേ ദിവസം തന്നെ സുധീപ്തോയുടെ കൊലപാതകത്തിൽ പ്രതിഷേധിച്ച് പശ്ചിമ ബംഗാൾ മുഖ്യമന്ത്രിക്കെതിരായി സി പി ഐ (എം) ഡൽഹിയിൽ നടത്തിയ പ്രതിഷേധത്തിനെതിരായി ടി എം സിയും ഒരു റാലി നടത്തിയിരുന്നു.

ടി എം സി റാലിക്ക് പൊലീസ് അനുമതി നല്കിയത് അതേവഴിയിൽത്തന്നെ മുമ്പ് സി പി ഐ (എം) ന് റാലി നടത്താൻ അനുമതി നല്കിയിട്ടുണ്ടെന്ന് അറിഞ്ഞു കൊണ്ടുതന്നെയായിരുന്നു. സി പി ഐ (എം) പ്രകടനം കഴിഞ്ഞ ഉടനെയാണ് ടി എം സിക്കാർ വന്ന് പാർട്ടി ഓഫീസ് ആക്രമിച്ചത്. അവരിൽ ചിലർ വന്ന് ഫർണിച്ചർ തല്ലിത്തകർത്തു. ഉടൻ തന്നെ പൊലീസ് കടന്നുവന്ന് അവിടെ ഉണ്ടായിരുന്ന സി പി ഐ (എം) നേതാക്കളായ അശോക് ഭട്ടാചാര്യ, ജിബ്രഷ് സർക്കാർ, സമൻ പഥക് മുതൽ 51 പേരെ പൊലീസ് അറസ്റ്റുചെയ്തു. സന്തോഷ് അവരിൽ ഒരാളായിരുന്നു.

അയാൾ പറയുന്നു: "ഞാൻ ഓഫീസിലുണ്ടായിരുന്നു. പൊലീസ് വന്നപ്പോൾ ഞങ്ങൾ മുദ്രാവാക്യം വിളിക്കാനാരംഭിച്ചു. ചില സ്ത്രീസഖാക്കൾ അവിടെയുണ്ടായിരുന്നു. അവരും മുദ്രാവാക്യം വിളിച്ചു. പൊലീസ് എന്നെപ്പിടിച്ച് തല്ലാനാരംഭിച്ചു. ഞാനും മറ്റു നിരവധിപേരും പ്രതിഷേധിച്ചു. എന്നാൽ അവർ ഞങ്ങളെ പൊക്കിയെടുത്ത് സ്റ്റേഷനിൽ കൊണ്ടുപോയി. അന്നു മുതൽ എനിക്ക് നല്ല സുഖമില്ല. എന്റെ സഖാക്കൾ എന്നെ ആശുപത്രിയിൽ കൊണ്ടുപോകുവാൻ നിർബ്ബന്ധിച്ചു. പൊലീസ് അക്ഷരാർത്ഥത്തിൽ എന്നെ വലിച്ചിഴയ്ക്കുകയായിരുന്നു. അവർ എന്നെ വിലങ്ങുവച്ച് കട്ടിലിനോട് ബന്ധിച്ചു. ഞാൻ എതിർത്ത പ്പോൾ അവർ വീണ്ടും എന്നെ അടിച്ചു. രണ്ടു ദിവസം എനിക്ക് യാതൊരു ചികിത്സയും തരാതെ വീണ്ടും അവരെന്നെ ജയിലിലാക്കി."

സന്തോഷും രത്നാ ചെനബെയും അയല്ക്കാരാണ്. ലാൽ ബഹദൂർ ശാസ്ത്രിസ്കൂളിലെ ഒരു മുതിർന്ന അദ്ധ്യാപികയാണ് അവർ. അവർ ഈ സംഭവങ്ങൾക്കെല്ലാം സാക്ഷിയാണ്. അവർ പറയുന്നു: "പശ്ചിമ

126

ബംഗാളിലെ ഗണതാന്ത്രിക് മഹിളാ സമിതിയുടെ സംസ്ഥാന സെക്രട്ട
റിയായ മീനാതി ഘോഷിനെതിരായി നടന്ന ആക്രമണത്തിൽ പ്രതിഷേ
ധിക്കുന്നതിനായി ഓഫീസിൽ നടക്കുന്ന ഒരു യോഗത്തിൽ പങ്കെടുക്കു
കയായിരുന്നു ഞാൻ. ചില്ലുകൾ പൊട്ടുന്നതിന്റെയും കനത്ത കാലടിപ്പാ
ടുകളുടെയും ശബ്ദം ഞങ്ങൾ കേട്ടു. ഞങ്ങൾ ഓടിച്ചെന്നപ്പോൾ പൊലീസ്
കടന്നുവരുന്നതാണ് കണ്ടത്. ഞങ്ങൾ ഉടൻ മുദ്രാവാക്യം വിളിക്കാനാരം
ഭിച്ചു. പൊലീസ് ഞങ്ങളെയെല്ലാം അറസ്റ്റുചെയ്തു. അപ്പോൾ സന്തോ
ഷിനെ തല്ലുന്നത് ഞാൻ കണ്ടു. ഞങ്ങൾ അവനെ സംരക്ഷിക്കുവാൻ
ശ്രമിച്ചെങ്കിലും അവർ ഞങ്ങളെ തള്ളിമാറ്റി. അവൻ ദുർബ്ബലനും അസു
പെണ്ണ്... ... ... എനിക്ക് വിഷമം തോന്നി."

15 ദിവസം സന്തോഷ് ജയിലിലായിരുന്നു. അവൻ പുറത്തു വന്ന
പ്പോൾ, അവനെയും മറ്റുള്ളവരെയും വൻജനക്കൂട്ടമാണ് എതിരേറ്റത്.
സന്തോഷ് തുടർന്നു പറയുന്നു: "അവൻ എന്നെ തല്ലി, ചങ്ങലയ്ക്കിട്ടു.
എന്നാൽ അതെന്നെ കൂടുതൽ കരുത്തനാക്കുകയാണ് ചെയ്തത്. ഞാൻ
സ്വയം കരുതി, ഞാൻ എന്റെ സംഘടനയ്ക്കു വേണ്ടി ഇനിയും കൂടു
തൽ കരുത്തോടെ പ്രവർത്തിക്കും."

"ജൂലൈയിൽ എന്റെ കോളേജിൽ പുതിയ പ്രവേശനം ആരംഭിച്ചു.
പ്രവേശനാർത്ഥികൾക്കു വേണ്ടി എസ് എഫ് ഐ അവിടെയൊരു സഹാ
യകേന്ദ്രം ആരംഭിച്ചു. ഞങ്ങൾ എസ് എഫ് ഐയുടെ ഒരു കൊടി നാട്ടി.
ടി എം സി ഇതിനെ എതിർത്തു. ഭഗത്സിങ്ങിന്റെ ബാഡ്ജ് ധരിച്ച്
വാതിൽക്കൽ തന്നെ നിന്നിരുന്നത് ഞാനായിരുന്നു. സുധീപ്തോക്ക് ഭഗത്
സിങ്ങിനെ ഇഷ്ടമായിരുന്നുവെന്ന് ഞാൻ കേട്ടിട്ടുണ്ട്. അതിനാലാണ് ഞാൻ
അന്ന് ഈ ബാഡ്ജ് ധരിച്ചത്. ടി എം സി എന്റെ ബാഡ്ജ് പറിച്ചെറി
യാൻ ശ്രമിച്ചു. ഞാൻ തിരിച്ചടിച്ചു. അവർ പറഞ്ഞു: "കൊടിയെടുത്ത്
മാറ്റ്." ഞങ്ങൾ സമ്മതിച്ചില്ല. അതിനാൽ അവിടെയൊരു കശപിശയു
ണ്ടായി. ഞങ്ങൾ ഞങ്ങളുടെ പതാക സംരക്ഷിച്ചു. എന്നാൽ എനിക്ക്
നല്ല തല്ലുകിട്ടി.

"ജൂലൈ 10 മുതൽ 15 വരെ ഞാൻ വീണ്ടും ആശുപത്രിയിൽ പ്രവേ
ശിക്കപ്പെട്ടു. പുറത്തുവന്ന ദിവസം തന്നെ ഞാൻ കോളേജിൽ പോയി.
വിദ്യാർത്ഥികൾക്ക് എന്നെ കണ്ടപ്പോൾ സന്തോഷമായി. ഞങ്ങൾ പോര
ടിക്കുന്നത് ഞങ്ങൾക്ക് വേണ്ടിയല്ല. വിദ്യാർത്ഥികൾക്ക് വേണ്ടിയാണ്.
കോളേജ് ഫീസ് 1625 രൂപയിൽ നിന്ന് 2090 രൂപയായി ഉയർത്തി. ഇപ്പോ
ഴത് മൂവ്വായിരത്തോളമാണ്. ഇടതുമുന്നണി ഭരണകാലത്ത് അത് 1425
രൂപ മാത്രമായിരുന്നു. അതിനാൽ വർദ്ധനവ് 100 ശതമാനത്തിലേറെയാ
ണ്. എങ്ങനെയാണ് ദരിദ്രരായ എന്നെപ്പോലുള്ള വിദ്യാർത്ഥികൾക്ക്
കോളേജ് വിദ്യാഭ്യാസം താങ്ങാനാവുക?' മുമ്പ് നിങ്ങളുടെ ഐ ഡി
കാർഡ് നഷ്ടമായാൽ 25 രൂപ കൊടുത്താൽ മതിയായിരുന്നു. ഇപ്പോൾ
അവർ ഈടാക്കുന്നത് 250 രൂപയാണ്. പ്രവേശനകാര്യത്തിൽ കൊടിയ
അഴിമതിയാണിന്ന് നടക്കുന്നത്. 10000 രൂപ കൊടുത്താൽ അർഹതയി

ല്ലെങ്കിലും നിങ്ങൾക്കിന്ന് പ്രവേശനം തരപ്പെടുത്താനാവും. അർഹരായ വിദ്യാർത്ഥികൾക്ക് പണം കൊടുക്കാനാവാത്തതുമൂലം നീതിരഹിതമായി പ്രവേശനം നിഷേധിക്കപ്പെടുന്നു. ഉദാഹരണത്തിന് ഞങ്ങളുടെ കോളേ ജിലെ ചരിത്രവകുപ്പ് നോക്കൂ. 48 സീറ്റാണുള്ളത്. പക്ഷേ 65 പേർക്ക് പ്രവേശനം നല്കിയിട്ടുണ്ട്. അവർക്ക് പണം കൊടുത്തതിനാലാണ് അത് കിട്ടിയത്.

"ടി എം സി തിരഞ്ഞെടുപ്പ് നടന്നില്ല. കാരണം അവർക്കറിയാം വിദ്യാർത്ഥികൾ അവരെ തൂത്തെറിയും എന്നത്. സുധീപ്തോയുടെ ത്യാ ഗവും അതിനെത്തുടർന്ന് ബംഗാളിലാകെ വിദ്യാർത്ഥികൾ നടത്തിയ പ്രക്ഷോഭത്തെയും തുടർന്ന് ഗവൺമെന്റ് തിരഞ്ഞെടുപ്പിന് അനുമതി നല്കി. പക്ഷേ, അത് പേരിനു മാത്രമായിരുന്നു. ഞങ്ങളുടെ കോളേ ജിൽ എന്താണ് നടന്നത്? ഞങ്ങളുടെ നാമനിർദ്ദേശപത്രിക സമർപ്പിക്കാൻ അനുവദിച്ചില്ല. ആകെയുള്ള 55 സീറ്റിലേക്കും ഞങ്ങൾക്ക് സ്ഥാനാർത്ഥി കൾ ഉണ്ടായിരുന്നു. നാമനിർദ്ദേശപത്രിക തയ്യാറായ ദിവസം ടി എം സി കോളേജിലേക്കുള്ള വഴികളെല്ലാം അടച്ചു. ടി എം സിയുടെ ജില്ലാ പ്രസി ഡന്റും ഏതാനും നേതാക്കളും കോളേജിൽ വന്ന് എസ് എഫ് ഐ ക്കാർക്ക് ഒരു നാമനിർദ്ദേശപത്രിക പോലും നല്കില്ലെന്ന് വെല്ലുവിളിച്ചു. പൊലീസ് അവരെ സഹായിച്ചു.

"വെല്ലുവിളി ഏറ്റെടുക്കാൻ ഞങ്ങൾ തീരുമാനിച്ചു. ഞാനും നാല് സ്ഥാനാർത്ഥികളും കൂടെ കോളേജിന്റെ പിറകിൽ പോയി. അവിടെ ഒരു വലിയ തോട് വനത്തിലേക്ക് ഒഴുകിപ്പോകുന്നുണ്ട്. അതിലൂടെ കോളേ ജിലേക്ക് കയറിപ്പോകാൻ വഴിയുണ്ട്. ഞങ്ങൾ ആ തോട്ടിലിറങ്ങി. തുട ക്കത്തിൽ അരയ്ക്കൊപ്പം വെള്ളമുണ്ടായിരുന്നു. പിന്നീട് ഉള്ള ഭാഗം ഉണ ങ്ങിക്കിടക്കുകയായിരുന്നു. ഞങ്ങൾ ആകെ നനഞ്ഞു. ഒരുവിധം ഞങ്ങൾ മറുകരയിലെത്തി. തടസ്സംമാറ്റി കോളേജിലേക്ക് ഓടിക്കയറി. ഞങ്ങൾ ഒപ്പിട്ട് നാമനിർദ്ദേശപത്രിക വാങ്ങി. അപ്പോഴേക്കും ടി എം സി നേതാ വായ ഒരു അദ്ധ്യാപകൻ ഈ വിവരം മറ്റുള്ളവരെ അറിയിച്ചു. അവർ വന്ന് ഞങ്ങളെ തടയാൻ ശ്രമിച്ചെങ്കിലും ഞങ്ങൾക്ക് നാമനിർദ്ദേശപത്രിക അപ്പോഴേക്കും കിട്ടിയിരുന്നു.

"വിദ്യാർത്ഥികളെല്ലാം ഞങ്ങളെ പിന്തുണച്ചു. പത്രികകളുമായി ഞങ്ങൾ പുറത്തെത്തിയപ്പോൾ അവർ കൈയടിക്കുകയും മുദ്രാവാക്യം വിളിക്കുകയും ചെയ്തു. എന്നാൽ പൊലീസെത്തി അവരോട് മാറിപ്പോ കണമെന്ന് മുന്നറിയിപ്പു നല്കി. അവസാനം നാലുപേർ മാത്രം പത്രിക സമർപ്പിച്ചാൽ ഞങ്ങൾക്ക് നാലു സ്ഥാനാർത്ഥികളെ മാത്രമേ നിർത്താ നായുള്ളൂ എന്നാവും പ്രചാരണം; അതിനാൽ മത്സരിക്കേണ്ടതില്ലെന്ന് തീരുമാനിച്ചു. ടി എം സി അങ്ങനെ ഏകകണ്ഠമായി 'ജയിച്ചു,' പക്ഷേ, വിദ്യാർത്ഥികളിൽ ഭൂരിപക്ഷവും അസന്തുഷ്ടരായിരുന്നു.

"ഒക്ടോബർ 28ന് പൂജ അവധിക്കുശേഷം ഞങ്ങളുടെ കോളേജ് തുറന്നു. നിരവധി വിദ്യാർത്ഥികൾ എസ് എഫ് ഐ അംഗങ്ങളായി

ചേർന്നു. അവർ പറയുന്നത് 'ഞങ്ങൾക്കാവശ്യം നിങ്ങളുടെ തിരിച്ചുവര വാണ്' എന്നാണ്. എന്നാൽ ഭയംമൂലം അവരത് പറയാൻ തയ്യാറാവു ന്നില്ല. എന്നാൽ അത് സാവധാനം സംഭവിച്ചുകൊണ്ടിരിക്കുകയാണ്. എന്റെ സഹോദരനും എസ് എഫ് ഐയിലാണ്. ഞങ്ങളെ ഭീഷണിപ്പെ ടുത്തുകയോ തെറിവിളിക്കുകയോ തല്ലുകയോ ചെയ്തത് എത്രതവണ യെന്ന് അവർ എണ്ണി കണക്കാക്കിയിട്ടുണ്ട്. 2011 മുതൽ 79 തവണ.

"എന്നും അടിച്ചമർത്തി നിലനില്ക്കാനാവില്ലെന്നെങ്കിലും ഇപ്പോൾ അവർക്ക് മനസ്സിലായിട്ടുണ്ട്. എനിക്ക് കൊടി ഭക്ഷണത്തെയും വെള്ള ത്തെയും പോലെതന്നെ പ്രധാനപ്പെട്ടതാണ്. എനിക്ക് അതില്ലാതെ ജീവി ധധാനമാവില്ല."